ĐỐI THOẠI SOI SÁNG LỊCH SỬ

ĐỐI THOẠI SOI SÁNG LỊCH SỬ
Tập một

Sách biên khảo, nghiên cứu - Tác giả Hà Văn Thùy
Dàn trang: Hoàng Thao
Bìa: Uyên Nguyên Trần Triết
Nhân Ảnh Xuất Bản 2020
ISBN: 978-1989993491

HÀ VĂN THÙY

ĐỐI THOẠI SOI SÁNG LỊCH SỬ

Tập một

NHÀ XUẤT BẢN
NHÂN ẢNH
2020

LỜI NÓI ĐẦU

Cho đến cuối thế kỷ trước, lịch sử Việt Nam giống như cánh đồng được sử gia kinh viện canh tác bằng cày chìa vôi, bừa chữ nhi đã trở nên bạc màu cạn kiệt sức sống. Nhưng sang kỷ nguyên mới, công nghệ di truyền xuất hiện, đã xới tung mảnh đất khô cằn, làm phát lộ bên dưới cái vẻ ngoài tưởng như nghèo nàn là một lớp trầm tích tích lịch sử màu mỡ…

Căn cứ trên cổ thư Trung Hoa và khảo cứu của Viện Viễn Đông Bác cổ, thế giới tin rằng, người Hán từ phía Tây xâm nhập Nam Hoàng Hà, xây dựng văn minh Hoa Hạ. Rồi từ đó văn minh cùng máu huyết Hoa Ha lan tỏa xuống, khai hóa các sắc dân man rợ phương Nam… Nhưng vào một ngày lành thuộc năm cuối cùng của thế kỷ, giới khoa học Thủ đô Washinton nước Mỹ choáng váng với thông tin: *"Tổ tiên loài chúng ta xuất hiện đầu tiên tại châu Phi 160 - 180.000 năm trước. 60.000 năm cách nay đặt chân tới Việt Nam. Nghỉ lại ở đây 10.000 năm, 50.000 năm trước, người từ Việt Nam di cư ra các đảo Đông Nam Á và đất Ấn Độ. 40.000 chiếm lĩnh Hoa lục. 30.000 năm trước qua eo Bering chinh phục châu Mỹ..."*

Mặc nhiên, lịch sử đảo chiều. Từ dân tộc bị coi là man di, là một giống lai của Trung Hoa, học người Hoa từ tiếng nói tới chữ viết, sau một đêm thức dậy, chúng tôi nhận ra: Việt Nam là nơi phát tích của con người cùng văn minh châu Á!

Lần đầu tiên chúng tôi khám phá ra rằng 40.000 năm trước, tổ tiên ta đi lên chiếm lĩnh Hoa lục và xây dựng ở đó nền văn hóa nông nghiệp rực rỡ. Những thành tựu vĩ đại của văn hóa

Trung Hoa đều là sản phẩm của người Việt. Tiếng Việt là chủ thể của tiếng nói Trung Hoa. Chữ việt là chủ thể làm nên chữ viết Trung Hoa! Hoa Hạ không phải là con trời mà là con lai của người Lạc Việt với người Mông Cổ... Sau 80 năm khảo cứu văn hóa Lương Chử, học giả Trung Quốc buộc lòng thừa nhận: *"Các triều đại Hạ, Thương vẫn được coi là sớm nhất trong lịch sử Trung Quốc nay phải trả lại vai trò ấy cho Lương Chử!" "Văn hóa Lương Chử là cội nguồn của văn minh Trung Quốc."* Họ không biết Lương Chử chính là kinh đô của nước Xích Quỷ truyền thuyết…

Thật cay đắng, khi chúng tôi hồ hởi mang *tin mừng* tới đồng bào thì liền bị ném đá! Một vị tiến sỹ học nhiều biết rộng đập lại: "Không hề có chuyện người từ Việt Nam lên khai phá Trung Hoa 40.000 năm trước." Bằng vẻ đầy tự tin, ông muốn dìm Hà Văn Thùy *"vĩnh viễn lui vào trong bóng tối!"* Một lần khác, đúng vào ngày Tết cổ truyền, chúng tôi bị sốc vì những lời miệt thị thiếu văn hóa trên một tạp chí văn hóa! Không chỉ người ta mà cả một giáo sư Tây rủa xả: "*BBC điên rồi sao?*" Rồi: "*Hà Văn Thùy thiếu vắng sự chuyên nghiệp!*" Với những chuyện như thế, buộc lòng chúng tôi phải lên tiếng!

Mới đây có thư của nhà văn lão thành Chu Tấn: "Thân gửi Bác HÀ VĂN THÙY. Ngoài những tác phẩm mà bác đã xuất bản, Chu Tấn thấy bác còn viết khá nhiều bài trên các diễn đàn văn hóa khác, như *Lời ai điếu cho một thời Tứ Trụ; Sự khốn cùng của trí tuệ...* Chu Tấn đề nghị bác nên tập trung các bài đăng rài rác này in thành một tác phẩm mới, bác thấy có nên chăng?"

Cảm mối chân tình, tôi tập hợp những bài viết thành sách này, xin trao gửi Bác Chu cùng bè bạn.

Sài Gòn, Thu 2020

Hà Văn Thùy

TRIẾT GIA KIM ĐỊNH VỚI MINH TRIẾT VIỆT

(Tham luận trong Lễ kỷ niệm 100 năm sinh triết gia Kim Định tại Viện SENA. Hà Nội, 6-7-2015)

Từ xa xưa, trong quan niệm phương Đông, Minh triết là những lời khải thị của thánh nhân, cơ hồ được coi như sự linh thiêng. Vì vậy học thuật phương Đông chưa hề có việc khảo cứu về minh triết. Phần nhiều, người ta chỉ đưa ra những tục ngữ, phong dao hay lời của thánh hiền, được cho là minh triết rồi từ đó bình, tán. Và không chỉ phương Đông, phương Tây cũng chưa có một khoa học về minh triết thực thụ. Một định nghĩa thỏa đáng về minh triết chưa hề có.

Đơn thương độc mã và chịu nhiều sự đả kích, trong 50 năm qua, triết gia Kim Định đã có những khám phá độc đáo về Minh triết Việt. Tiểu luận này bước đầu trình bày cống hiến của ông.

I. Kim Định, người tách nước sông khỏi nước biển.

Trong những giai thoại về triết gia Hy Lạp cổ Aesop, có câu chuyện kể rằng, ông thách thức đối thủ của mình tách nước sông khỏi nước biển. Đám quý tộc thành Samos thua cuộc. Tuy nhiên, tách nước sông khỏi nước biển trở thành lời thách đố mọi thời đại.

Phương Đông có cái biển khác: văn hóa. Lục địa châu Á mênh mông với nền văn hóa phong phú và rực rỡ, được gọi là văn hóa phương Đông. Người phương Tây với quan niệm Trung Hoa là cội nguồn, là trung tâm của nền văn hóa này nên coi văn hóa phương Đông là văn hóa Trung Hoa. Cách gọi đó mặc nhiên được thừa nhận, không một lời tranh cãi. Người Nhật Bản, Triều Tiên không cãi. Người Việt càng không thể mở miệng khi "70% tiếng Việt mượn từ tiếng Hán." Các bậc thầy văn hóa như Phan Bội Châu, Phan Chu Trinh thành kính tôn học giả Trung Hoa làm thầy.

Nhưng trong tác phẩm Việt lý tố nguyên, Kim Định lần đầu tiên đề xuất sự thật khác: *Người Việt chiếm lĩnh Trung Hoa trước, xây dựng trên đó nền văn hóa nông nghiệp lúa nước rực rỡ, được ông gọi là Nguyên Nho hay Việt Nho. Người Hoa chiếm đất của người Việt, đã học văn hóa Việt. Một mặt đúc kết thành kinh điển. Mặt khác làm sa đọa nền văn hóa này ra Hán nho, Tống nho đậm sắc thái du mục, xu phụ triều đình, đàn áp dân chúng …*

Suốt nửa sau thế kỷ XX, hầu hết học giả Việt cho đó là điên rồ, hoang tưởng, một thứ chủ nghĩa dân tộc cực đoan bệnh hoạn. Nhưng sang thế kỷ mới, nhờ những khám phá di truyền học về nguồn gốc dân cư phương Đông, tư tưởng của Kim Định được chứng minh. Không những thế, sự thật được khám phá còn tuyệt vời hơn cả ý tưởng ban đầu của ông: *con người không phải từ Nam Thiên Sơn vào Trung Hoa để cuối cùng xuống Việt Nam mà ngược lại, từ Việt Nam đi lên khai phá Trung Hoa 40.000 năm trước*. Là địa bàn phát tích của dân cư phương Đông nên hiển nhiên, Việt Nam cũng là nguồn cội của văn minh phương Đông. Đúng như dự cảm thiên tài của Kim Định, sự thực đã chứng tỏ, khi người Việt làm nên dân cư Trung Hoa thì cũng sáng tạo văn hóa Trung Hoa. Tiếng Việt là chủ thể làm nên ngôn ngữ Trung Hoa. Chữ Việt là chủ thể sáng tạo chữ Viết Trung Hoa. Mọi thành tựu văn hóa kỳ vĩ của Trung Hoa như kinh Dịch, kinh Thi, kinh Lễ… đều là sản phẩm sáng tạo của tộc Việt! Với việc làm này, Kim Định đã tách nước sông khỏi nước biển! Ông chỉ rõ, văn hóa Việt là cội nguồn của cái biển văn hóa phương Đông mênh mông và sâu thẳm.

Đấy là khám phá vĩ đại nhất trong lịch sử nhân loại. Khám

phá này không nhằm thỏa mãn tự ái dân tộc mà cung cấp cái nhìn minh triết vào lịch sử văn hóa phương Đông. Từ hiểu biết này, ta mới có thể đánh giá vai trò của văn hóa phương Đông đối với quá khứ và tương lai loài người.

II. Kim Định, người khám phá cội nguồn Minh triết Việt

Người xưa quan niệm minh triết là những lời mặc khải của thánh nhân. Thánh nhân theo quan niệm phương Đông là những kỳ nhân sống ẩn dật, dường như khi được thần thánh nhập, đã khải thị nói ra những lời khôn sáng. Lời khôn sáng của thánh nhân có ý nghĩa như huấn thị, trở thành phương châm sống, tu thân, tề gia, trị quốc của người quân tử. Vì vậy, học thuật phương Đông không đi tìm cội nguồn minh triết. Điều này dẫn tới thực tế là hàng nghìn năm, minh triết là cái gì đó linh thiêng nhưng tồn tại lửng lơ.

Không dừng lại ở quan niệm này, khi khám phá Việt nho, Kim Định đi sâu tìm ra cội rễ của văn hóa Việt. Theo ông, văn hóa Việt Nho hình thành từ bốn hạt nhân:

1. Quan niệm về vũ trụ tham thiên lưỡng địa.

"Nhất âm, nhất dương chi vị đạo": Âm và Dương đó là đạo! Đạo ấy là bản thể và cũng là sự vận hành của vũ trụ. Đúng là Âm và Dương tạo ra đạo. Nhưng cái "đạo" đang chu lưu trong vũ trụ là bao nhiêu Âm cùng với bao nhiêu Dương? Nếu là cân bằng tĩnh một Âm (-1) + một Dương (+1) thì vũ trụ triệt tiêu, không tồn tại! Trên thực tế, vũ trụ vận hành theo chiều hướng đi lên, tích cực, có nghĩa là Dương chiếm ưu thế. Nhưng ưu thế tới mức nào? Người phương Đông khôn ngoan đã nhận ra Âm và Dương vận động hòa hợp trong phạm vi con số 5: Dương + Âm = 5 = con số vũ trụ! Nhưng vấn đề đặt ra là, trong con số vũ trụ đó, Dương bao nhiêu và Âm bao nhiêu? Chỉ có hai đáp án: hoặc Dương 4, Âm 1 hoặc Dương 3, Âm 2! Đó là hai cách lựa chọn của con người cho sự phát triển. Minh triết phương Đông nhận ra 3 Dương + 2 Âm là con số vàng của vận hành vũ trụ. Cuộc sống là đi lên, là tăng trưởng, là Dương nhưng trong đó phần của Dương, của Trời, của Cha là 3 còn dành cho Đất, cho Mẹ 2 phần sẽ đạt tới sự hài hòa cao nhất. Nhận thức ra bí mật lớn này của vũ trụ nhưng phương Đông không cứng nhắc nói "tam thiên nhị địa" mà ghi nhận theo minh triết "tham thiên lưỡng địa": đúng là 3/2 đấy nhưng không phải là tương quan toán học cố định mà là tương quan biện chứng: lúc 3 nhưng có khi du di lớn hoặc nhỏ hơn 3 chút ít, đảm bảo sự năng động của phát triển.

2. Quan niệm nhân sinh: Nhân chủ, Thái hòa, Tâm linh.

Từ văn hóa nông nghiệp lúa nước quán chiếu nhân sinh cùng vũ trụ, người phương Đông thấy rằng, vũ trụ hợp thành từ ba yếu tố: Thiên, Địa và Nhân, trong đó con người là trung tâm của mối quan hệ này! Là chủ thể của vũ trụ, con người giữ quan hệ thái hòa với thiên nhiên vũ trụ cũng như với đồng loại. Và một khi con người đã Nhân chủ, Thái hòa như vậy thì đó là con người Tâm linh, cảm thông, linh ứng với những thế giới siêu nhiên khác.

3. Đạo Việt an vi.

Để sống được trong mối tương quan như vậy với vũ trụ và đồng loại, con người cần thi hành đạo An vi. Trái với hữu vi là mọi hoạt động đều vì mối lợi nên tranh giành, chiếm đoạt. Trái với vô vi bị động, tiêu cực không ước mơ, không ham muốn, bàng quan, lánh đời… An vi là đạo sống tích cực hết lòng nhưng không phải do thôi thúc từ bản năng tư lợi mà vì lợi ích chung. Trong khi phương Tây làm việc và sáng tạo vì lợi ích cá nhân thì phương Đông cũng làm việc, sáng tạo hết mình vì lợi ích chung trong sự đam mê của niềm vui và danh dự.

4. Bình sản

Ba hạt nhân trên sở dĩ tồn tại được là do đứng vững trên nền tảng kinh tế minh triết phương Đông: bình sản. Đó là cơ chế đảm bảo sự công bằng nhất định trong phân chia thu nhập của cộng đồng. Không hề là chủ nghĩa bình quân vì không có ai toàn quyền phân phối của cải mà là bình sản nhằm đạt tới sự công bằng tương đối về tài sản. Trong ký ức phương Đông còn ghi lại cách phân chia tài sản thời cổ, đó là *tỉnh điền*: Cộng đồng chung tay vỡ khu ruộng, người ta cố làm cho khu ruộng vuông vức, sau đó chia làm chín phần đều nhau. Tám gia đình cày cấy tám phần xung quanh đồng thời chung tay chăm sóc phần ruộng giữa, gọi là tỉnh điền. Phần thu hoạch từ "tỉnh điền" được nộp vua. Sau này, cơ chế bình sản được chuyển sang hình thức công điền. Đến trước năm 1945 ở Việt Nam vẫn còn 20% công điền, ba năm một lần làng chia cho người nghèo cày cấy.

Bốn yếu tố kể trên là nền tảng của văn hóa Việt cổ. Đó cũng chính là hạt nhân minh triết. Những hạt nhân này được hình thành từ xa xưa, vào cuối thời đá mới. Nhiều khảo cứu cho thấy, tới lúc này, phương Đông đã trưởng thành về tư tưởng. Cái mà Kim Định gọi là Văn hóa Nguyên Nho hay Việt Nho đã hoàn chỉnh. *Thời đại Kim khí với công cụ hữu dụng chỉ tạo phương tiện đẩy nhanh đà văn minh mà không có đóng góp quan trọng nào cho tư tưởng.*

Bốn hạt nhân trên giúp ta tìm ra định nghĩa của minh triết: *"Minh triết là sự khôn sáng trầm tích trong chiều sâu nhất của văn hóa, tỏa ánh sáng và sức nóng nuôi dưỡng nền văn hóa dân tộc."*

III. Kim Định, người giải phóng dân tộc về văn hóa

Dân tộc Việt từng làm nô lệ của ngoại bang và cũng từng nhiều lần tự mình giải phóng khỏi ách nô lệ. Tuy nhiên, có thực tế là, *cho tới nay, chúng ta chưa hề được giải phóng về văn hóa!* Cái gánh nghìn cân luôn đè nặng tâm khảm cha ông xưa và chúng ta hôm nay là mặc cảm lệ thuộc văn hóa Trung Hoa. Tiếng Việt vay mượn 70% từ tiếng Hán. Hàng nghìn năm, quốc ngữ của chúng ta được gọi là chữ Hán. Gần như toàn bộ văn hóa của chúng ta là sao chép hay "bắt chước chưa tới nơi tới chốn văn hóa Trung Hoa." (Nguyễn Gia Kiểng – Tổ quốc ăn năn)... Bao thế hệ đau đáu nỗi niềm là dân nhược tiểu bán khai!

Phát hiện của Kim Định đã đòi lại cho dân tộc ta chủ quyền của người sáng tạo văn hóa phương Đông. Từ vị trí của kẻ đọc nhờ học mướn, hôm nay người Việt Nam chúng ta đầy đủ tư cách nhận lại gia sản kỳ vĩ của tổ tiên. Như vậy, lần đầu tiên dân tộc ta được giải phóng về văn hóa. Đấy là cuộc giải phóng lớn lao nhất chưa từng có trong lịch sử dân tộc. Kim Định là người tiên phong mở ra công cuộc giải phóng vĩ đại này.

IV. Kim Định, người chỉ đường cho nhân loại.

Ngày nay thế giới đang bước những bước khổng lồ về khoa học công nghệ. Trên nhiều hoạt động, con người đã ngang với thần thánh. Tuy nhiên, nhân loại cũng đang lâm vào khủng hoảng chưa từng có: cuộc khủng hoảng đường đi! Cuối thế kỷ XX, cuộc thử nghiệm xã hội theo chủ thuyết cộng sản cáo chung. Những người được coi là thức giả hàng đầu thế giới cho rằng lịch sử đã kết thúc. Thế giới yên tâm đi theo con đường tư bản chủ nghĩa. Nhưng rồi thực tế chứng tỏ, dù có những thành công lớn lao thì con đường tư bản cũng bộc lộ những bất ổn nghiêm trọng, đe dọa sự sống còn của loài người.

Để cứu thế giới khỏi thảm họa này, những trí tuệ hàng đầu phương Tây cho rằng sự *bất cập của nhân loại là do nữ quyền bị lấn áp* nên tới lúc phải đề cao nữ quyền. Điều đáng buồn, đáng lo là cả thế giới hùa theo, coi như phép màu!

Tuy nhiên, minh triết phương Đông chỉ ra, sự thực không phải vậy. Sự lấn át nữ quyền chỉ là một phần rất nhỏ của thảm kịch toàn nhân loại. Do thiếu minh triết của phương Đông, học giả phương Tây không hề biết rằng, *sự hủy diệt thế giới được bắt đầu ở tầm mức lớn lao hơn, ở mức toàn vũ trụ. Đó là sự mất cân bằng Âm Dương*. Chủ nghĩa tư bản, sản phẩm của văn minh du mục tham lam, tàn bạo, đẩy thế giới đi theo chiều hướng dương cực thịnh, khiến âm cực suy, phá vỡ mối cân bằng trong vận động của thế giới. Một cơ chế hoạt động như vậy, tất dẫn tới đổ vỡ. Để cứu vãn thế giới, minh triết chỉ ra, chỉ đề cao nữ quyền là không đủ mà điều khẩn thiết hơn là ***lập lại sự cân bằng trong vận động của thế giới***. Loài người phải cùng nhau đưa thế giới trở lại vận hành theo ***tham thiên lưỡng địa***. Đó là con đường duy nhất cứu nhân loại do minh triết phương Đông đưa ra từ xa xưa mà hôm nay Kim Định tìm lại cho chúng ta.

LỊCH SỬ PHƯƠNG ĐÔNG VÀ NỀN SỬ HỌC KHÔNG ADN

I. Khái quát về khoa học lịch sử thế kỷ XX

Sử học là khoa học khảo cứu hoạt động xã hội của những cộng đồng người trong quá khứ. Vì vậy, yếu tố quyết định thành công của Sử học là nhận thức chính xác về cộng đồng người đó có gốc gác từ đâu, qua quá trình như thế nào để có mặt tại thời gian và không gian mà sự kiện lịch sử diễn ra. Như vậy, vô hình trung, trong bước khởi đầu, mục tiêu của Sử học trùng với mục tiêu của Nhân học. Nói chính xác hơn, Sử học phụ thuộc, "ăn theo" kết quả nghiên cứu của Nhân học.

Thế kỷ XX, Nhân học sáng tạo phương pháp đo đạc so sánh hình thái sọ để xác định các dạng người từng tồn tại trên Trái đất đồng thời định tuổi các cốt sọ để tìm hiểu nguồn gốc loài người. Từ kết quả nghiên cứu đã xuất hiện hai giả thuyết. Giả thuyết châu Phi (Out of Africa hypothesis) xác định châu Phi là quê hương của loài người và giả thuyết nhiều vùng (The multiregional hypothesis) cho rằng loài người được sinh ra từ nhiều vùng khác nhau: Châu Phi cho ra người da đen, châu Âu sinh ra người da trắng, còn châu Á là quê hương của người Mongoloid.

Gần suốt thế kỷ, hai giả thuyết tranh chấp nhau, không phân thắng bại. Nhưng vào thập kỷ 70s, do phát hiện di cốt của người Neanderthal rất giống với người châu Âu hiện đại, phần đông giới khoa học cho rằng, người Neanderthal là tổ tiên người châu Âu. Thuyết Đa nguồn gốc thắng thế, chi phối Nhân học thế giới.

Nhìn chung, với châu Âu, vấn đề nhân chủng khá đơn giản nhưng ở Đông Á, câu chuyện đặc biệt phức tạp.

Thập kỷ 1920, tại Trung Quốc có những khám phá khảo cổ học quan trọng. Đó là việc kỹ sư mỏ người Thụy Điển Anderson phát hiện văn hóa trồng kê Ngưỡng Thiều 7.000 năm trước mà chủ nhân của nó rất gần với người Trung Hoa hiện đại. Tiếp đó là di chỉ Chu Khẩu Điếm ở gần Bắc Kinh, có di cốt người Đứng thẳng (Homo erectus) khoảng 600.000 năm tuổi, được đặt tên là người Bắc Kinh (H. pekinensis). Ở tầng phía trên (New cave) là di cốt người hiện đại Homo sapiens 27.000 năm trước. Di chỉ Chu Khẩu Điếm được coi như địa điểm thu gọn lịch sử phát triển của nhân loại. Những khám phá này trở thành chứng cứ thuyết phục để giới khoa học tin rằng, con người xuất hiện ở Tây Tạng, di cư vào Trung Quốc rồi người H. erectus chuyển hóa thành người H. sapiens. Từ đây người H. sapiens lan tỏa ra toàn bộ châu Á.

Kết hợp cổ thư Trung Hoa với khám phá của khoa học, các học giả thế giới và Trung Quốc cho rằng, người Bắc Kinh là tổ tiên của người Trung Hoa. Đồng bằng miền Trung Hoàng Hà là nơi phát tích của dân tộc Trung Hoa. Từ đây con người và văn hóa Hoa Hạ lan tỏa xuống phía Nam. Bên cạnh quan niệm Âu trung: văn minh nhân loại bắt nguồn từ phương Tây thì quan niệm Hoa trung xuất hiện: Trung Hoa là trung tâm hình thành con người và văn hóa phương Đông.

Có thể nói, Nhân học và Sử học hiện đại Việt Nam ra đời trong khí quyển của hai quan niệm này. Sau gần nửa thế kỷ chiếm đóng Đông Dương, do ý đồ thống trị lâu dài và nhờ tích lũy được ít nhiều tri thức về phương Đông, người Pháp cho thành lập Viện Viễn Đông Bác cổ ở Hà Nội vào năm 1898. Trên lĩnh vực khoa học nhân văn, những nhà Hán học như Maspéro,

Aurousseau… giữ vai trò chủ đạo. Do vậy, cả Nhân học và Sử học Việt Nam được hình thành trên hai nguồn tư liệu là cổ thư Trung Hoa và những khám phá khoa học nhân văn của học giả phương Tây. Trong khi người phương Tây còn hiểu biết về phương Đông rất hạn chế thì những nghiên cứu của Viễn Đông Bác cổ như ánh đuốc tỏa sáng từ miền đất tối tăm và bí ẩn, soi đường cho giới khoa học quốc tế.

Trường phái Viễn Đông Bác cổ cho rằng, người Melanesien là dân cư cổ nhất ở Đông Dương. Khoảng 1.500 năm TCN, người Indonesien từ Ấn Độ tràn sang, tiêu diệt hoặc đẩy người Melanesien bản địa ra các đảo Đông Nam Á. Sau cùng, khoảng năm 333 TCN, do nước Sở diệt nước Việt, người Việt con cháu của Việt vương Câu Tiễn, từ Nam Dương Tử chạy xuống Bắc Việt Nam, tạo nên dân cư Việt Nam hôm nay.[1]

Từ sự xác định nguồn gốc như vậy đã hình thành quan niệm phổ biến cho rằng, người Việt Nam là sản phẩm đồng hóa của người Trung Hoa từ trước Công nguyên và được tiếp tục trong thời gian hơn nghìn năm Bắc thuộc. Lẽ đương nhiên, văn hóa Việt cũng là sản phẩm đồng hóa của văn hóa Trung Hoa. Không chỉ trong nhiều phong tục tập quán mà rõ ràng nhất là tiếng Việt vay mượn khoảng 70% từ ngôn ngữ Hán và chữ Hán trở thành quốc ngữ của người Việt. Quan niệm như vậy về nguồn gốc, lịch sử và văn hóa của người Việt đã định hướng cho mọi nghiên cứu lịch sử văn hóa Việt Nam trong thế kỷ XX.

II. Những yếu tố khai sinh nền sử học mới

Tuy nhiên, trên thực tế, đó không phải màu sắc duy nhất của bức tranh khoa học nhân văn phương Đông. Người ta vẫn thấy, trên cái nền chung ấy có những đốm sáng tương phản.

Ngay từ những năm cuối thế kỷ XIX, tại Paris, Đại tá Frey, H, (1847-1932) đã công bố ba cuốn sách liên quan tới ngôn ngữ Việt Nam là:

1. L'Annamite, mère des langues; communauté d'origine des races celtiques, sémitiques, soudanaises et de l'Indo-Chine, Paris, 1892, 248p. (Tiếng Việt, mẹ của các ngữ; cộng đồng có nguồn gốc của các chủng tộc Celtic, Do Thái, Sudan và Đông Dương);

2. Annamites et extréme occidentaux, recherche sur l'origine des langues, Paris Hachette, 1894, 272 p. (An Nam và Viễn Tây, nghiên cứu về nguồn gốc của ngôn ngữ)

3. Les Egyptiens préhistoriques identifiés avec les Annamites, d'aprés les inscriptions hiéroglyphiques Paris, Hachette, 1905, 106 p. (Người Ai Cập thời tiền sử liên hệ với An Nam qua chữ khắc tượng hình).

Là sỹ quan người Pháp từng công tác tại Tây Phi rồi có mặt ở Đông Dương, tác giả đã nhận ra sự gần gũi giữa ngôn ngữ Đông Dương và tiếng nói của thổ dân châu Phi cùng các sắc dân Celtic, Semitic và Soudan. Chính ông đã cảm nhận nguồn gốc châu Phi của ngôn ngữ Việt Nam. Đồng thời ông cũng phát hiện, tiếng nói của người Việt Nam có vai trò chủ đạo ở phương Đông. Từ đó ông khẳng đinh, tiếng *Việt là mẹ của các ngữ....*

Đáng tiếc là tiếng nói cô đơn của tay võ biền không thể chống lại một xu hướng đang lên của những học giả có uy tín lớn.

- Năm 1923, nhà khảo cổ người Pháp Madeleine Colani khám phá ra số lượng rất lớn di cốt người và dụng cụ bằng đá cuội được ghè đẽo xung quanh hòn cuội, trong một hang đá vôi thuộc tỉnh Hòa Bình, có niên đại 22.000 đến 2.000 năm TCN. Sau đó còn phát hiện rất nhiều địa điểm ở Thái Lan, Miến Điện, Lào, Campuchia, Malaysia, Sumatra, Nhật Bản, Đài Loan, Australia... những di tích với các công cụ cùng một kỹ thuật chế tác. Văn hóa Hòa Bình có ý nghĩa khoa học rất lớn trên hai phương diện:

a. Đánh dấu sự chuyển tiếp từ văn minh đá cũ sang đá mới

ở thời điểm rất sớm: 22.000 năm trước. Trong khi, với tri thức kinh điển, ở phương Tây, văn minh đá mới chỉ xuất hiện khoảng 10.000 năm trước. Điều này cho thấy, văn minh phương Đông tiến trước phương Tây hơn chục nghìn năm. Một chứng cứ phủ nhận thuyết Âu trung.

b. Diện bao phủ rộng của văn hóa Hòa Bình cho thấy Hòa Bình là trung tâm phát sinh văn hóa đá mới. Điều này nói lên vai trò quan trọng của Việt Nam trong văn minh phương Đông. Thuyết Hoa tâm bị nghi ngờ.

Tháng Giêng năm 1932, Hội nghị Khảo cổ học Quốc tế về Tiền sử Viễn Đông họp tại Hà Nội xác nhận: *"Văn hóa Hòa Bình là trung tâm phát minh nông nghiệp và sản xuất nông nghiệp cùng chăn nuôi gia súc đầu tiên trên thế giới. Trung tâm nông nghiệp Hòa Bình có trước vùng Lưỡng Hà 3000 năm."* (Encyclopédia d'Archeologie).

- Từ năm 1933 tới 1937, có cuộc tranh luận giữa nhà ngữ học Ba Lan Pzrilusky với viện sĩ Maspero về nguồn gốc của ngôn ngữ Việt Nam. Trong khi Pzrilusky đồng ý với Frey cho tiếng Việt là gốc của các ngôn ngữ phương Đông thì Maspero cực lực phản đối, vẫn giữ quan điểm của mình: tiếng Việt vay mượn 70% từ tiếng Trung Hoa. Cuối cùng, Maspero chiến thắng. Ở đây, thắng cuộc không phải chân lý khoa học mà là vai vế của người tranh luận.

- Năm 1952, tiếp nối tư tưởng của Hội nghị về Tiền sử Viễn Đông, học giả Hoa Kỳ C. Sauer khẳng định: "Về cái nôi của nền nông nghiệp đầu tiên, tôi xin thưa rằng ở Đông Nam Á. Nơi này quy tụ đầy đủ những điều kiện khác nhau cần thiết về vật lý thể chất, hóa học hữu cơ, khí hậu ôn hòa với cả hai vụ gió mùa, với chu kỳ mùa mưa ẩm ướt và mùa khô tạnh ráo, sông nước tiện cho viêc đánh cá. Đất này là trung tâm điểm giao thương cả đường biển lẫn đường bộ của Cựu thế giới. Không có nơi nào mà vị trí lại thích hợp và có đủ yếu tố cung cấp cho sự phát triển nền văn minh hỗn hợp giữa nông và ngư nghiệp tốt hơn nữa.”

và

“Đúng là nông nghiệp đã tiến triển qua hai giai đoạn mà giai đoạn đầu là văn hóa Hòa Bình. Lúa nước đã được trồng cùng lúc với khoai sọ.” “Tôi đã chứng minh Đông Nam Á là cái nôi của nền nông nghiệp cổ nhất. Và tôi cũng chứng minh rằng văn hóa nông nghiệp có nguồn gốc gắn liền với đánh cá bằng lưới ở xứ này. Tôi cũng chứng minh rằng những động vật gia súc xưa nhất bắt nguồn từ Đông Nam Á, và đây là trung tâm quan trọng của thế giới về kỹ thuật trồng trọt và thuần dưỡng cây trồng bằng cách tái sinh sản thực vật.”[2]

Không chỉ vậy, ngày càng nhiều học giả như A.G. Haudricourt & amp; Louis Hedin (1944), E. Werth (1954), H. Wissmann (1957), Jacques Barrau (1965, 1974), Solheim (1969), Chester Gorman (1970)... cho rằng vùng Đông Nam Á là nơi khai sinh nền nông nghiệp đa dạng sớm nhất của nhân loại.

- Năm 1972 từ những khám phá khảo cổ ở Thái Lan, W.G. Solheim II đã viết:

“Tôi cho rằng khi chúng ta nghiên cứu lại nhiều cứ liệu ở lục địa Đông Nam Á, chúng ta hoàn toàn có thể phát hiện ra rằng việc thuần dưỡng cây trồng đầu tiên trên thế giới đã được dân cư Hòa Bình (Việt Nam) thực hiện trong khoảng 10.000 năm TCN...”

“Rằng văn hóa Hòa Bình là văn hóa bản địa không hề chịu ảnh hưởng của bên ngoài, đưa tới văn hóa Bắc Sơn.”

“Rằng miền Bắc và miền Trung lục địa Đông Nam Á có những nền văn hóa tiến bộ mà trong đó đã có sự phát triển của dụng cụ đá mài nhẵn đầu tiên của châu Á, nếu không nói là đầu tiên của thế giới và gốm đã được phát minh...”

“Khác với quan niệm phổ biến cho rằng, văn hóa Ngưỡng Thiều và Long Sơn ảnh hưởng xuống phía nam, tôi cho rằng,

Ngưỡng Thiều và cả Long Sơn là do giai đoạn Hòa Bình sớm mang lên."

"Rằng không chỉ là sự thuần hóa thực vật đầu tiên như ông Sauer đã gợi ý và chứng minh, mà còn đi xa hơn, nơi đây đã cung cấp tư tưởng về nông nghiệp cho phương Tây. Và sau này một số cây đã được truyền đến Ấn Độ và châu Phi. Và Đông Nam Á còn tiếp tục là một khu vực tiên tiến ở Viễn Đông cho đến khi Trung Quốc thay thế xung lực này vào nửa đầu thiên niên kỷ thứ 2 TCN, tức khoảng 1500 năm TCN." [3]

- Năm 1998 Stephen Oppenheimer cho xuất bản cuốn Địa đàng ở phương Đông: Lục địa Đông Nam Á bị chìm [4], một cuốn sách làm thay đổi quan niệm về vai trò của Đông Nam Á trong lịch sử thế giới. Từ kinh nghiệm của một bác sỹ nhi khoa phát hiện dòng gen thiên di của bệnh thiếu máu ở trẻ em hải đảo Đông Nam Á, kết nối tài liệu khảo cổ, cổ nhân chủng và giải mã truyền thuyết, ông đưa tới kết luận: Đông Nam Á là nơi nông nghiệp hình thành sớm nhất trên thế giới. Từ đây, những giống vật nuôi, cây trồng cùng tư tưởng nông nghiệp được truyền sang phương Tây qua nạn đại hồng thủy.

Hòa với những khám phá của học giả thế giới về nền văn hóa phương Đông thì vào thập kỷ 70s, những khai quật khảo cổ ở phía Nam Dương Tử phát hiện một thực tế không ngờ: Nhiều văn hóa khảo cổ phía Nam Trung Hoa không những xuất hiện sớm hơn mà còn tiến bộ hơn phía Bắc. Chữ tượng hình có mặt ở Giả Hồ 9.000 năm trước. Tại Lương Chử, 3.300 năm TCN, chữ tượng hình đã trưởng thành, sớm hơn Giáp cốt văn Ân Khư 2.000 năm. Các học giả Trung Quốc buộc phải thừa nhận có một nhà nước Lương Chử ra đời sớm nhất ở phương Đông, sớm hơn nhà Hạ hàng nghìn năm. Cũng từ đó xuất hiện quan điểm cho rằng: đồng bằng phía Nam Dương Tử là người mẹ thứ hai của dân tộc Trung Hoa. Người ta càng ngạc nhiên hơn khi phát hiện văn hóa Gò Ba Sao (Tam Tinh Đôi) vùng Tứ Xuyên. Thực tế này dẫn tới sự nghi ngờ về nguồn gốc phương Bắc của con người và văn hóa Trung Hoa. Có ý kiến cho rằng, có thể sự thực ngược lại, là dòng dịch chuyển của con người cùng văn hóa từ phía Nam lên.[5]

Tuy đưa ra nhiều nhận định mới nhưng phải thừa nhận là, những bằng cứ của chúng, nhất là về khảo cổ chưa vững chắc. Việc định tuổi hạt thóc phát hiện ở Non Nok Tha, Thái Lan thấp hơn niên đại do Solheim đưa ra là một gáo nước lạnh dội vào xu hướng này.

Nhưng rồi giọt nước đã tràn ly.

Ngày 29. 9. 1998 xuất hiện một sự kiện gây chấn động giới khoa học. Công nghệ khảo sát ADN người đang sống cho ra khám phá chưa từng có. Nghiên cứu Quan hệ di truyền của dân cư Trung Quốc (Genetic Relatonship of Populations in China) đưa ra kết luận: "Người hiện đại Homo sapiens xuất hiện ở châu Phi từ 160.000 đến 180.000 năm trước. Khoảng 70.000 năm cách nay, con người từ châu Phi theo ven biển Ấn Độ tới Việt Nam. Sau thời gian chung sống ở đây, người từ Việt Nam di cư ra các đảo Đông Nam Á, sang Ấn Độ và 40.000 năm trước lên khai phá Trung Hoa rồi từ đó vượt eo Bering chinh phục châu Mỹ…"[6]

Lập tức, nhiều phòng thí nghiệm di truyền học trên thế giới kiểm định nghiên cứu này. Vài năm sau, hàng loạt khảo cứu di truyền được công bố, không chỉ đồng thuận với phát hiện trên mà còn đưa ra những kết quả cụ thể, chính xác hơn.

Xuất phát từ thực tế này, có những người dựa vào khám phá di truyền học để viết cuốn sử mới cho phương Đông.

Bắt đầu là những học giả người Việt trong nhóm Tư Tưởng ở Úc gồm Luật sư Cung Đình Thanh, Giáo sư Nguyễn Văn Tuấn và Tiến sỹ Nguyễn Đức Hiệp. Bằng những bài viết từ năm 2001, Giáo sư Nguyễn Văn Tuấn giới thiệu công trình của nhóm J. Y. Chu, tuy có những hạn chế về số lượng mẫu vật nhưng là khám phá rất có ý nghĩa trong việc khảo sát quá trình hình thành dân tộc Việt. Năm 2003, tại Sidney, Luật sư Cung Đình Thanh cho in cuốn Về Nguồn Gốc Văn Minh Việt Nam Dưới Ánh Sáng Mới Của Khoa Học. Do tiếp cận tài liệu Genetic Relationship of Populations in China của nhóm J. Y. Chu và Eden in the East của Stephen Oppenheimer nên công trình của Luật sư Cung Đình Thanh là cuốn sách đầu tiên viết bằng tiếng Việt trình bày việc người từ châu Phi di cư tới Đông Nam Á rồi từ đây đi lên khai phá Trung Hoa. Do vậy, đó cũng là cuốn sách đầu tiên cùng lúc phản bác quan niệm được thừa nhận rộng rãi là con người từ phía nam Tây Tạng xâm nhập Trung Hoa rồi đi xuống Việt Nam cũng như quan niệm cho rằng người Việt do dân cư các đảo Đông Nam Á xâm nhập: "Thuyết của GS. Nguyễn Khắc Ngữ cũng như các GS Đại học Hà Nội về người Hắc chủng ở hải đảo vào lai giống với người Mongoloid là tổ tiên của người Việt ngày nay và thuyết của các học giả Pháp và các học giả người Việt lớp cũ từ Đại Việt sử ký toàn thư đến Đào Duy Anh, Trần Trọng Kim … nói về nguồn gốc người Việt là hậu duệ của người từ phương Bắc xuống phải được đảo ngược lại mới đúng với sự thực (trang 298). » Có thể nói, ở thời điểm xuất hiện, nó tiến xa nhất trên con đường tìm về nguồn cội.

Từ năm 2004, khi tiếp cận công trình của J.Y. Chu, chúng tôi đã dành toàn bộ thời gian cùng tâm lực tìm về nguồn gốc dân tộc. Sau hơn 10 năm khảo cứu, có thể khái quát lịch sử và văn hóa phương Đông như sau:

1- 70.000 năm trước, hai đại chủng Mongoloid và Australoid từ châu Phi theo bờ biển Ấn Độ tới Việt Nam. Tại đây họ hòa huyết sinh ra bốn chủng người Việt cổ là Indonesian, Melanesian, Vedoid và Negritoid, do người đa số Indonesian (Lạc Việt) lãnh đạo về xã hội và ngôn ngữ. Khi nhân số tăng, người từ Việt Nam di cư ra các đảo Đông Nam Á, sang Ấn Độ và 40.000 năm trước, đi lên khai phá Trung Hoa. 30.000 năm trước qua eo Bering chinh phục châu Mỹ.

2- Khoảng 20.000 năm trước, tại Động Người Tiên tỉnh Giang Tây, phía Nam Dương Tử, người Lạc Việt chế tác đồ gốm đầu tiên. Sau đó vào khoảng 12.400 năm cách nay, thuần hóa thành công lúa nước. Tại văn hóa Giả Hồ tỉnh Hà Nam, 9.000 năm trước xuất hiện những ký tự tượng hình đầu tiên. Lúa nước và kê được trồng rộng rãi ở lưu vực Dương Tử và Hoàng Hà.

3. Khoảng 7.000 năm trước, diễn ra sự tiếp xúc giữa người Việt trồng kê và người Mông Cổ du mục tại cao nguyên Hoàng Thổ phía Nam sông Hoàng Hà (người Mông Cổ cũng từ Việt Nam đi lên 40.000 năm trước, nhưng do di cư riêng rẽ tới đất Mông Cổ nên giữ được gen Mongoloid thuần chủng, được gọi là người Mongoloid phương Bắc - North Mongoloid) sinh ra chủng người Việt mới Mongoloid phương Nam. Người Việt Mongoloid phương Nam tăng số lượng, trở thành chủ thể của lưu vực Hoàng Hà.

4. Khoảng 3.300 năm TCN, nhà nước đầu tiên ở phương Đông của người Lạc Việt được thành lập với kinh đô Lương Chử vùng Thái Hồ, ranh giới gần trùng sát với nhà nước Xích Quỷ. So sánh với truyền thuyết thì đó là nhà nước của Thần Nông. Khoảng năm 2879 TCN diễn ra việc lập nước Xích Quỷ.

5. Khoảng năm 2698 TCN, người Mông Cổ do thị tộc Hiên Viên lãnh đạo, đánh vào Trác Lộc, chiếm đất của người Việt ở Nam Hoàng Hà, lập nhà nước Hoàng Đế. Bại trận, một bộ phận người Việt từ lưu vực Hoàng Hà (Núi Thái-Trong Nguồn) di tản xuống phía Nam, đem nguồn gen Mongoloid về, chuyển hóa dân cư Việt Nam và Đông Nam Á sang chủng Mongoloid phương Nam.

Từ 2.000 năm TCN, dân cư Đông Dương cũng như Việt Nam duy nhất là chủng (race) Mongoloid phương Nam gồm nhiều sắc tộc (ethnicities) khác nhau. Khoảng 500 năm TCN, đồng bằng sông Hồng hình thành. Các sắc dân Việt từ Đông Dương và Nam Dương Tử tụ về khai phá đất mới. Những sắc dân Thái, Tày, Hẹ (Hakka), Hán từ Trung Nguyên trở về mang theo tiếng nói đơn âm, hữu thanh. Do sống trong môi trường thuận lợi về kinh tế và giao lưu văn hóa, lại tiếp thu tiếng nói đơn âm nên tại đồng bằng sông Hồng hình thành sắc tộc mới, là người Kinh. Do chưa hiểu nguồn gốc nên trước đây gọi cộng đồng này là người Việt. Như vậy, người Kinh là sắc dân được sinh ra muộn nhất từ cộng đồng người Việt.

6. Vào Nam Hoàng Hà, người Mông Cổ bỏ lối sống du mục, học nghề nông và văn hóa của người Việt. Do sống chung, lớp người lai Mông-Việt ra đời, tự gọi là Hoa Hạ. Do nhân số ít và văn hóa chưa phát triển, người Mông Cổ bị người Việt đồng hóa về máu huyết cũng như văn hóa. Tuy nhiên vì giữ địa vị thống trị, người Mông Cổ bắt cộng đồng nói theo cách nói Mông Cổ (phụ trước chính sau)

7. Suốt thời kỳ dài, các vương triều Hoa Hạ chỉ chiếm phần đất nhỏ ở đồng bằng miền Trung Hoàng Hà và luôn trong cuộc chiến tranh với các nước hoặc bộ tộc người Việt xung quanh. Phía Nam Dương Tử hoàn toàn là đất của người Việt. Năm 2.300 TCN, do nước biển dâng, kinh đô Lương Chử bị nhấn chìm, các vua Hùng dời đô về Thành Đầu Sơn bên Hồ Động Đình, tiếp tục lãnh đạo nhà nước Văn Lang cho tới 800 năm TCN.

8. Cuối thời Chiến Quốc, nhà Tần, một quốc gia của người Việt, diệt lục quốc, lập đế quốc Tần. Khi nhà Chu diệt vong, người Hoa Hạ hết vai trò lãnh đạo. Mặt khác, từ lâu người Hoa Hạ cũng được đồng hóa để hòa mình trong cộng đồng Việt. Lưu Bang vốn người nước Sở nên nhà Hán do ông thành lập cũng là quốc gia của người Việt. Tuy nhiên, vì uy danh từ xa xưa của Hoa Hạ nên không chỉ Lưu Bang mà các đế vương sau này cũng nhận là Hoa Hạ.

9. Từ cuối đời Hán và tiếp tới sau này, các bộ tộc du mục ở Tây Bắc liên tục xâm nhập, có thời gian dài thống trị Trung Quốc như Nguyên, Thanh nên rất nhiều người Mongoloid phương Bắc vào Trung Quốc, hòa huyết với người tại chỗ. Nhưng hầu hết họ bị dân bản địa đồng hóa thành người Mongoloid phương Nam, được gọi là người Hán.

10. Do dân cư Trung Quốc được hình thành trên nền cơ

bản là người Việt nên tiếng Việt là chủ thể tạo nên ngôn ngữ Trung Hoa. *Tiếng Trung Quốc là tiếng Việt được nói theo giọng và cách nói Mông Cổ (Mongol parlance).*

11. Với chúng tôi, việc tìm nguồn gốc chữ viết Trung Hoa là thách thức lớn. Sách sử cho thấy, tới giữa thời Thương, các vương triều Hoa Hạ chưa có chữ. Nhưng khi Bàn Canh chiếm đất An Dương của người Dương Việt ở Hà Nam, lập nhà Ân (khoảng 1300 năm TCN) thì chữ tượng hình Giáp cốt văn Ân Khư xuất hiện, ở dạng thức đã trưởng thành. Nguyên nhân do đâu?

Tuy phát hiện chữ tượng hình ở văn hóa Giả Hồ (Hà Nam) 9.000 năm trước, Bán Pha (Sơn Tây) 6.000 năm trước, Lương Chử (Chiết Giang) hơn 5.000 năm trước nhưng các học giả phương Tây không thừa nhận. Rất may là vào cuối năm 2011, tại di chỉ Cảm Tang tỉnh Quảng Tây, khi khai quật những đàn tế của người Lạc Việt, hàng nghìn mảnh xẻng đá khắc chữ tượng hình được tìm thấy. Như giọt nước làm tràn ly, hàng nghìn phù tự (chữ dùng trong bói toán và cúng tế) trên các mảnh đá ở Cảm Tang Quảng Tây 6.000 năm trước, khẳng định: người Lạc Việt đã sáng tạo chữ tượng hình khắc trên đá, yếm rùa, xương thú rồi đưa lên Hà Nam. Khi chiếm đất An Dương, nhà Ân đã chiếm đoạt loại chữ này rồi phát triển lên. Như vậy, có thể khẳng định, *chữ Việt là chủ thể tạo nên chữ viết Trung Hoa*

12. Một câu hỏi nan giải khác: cây lúa được trồng trước hết ở đâu? Tuy với niềm tin vững chắc rằng Đông Nam Á là quê hương của cây kê và cây lúa nhưng vì thiếu chứng cứ khảo cổ học nên không thể đưa ra lời khẳng định. Thật may là vào năm 2012, khảo cổ học phát hiện tại Động Người Tiên tỉnh Giang Tây cùng mảnh gốm 20.000 năm là hạt lúa trồng 12.400 tuổi. Điều này xác nhận người Lạc Việt thuần hóa cây lúa sớm nhất trên thế giới.[7]

Trên địa bàn Đông Á, người Việt đã sáng tạo nền văn hóa nông nghiệp rực rỡ mà tiêu biểu là quan niệm Âm Dương, Ngũ hành, kinh Dịch, kinh Thi, tiếng nói phong phú, chữ tượng hình giàu biểu cảm…

Nhưng trớ trêu thay, tộc người sinh ra dân cư và sáng tạo nền văn hóa phương Đông kỳ vĩ lại có số phận bất hạnh. Mất đất đai, mất con người, mất văn hóa, mất chữ viết… hàng nghìn năm người Việt bị coi như đám trôi sông lạc chợ, sống phận tôi đòi dưới bóng Trung Hoa!

Nay, nhờ ánh sáng của khoa học nhân loại, dân tộc ta tìm lại được cội nguồn, văn hóa, lịch sử của mình. Hy vọng tri thức mới sẽ khiến người Việt ngửng đầu làm tròn sứ mệnh vinh quang dẫn dắt nhân loại trong kỷ nguyên mới để xứng đáng với tổ tiên xưa.

Những ý tưởng trên đã được chúng tôi trình bày trong hàng trăm bài viết và năm cuốn sách: *Tìm lại cội nguồn văn hóa Việt (NXB Văn Học, 2006), Hành trình tìm lại cội nguồn (NXB Văn Học, 2008), Tìm cội nguồn qua di truyền học (NXB Văn Học, 2011), Khám phá lịch sử Trung Hoa (NXB Hội Nhà văn, 2016) và Góp phần nhận thức lại lịch sử văn hóa Việt (NXB Hội Nhà văn. H. 2016).* Có thể khẳng định, những công trình kể trên mở đầu cho cuốn sử mới và chân thực của phương Đông.

III. Số phận của nền Sử học không ADN

Một sự thực được phơi bày: Nhân chủng học là khoa học tự nhiên nên việc tìm nguồn gốc con người không chỉ cần phương pháp luận đúng mà còn rất cần một công nghệ thích hợp. Công nghệ hiệu quả nhất mà khoa học sáng tạo được ở thế kỷ trước là đo sọ: đo những chỉ số của sọ người như chiều dọc, chiều ngang, chiều rộng hố mắt, độ nổi của vành mày, mặt nghiêng hay mặt đứng… rồi từ tỷ lệ giữa chúng mà xếp thành từng chủng người. Công nghệ này gặp hai trở ngại. Trước hết là những mẫu sọ cổ thường được phát hiện ngẫu nhiên, vì vậy việc khảo cứu chúng không thể tiến hành theo hệ thống. Mặt khác, số mẫu vật tìm được thường rất ít. Do vậy khi giải bài toán thống kê, độ chính xác không cao. Công nghệ đo sọ tuy đưa tới những khám phá ban đầu về nhân loại: Loài người gồm ba đại chủng Australoid, Mongoloid và Europid… nhưng việc định loại con người ở bậc phân loại thấp hơn (chủng người - race) gặp nhiều khó khăn và thiếu chính xác. Thất bại của Nhân học thế kỷ XX đã kéo theo thất bại của Sử học.

Cho tới nay nhiều sử gia bỏ công sức khảo cứu về người Việt, người Hán, người Chăm, người Khmer… trong khi chưa biết những cộng đồng đó có nguồn gốc ra sao, có mối quan hệ với nhau thế nào nên không thể hiểu họ một cách đúng đắn. Một khoa học mà đối tượng nghiên cứu của nó chưa xác định được thì có thể khẳng đĩnh, kết quả của khoa học ấy là không đáng tin.

Có hai lý do để khẳng định Sử học phương Đông thế kỷ XX không đáng tin:

1. Loài người hay một chủng người xuất hiện tới nay trên mặt đất đều có một quá trình. Nhưng do chưa biết quá trình đó nên các nghiên cứu về con người phải bỏ qua thời tiền sử để khảo cứu nó từ 2000 năm cách nay. Khi chưa biết gốc thì mọi chuyện nói về ngọn đều không có cơ sở.

2. Cũng do chưa xác định được nguồn gốc và quá trình hình thành của mỗi chủng người nên mọi khảo cứu về nó dựa vào hình dáng, chất liệu các rìu đá, hoa văn khắc trên đồ gốm rồi ngôn ngữ… đều chỉ là những chứng cứ gián tiếp, không phản ánh đúng sự thực.

Đúng như nhận định của nhà nhân học người Mỹ Jared Diamond: “Giờ không còn là lúc chơi với những mẩu xương và những hòn đá nữa. Những gì thuộc về con người mà không được di truyền học xác nhận đều không đáng tin cậy.”

Do vậy, có thể kết luận: về cơ bản, Sử học phương Đông thế kỷ XX không phản ánh đúng thực chất những gì diễn ra trong quá khứ. Đó là nền Sử học thất bại, đã bị sự thực khoa học phủ định.

Tuy nhiên, có sự thực là, cái nền sử học đã chết cả về hồn và xác ấy, như hồn ma bóng quế vẫn tiếp tục quá trình gieo rắc sự ngu dân của nó:

Năm 2005, trả lời Đài BBC tiếng Việt, Giáo sư Trần Quốc Vượng khẳng định: "Quan điểm chung của phía Việt Nam là công nhận thuyết 'đa trung tâm'. Theo đó, không có một trung tâm nào trên thế giới, từ đó nghề nông được truyền sang các vùng khác. Các cư dân Hoa Bắc thời cổ, vốn trồng kê, cao lương và sau là lúa mạch. Còn các cư dân Đông Nam Á trồng lúa mùa theo các mùa nước."[8]

Trong cuốn Nguồn gốc người Việt-người Mường, tác giả Tạ Đức cụ thể hóa ý tưởng của Aurousseau, cho rằng, người Lava từ Trung Quốc di cư xuống, làm nên dân cư và văn hóa Việt thời Phùng Nguyên. [9]

Tạ Chí Đại Trường và các học giả Mỹ như K Taylor, L. Kelley cho rằng, không hề có nước Xích Quỷ và thời Hùng Vương trong sử Việt. Người Việt, người Thái… là những chủng khác nhau!

Thay mặt giới sử gia chính thống, PGS Lê Văn Lan tới diễn đàn Quốc hội tuyên bố: "Lịch sử Việt Nam chỉ bắt đầu vào 700 năm TCN, khi nhà nước Văn Lang ra đời." Do đó Lời nói đầu của Hiến Pháp năm 1992 ghi: "Đất nước Việt Nam trải qua mấy nghìn năm lịch sử" thay vì "Trải qua bốn nghìn năm lịch sử,..." như Hiến Pháp 1980 (!)

Tài liệu tham khảo:

1. Léonard Aurousseau. *Khảo về cỗi rễ dân An Nam.* Bản dịch của Hồng Nhân Phạm Quỳnh. Nam Phong tạp chí số 84, tháng 6-1924, tr.480. Dẫn theo Cao Thế Dung: Tên nước Việt. (http://www.mevietnam.org/NguonGoc/ctd-tennuocvietnam.html)

2. Carl Sauer. *Agricultural Origins and Dispersals*, The American Geographical Society, New York, 1952

3. Wilhelm G. Solheim II. *New light on Forgotten Past. National Geographic*, Vol. 139, No. 3, Mar.1971.

4.Stephen Oppenheimer. *Eden in the East: the drowned continent of Southeast Asia.* https://www.amazon.com/Eden-East-Drowned-Continent-Southeast/dp/0753806797

5. Hà Văn Thùy. *Khám phá lịch sử Trung Hoa*. (NXB Hội Nhà văn. H, 2916)

6. J. Y. Chu et al. *Genetic relationship of populations in China*

http://www.pnas.org/content/95/20/11763.full

7. Xianrendong http://archaeology.about.com/od/xterms/qt/Xianrendong.htm

8. Nghe phỏng vấn 20 phút với GS. Trần Quốc Vượng: http://www.bbc.co.uk/vietnamese/programmes/story/2005/03/interviewweek112005.shtml

9. Tạ Đức. *Nguồn gốc người Việt – người Mường*. NXB Tri thức 2013

VÌ SAO HỌC GIẢ PHƯƠNG TÂY CHO RẰNG: "TIẾNG VIỆT MƯỢN 70% TỪ NGÔN NGỮ HÁN?"

Năm 1912, trong công trình nghiên cứu đầu tiên và có ảnh hưởng lớn tới tiếng Việt: "Các nghiên cứu về ngữ âm lịch sử của tiếng An Nam" (Etudes sur la phonétique historique de la langue annamite: Les initiales), Viện sỹ Henri Maspero cho rằng, tiếng Việt vay mượn khoảng 75% từ ngôn ngữ Hán. Tuy nhiên, ông không phải người đầu tiên đề xuất điều này. Trước đó, vào năm 1838 Giám mục Taberd từng phát biểu: "Tiếng Việt chỉ là một nhánh bị thoái hóa của tiếng Hán." Nhiều học giả cho rằng, cơ sở để Taberd đưa ra ý kiến này là trong vốn từ của tiếng Việt, từ vựng có nguồn gốc Hán chiếm đa số. Tuy nhiên, mặc dù có tới 75% từ vựng tiếng Việt có gốc Hán nhưng đại đa số những từ đó đều là những từ văn hoá (những từ thể hiện trình độ phát triển của xã hội). Do đó, chúng phải là những từ vay mượn, chứ không phải là những từ mang tính nguồn gốc.

Ý tưởng của những nhà ngôn ngữ tiên phong đó không chỉ xuyên suốt thế kỷ XIX, XX mà còn thống trị tới hôm nay. Trong giáo trình ngữ văn của các đại học danh tiếng thế giới vẫn ghi con số tròn trịa: tiếng Việt mượn 60% từ ngôn ngữ Hán. Nhưng đó có phải là sự thật?

Những nghiên cứu mới nhất về lịch sử, văn hóa phương Đông cho thấy, 40.000 năm trước, người từ Việt Nam đi lên chiếm lĩnh Hoa lục. Cho tới 4.000 năm TCN, người Việt là chủ nhân của Trung Hoa và tạo dựng nơi đây nền văn minh nông nghiệp rực rỡ. Tiếng Việt là chủ thể của ngôn ngữ Trung Hoa.

Năm 2698 TCN, những bộ lạc du mục Mông Cổ trên bờ Bắc Hoàng Hà do thị tộc Hiên Viên dẫn đầu, vượt sông vào chiếm đất của người Việt, lập vương triều Hoàng Đế. Tuy chiến thắng, nhưng do nhân số ít và văn hóa chưa phát triển, người Mông Cổ sớm bị người Việt bản địa đồng hóa về máu huyết và văn hóa. Do ngôn ngữ nghèo, họ buộc phải học tiếng nói của người Việt. Tuy nhiên trong vai trò thống trị xã hội, người Mông Cổ áp đặt cách nói Mông Cổ (Mongol parlance): *thành phần phụ đứng trước, thành phần chính ở sau* cho cộng đồng. Do vậy, về bản chất, *tiếng nói của các vương triều Hoa Hạ là tiếng Việt được nói theo cách nói Mông Cổ.*

Đến thời Chu, do dân du mục phương Bắc nhập cư làm cho tiếng nói bị pha trộn nên triều đình khuyến khích dân dùng Nhã ngữ là tiếng nói thanh nhã chuẩn mực của phương Nam. Trong khi đó, ở ngoài ranh giới vương triều Hoa Hạ, nhất là phía nam Dương Tử là nơi cộng đồng Lạc Việt đông đảo vẫn nói tiếng Việt.

Truyền thuyết Trung Hoa kể rằng, Hoàng Đế sai Khương Hiệt làm chữ viết. Nhưng trong lịch sử Trung Hoa chữ viết chỉ xuất hiện sau năm 1300 TCN khi vua Bàn Canh nhà Thương chiếm đất An Dương Hà Nam của người Lạc Việt. Vào An Dương, phát hiện chữ Giáp cốt của người bản địa, nhà Ân đã tập trung phát triển thứ văn tự vốn chỉ dùng cho bói toán, cúng tế sang các lĩnh vực chép sử, địa lý, hành chính, nhân sự… Sang thời Chu, chữ được viết trên lụa, thẻ tre và được dùng phổ biến hơn.

1. Quá trình tiếng nói trở thành đơn âm và hữu thanh.

Tiếng Lạc Việt có nguồn gốc từ đất tổ châu Phi nên cũng như nhiều tiếng nói khác là đa âm và vô thanh. Tuy nhiên, do lịch sử riêng của mình, tiếng Việt dần trở nên đơn âm và hữu thanh. Quá trình như sau.

Khảo cổ học phát hiện khoảng 9.000 năm trước, tại văn hóa Giả Hồ tỉnh Hà Nam xuất hiện những ký tự tượng hình đầu tiên. Điều này cho thấy, do phương thức tư duy tổng hợp nên người Lạc Việt trừu tượng hóa, cách điệu hóa hình ảnh của vật thể thành ký hiệu tượng hình, như hình bàn tay, bàn chân, con gà, con chó, ngọn lửa, mặt trăng, mặt trời… để ghi nhận những vật thể đó. Nhờ thế sáng tạo loại chữ tượng hình, đơn lập mà mỗi tiếng được ghi trọn trong một chữ. Mỗi tiếng đa âm muốn được ký tự, buộc phải bỏ phần phụ để trở thành đơn âm. Thí dụ: Krong phải bỏ K để thành rồng, sông, giang; Blời phải bỏ B để đọc thành trời, thiên…

Tại đồng bằng miền Trung Hoàng Hà, từ thời Chu, chữ tượng hình được sử dụng rộng rãi, nên ngày càng nhiều tiếng được ký tự, khiến cho ngôn ngữ đơn âm hóa ngày một nhiều. Tuy nhiên, có thực tế là, tiếng nói có từ lâu còn chữ mới được chế ra nên chữ luôn ít hơn tiếng. Vì vậy, buộc người làm chữ phải chọn những tiếng thông dụng nhất, quan trọng nhất để ký tự. Đồng thời dùng nhiều cách thức khác nhau như từ đồng âm để tăng số lượng tiếng được ký tự. Nhưng dù có làm vậy thì cũng còn rất nhiều tiếng không có chữ. Những tiếng này không bao giờ xuất hiện trên văn bản mà chỉ được người dân trao đổi truyền miệng với nhau, gọi là tiếng Nôm - tiếng của phương Nam.

Khi tiếng trở nên đơn âm thì tự nhiên sẽ sinh ra thanh điệu: chỉ cần nói nặng hay nhẹ đi là một tiếng này thành tiếng khác, với nghĩa khác: Thanh, Thành, Thánh… Do vậy, ở đồng bằng miền Trung Hoàng Hà, ngôn ngữ đơn âm và hữu thanh ra đời sớm.

Sau thời Hán, nhiều triệu người Mông Cổ phương Bắc tràn vào Trung Quốc, làm cho tiếng nói bị pha tạp, khiến người dân trong nước không hiểu được nhau. Vì vậy, khi lập nước, nhà Đường quy định dùng tiếng nói của kinh đô Tràng An làm tiếng nói của triều đình. Chủ thể của dân cư Trung Quốc thời Đường là người Việt nói tiếng Việt. Do điều kiện địa lý, lịch sử riêng, người dân Tràng An có cách phát âm của người kinh đô, được triều đình cho là chuẩn nên lệnh cho các quan lại khi vào triều phải nói ngôn ngữ Tràng An. Tiếng nói đó được gọi là Đường âm, cũng được gọi là quan thoại.

Trong ngôn ngữ Việt, mỗi vật thường được thể hiện bằng một vài tiếng khác nhau như: Nguồn = ngọn; Trong = giữa; Mơ = mơi = mai; Kẻ = cái= cổ; Gần = cạnh = cận; Krong = sông = giang…

Tại cộng đồng Lạc Việt vùng trung lưu Hoàng Hà, do ảnh hưởng của cách phát âm Mông Cổ nên một số tiếng được nói trại đi. Chẳng hạn, do âm "ng" bị nuốt nên nguồn đọc thành *hon, hòn* rồi thành *hán*. Sông Nguồn thành Hán Thủy. Đồng thời cũng do cách biến âm như vậy nên tại đây có thể xuất hiện những từ mới:

Nguồn = ngọn -> nguyên
Trong = giữa -> trung
Kẻ = cái -> cổ; Krong = sông = giang -> xuyên

Những từ mới này tới thời Đường được gọi là Đường âm, được mang sang dạy và sử dụng ở Việt Nam.

Trong khi đó, tại vùng đất của người Việt bên ngoài vương triều Trung Hoa, nhất là phía nam Dương Tử, cuộc sống tiến triển chậm chạp. Tuy người Việt sáng tạo chữ tượng hình từ 9000 năm trước, nhưng cho tới 4000 năm cách nay, chữ ở Cảm Tang Quảng Tây vẫn chỉ dùng cho cúng tế và bói toán. Cố nhiên, quá trình đơn âm hóa và hữu thanh hóa có diễn ra nhưng rất chập chạp nên ngôn ngữ ít thay đổi.

Vào thời Chiến quốc và sau đó, do biến động của lịch sử, nhiều triệu người dân phía Bắc xâm nhập Trung Quốc, đẩy người từ Trung Nguyên di cư xuống phía Nam. Trong dòng di dân này, có nhóm người Tày-Thái và người Hakka di cư xuống Nam Dương Tử và Bắc Việt Nam.

Khoảng 300 năm TCN, nước biển rút, đồng bằng sông

Hồng hình thành. Những con người năng động nhất trong các bộ tộc Lạc Việt trên đất Đông Dương và Nam Dương Tử kéo về khai thác vùng đất mới. Cũng thời điểm này, nước Sở diệt nước Việt, khiến cho một bộ phận người Việt tiến xuống đồng bằng. Do cùng huyết thống và văn hóa, những dòng người này hòa hợp nhau. Nhờ sống chung với nhóm người Tày-Thái và Hakka, vốn từ Trung Nguyên về, tiếng nói của người đồng bằng chuyển dần sang đơn âm và hữu thanh. Kết quả là hình thành nhóm sắc tộc mới ở đồng bằng, sau này được gọi là người Kinh. Như vậy, người Kinh là tổng hòa của mọi người Việt sống ở đồng bằng sông Hồng.

2. Quá trình hình thành tiếng nói của người Kinh.

Cùng tập trung vào vùng đất không rộng lắm, lại bằng phẳng, giao thông thủy bộ thuận lợi, kinh tế phồn vinh nên sự tiếp xúc diễn ra mạnh mẽ. Nhất là sau khi người Hán thống trị, chữ Hán được phổ biến, tiếng nói của người bản địa vốn từ lâu có sự dịch chuyển sang đơn âm và hữu thanh, bây giờ được đẩy nhanh hơn.

Từ thế kỷ VIII Đường âm được đưa sang dạy và sử dụng ở Việt Nam, được gọi là chữ Nho. Tuy chưa có điều kiện khảo cứu nhưng tôi cho rằng, trong Đường âm có những từ mới do người Việt vùng lưu vực Hoàng Hà sáng tạo như "nguyên" (nguồn) hay "xuyên" (sông)... Khi đưa về Việt Nam, những từ này làm giàu thêm cho tiếng Việt.

Thế kỷ X, khi dành lại độc lập, nước ta tiếp tục dùng chữ Nho như là quốc ngữ. Tuy nhiên, có thực tế là, trong tiếng nói ở đồng bằng sông Hồng, rất nhiều tiếng không được ký tự. Bên cạnh những tiếng được ký tự (gọi là chữ, khoảng 70%) cũng còn khoảng 30% tiếng không được ký tự, gọi là Nôm. Một thời gian dài, những tiếng Nôm không được xuất hiện trên giấy tờ. Điều này là cản trở lớn tới mọi hoạt động xã hội. Vì vậy, vào thời Trần, chữ Nôm được tạo ra để ghi tiếng Nôm. Nhờ vậy, hầu hết tiếng Việt được bảo tồn.

Trong khi ở đồng bằng miền Trung Hoàng Hà, những tiếng không được ký tự, chỉ nói truyền miệng trong dân gian nên lâu dần bị mai một. Tình trạng này cũng diễn ra ở miền Nam Trung Quốc. Trong quá trình văn tự hóa ngôn ngữ cũng xuất hiện một số lượng tiếng không được ký tự mà dân gọi là tiếng Nôm. Trước năm 1949, dân Giang Nam chủ yếu nói tiếng địa phương Quảng Đông, Triều Châu, Thượng Hải… Sau năm 1949 chính quyền Trung Quốc chuẩn hóa ngôn ngữ bằng cách dùng tiếng Bắc Kinh. Mặc nhiên, trong xã hội xuất hiện một bộ phận tiếng không được ký tự mà người địa phương chỉ trao đổi riêng với nhau. Theo ý kiến của nhà nghiên cứu Đỗ Ngọc Thành thì ban đầu số lượng tiếng Việt này là 30%, do rơi rụng dần, nay còn khoảng 20%.

Từ thực trạng ngôn ngữ như vậy, khi khảo sát tiếng Việt, Taberd và Maspero phát hiện: trong tiếng Việt có tới 75% từ không phải là Việt. Vốn là những nhà Hán học, sùng bái văn hóa Trung Hoa, khi thấy những từ đó có trong các bản văn chữ Hán thì cho rằng, đó là từ gốc Hán và đưa tới kết luận: tiếng Việt vay mượn từ tiếng Hán. Khám phá của hai nhà ngôn ngữ lớn phản ánh một sự thật là trong tiếng Việt có hai bộ phận: một bộ phận được ký tự bởi chữ tượng hình và một bộ phận không được ký tự. Bộ phận có ký tự được cộng đồng người Việt sáng tạo và được bảo tồn trong chữ tượng hình. Gọi đó là từ gốc Hán hay từ Hán Việt là nhận định sai lầm nghiêm trọng cần phải bác bỏ!

Từ khi chữ Nôm thông dụng, tại Việt Nam hình thành hai mảng văn tự: chữ Nho và chữ Nôm. Tuy hai mảng văn tự này dung nạp được hầu hết tiếng nói của người Việt nhưng do khó kết hợp được với nhau trên cùng một văn bản nên gây nhiều hạn chế trong trước tác.

Chữ quốc ngữ ra đời là món quá vô giá đối với người Việt Nam. Là loại chữ đánh vần theo ABC nên chữ quốc ngữ ký âm được tất cả tiếng Việt. Điều này khiến cho ngôn ngữ Việt Nam đơn âm, hữu thanh, giai điệu uyển chuyển đồng thời có lượng từ vựng lớn, trở thành ngôn ngữ giầu có bậc nhất thế giới..

PHÊ BÌNH CUỐN
NGUỒN GỐC VÀ QUÁ TRÌNH HÌNH THÀNH
CÁCH ĐỌC HÁN-VIỆT

I. Sự ra đời của công trình nổi tiếng.

Những năm 80 thế kỷ trước, tác phẩm "Nguồn gốc và quá trình hình thành cách đọc Hán-Việt," [1] của Giáo sư Nguyễn Tài Cẩn nổi lên như là sự khám phá về ngôn ngữ học. Được giới ngữ học trong nước và quốc tế đánh giá cao, cuốn sách góp phần quan trọng giúp tác giả nhận được Giải thưởng Hồ Chí Minh đợt I.

Chương Chín, chương Tổng kết cuốn sách viết:

"Trước hết là nhận xét về quá trình tiếp xúc giữa tiếng Việt với tiếng Hán... Theo cứ liệu lịch sử cho biết, quá trình tiếp xúc này bắt đầu từ cách đây đã rất lâu: gần 2000 năm, vào khoảng trước sau đầu Công nguyên." (trang 309)

Với phần đông bạn đọc, đoạn văn nghe quen tai, như là sự hiển nhiên, không còn bàn cãi. Nhưng với nhà khoa học, nhất là khoa học ngôn ngữ thì không thể nói như thế! Hơn mọi cái, ngôn ngữ gắn chặt với cuộc sống con người. Vì vậy, trước khi tìm hiểu ngôn ngữ của một cộng đồng dân cư, buộc phải biết rõ, cộng đồng ấy là ai, sinh ra từ gốc rễ nào, trên địa bàn nào, vào thời điểm nào, có quá trình dịch chuyển ra sao, tiếp xúc cách nào với những cộng đồng khác để tới trạng thái hôm nay?

Chí ít, ở thời gian của mình, Giáo sư Nguyễn Tài Cẩn không thể không biết: "Người Hán, Việt, Mông, Hồi, Mãn, xuất hiện từ phía nam dải Thiên Sơn. Người Việt theo nguồn sông Dương Tử vào chiếm lĩnh Trung Hoa. Sau đó, người Hán du mục vượt Hoàng Hà vào chiếm đất của người Việt, đuổi người Việt xuống Đông Nam, khoảng năm 333 TCN tràn vào đất Việt." [2]

Phải chăng cũng biết điều đó nhưng không thể theo một hành trình xa xôi diệu vợi đến vậy để truy tìm ngôn ngữ nên ông bỏ qua, vứt bớt lịch sử, chỉ khảo sát từ đoạn sau của nó?!

Tuy nhiên, nếu có một nghiên cứu công phu, tuân thủ đúng lộ trình di cư như trên của người Việt theo các học giả Viện Viễn Đông Bác cổ thì công trình ấy tới nay cũng sụp đổ! Lý do đơn giản: Người tiền sử tới Việt Nam không theo con đường từ Tây Bắc xuống mà từ châu Phi sang! [3]

Không tìm hiểu những điều tiên quyết chi phối vận mệnh dân tộc, tác giả nghiễm nhiên cho rằng, người Việt tự có trên đất Việt để rồi vào khoảng đầu Công lịch tiếp xúc với người Hán! Cách lập thuyết như thế không thể được coi là thái độ khoa học nghiêm túc, khác nào xây lâu đài mà không làm móng!

Chính do cách đặt vấn đề đơn giản như vậy về lịch sử người Việt, tác giả cho rằng:

"Một đợt tiếp xúc lâu dài, sâu rộng và khá liên tục. Đợt tiếp xúc này có thể chia thành hai giai đoạn nhỏ: thứ nhất, giai đoạn từ đầu cho đến khoảng hai thế kỷ VIII và IX và thứ hai, giai đoạn Cuối Đường, Ngũ Đại. Giai đoạn thứ nhất không liên quan trực tiếp đến cách đọc chữ Hán ở Việt Nam hiện nay. Giai đoạn này hiện chỉ còn lưu lại lẻ tẻ một vài cách đọc gọi là Cổ Hán-Việt. Những cách đọc này không tạo thành hệ thống và hiện không được người Việt dùng khi đọc các chữ vuông Hán nữa, ví dụ *bùa, buồng, buồm* v.v… Sở dĩ thế là vì trong suốt 9 thế kỷ sau Công nguyên, cách đọc chữ Hán ở Việt Nam là một cách đọc luôn luôn gắn liền với những sự biến đổi xảy ra ở trong tiếng Hán." (trang 309)

Có thực không? Không ít người cũng tưởng như thế nên hoan nghênh tác giả. Nhưng tưởng vậy mà không phải vậy! Nếu đúng như tác giả nói thì giải thích sao đây về chữ *buồm* theo ông là Cổ Hán-Việt?

Từ 5.000 năm trước, người Việt đã làm chủ Biển Đông bằng những thuyền buôn bán ngọc tới tận Philippine, Indonesia. Và từ xưa nữa, chính người Việt đã chế ra chiếc xà nách (tiếng Nam Bộ: chiếc xiếm) để giúp thuyền giữ thăng bằng, chống chọi sóng gió khi đi biển. Vậy thì vì lẽ gì trong ngôn ngữ lại không có tiếng *buồm* mà phải mượn của dân cưỡi ngựa, chăn cừu phương Bắc? Cũng vậy, người Việt ở đất nhiệt đới, là tổ sư nghề trồng dâu nuôi tằm, sao lại phải học chữ *mày ngài* của dân gốc du mục?

Tác giả cho rằng, từ chữ *cận* (近) Hán-Việt được chuyển hóa thành chữ *gần* là do "cách đọc Hán-Việt Việt hóa" nhưng sự thật ngược lại. Theo học giả Đỗ Ngọc Thành, đó là tiếng gốc Việt. Ở Việt Nam là *gần*, lên Triều Châu đọc là *"gìn/ kìn"*, người Phiên Ngung đọc là *"khạnh/ cạnh"*, Bắc Kinh đọc là *"jín"* và thời nhà Đường nhiều nơi lại đọc là *"cận."* Như vậy, trong quá trình theo chân người di cư lên phía Bắc, *gần* đã qua nhiều vòng luân hồi để đầu thai thành *cận* Đường âm rồi trở lại Việt Nam với danh xưng "từ Hán-Việt". Hoàn toàn không có chuyện ngược đời là từ *cận* của Đường âm-Hán Việt, được Việt hóa trở thành *gần* như tác giả chủ trương!

- Chữ điếm (店) Hán-Việt nguyên là chữ *tiệm* tiếng Việt cổ. Lên Triều Châu đọc là *tiạm*. Quảng Châu đọc là *tiêm*. Bắc Kinh đọc là *tiién*. Từ lâu giới ngôn ngữ học cho rằng, trong tám phương ngôn ở Trung Quốc thì tiếng Quảng Đông và Triều Châu có trước tiếng Bắc Kinh mấy ngàn năm. Như vậy cũng có nghĩa là chữ *gần/ cạnh* có trước chữ *cận* hay *jín* và *tiệm/ tiêm* có trước *tiién* Bắc Kinh hay *điếm* của Đường âm "Hán – Việt". [4]

Với quan niệm này, tác giả "cắt hộ tịch" oan của biết bao từ Việt để chuyển sang tiếng Hán bằng cách gọi chúng là *Cổ*

Hán-Việt và *Hán-Việt Việt hóa*. Phải chăng công trình được trường phái Viễn Đông Bác cổ đánh giá cao vì đã phụ họa nhiệt thành cho thuyết tiếng Việt mượn 70% từ tiếng Hán của viện sĩ Maspéro?

Từ nhiều nguồn tư liệu như khảo cổ học, cổ nhân học, văn hóa, lịch sử học, ngày nay người ta biết rằng, từ 15.000 năm trước, người Việt phát minh ra cây kê và lúa nước rồi đưa lên Trung Hoa. Khoảng 4.000 năm TCN, người Việt với khoảng 60% nhân số thế giới, đã xây dựng tại Đông Á nền văn minh nông nghiệp phát triển nhất hành tinh. [5]

Khoảng năm 2.698 TCN, người Mông Cổ vào chiếm đất của người Việt ở Nam Hoàng Hà, lập vương triều Hoàng Đế. Là những bộ lạc du mục võ biền, với vốn từ vựng nghèo nàn, chưa có chữ viết, người Mông Cổ đã học nghề nông, tiếng nói cùng văn hóa của người Việt bản địa. Do giữ vai trò thống trị, người Mông Cổ buộc người Việt phải thay cách nói Việt *chính trước phụ sau* để nói theo cách *phụ trước chính sau* của người Mông Cổ.

Dù các vương triều con cháu của Hoàng Đế có luôn mở rộng đất đai thì nhà Chu cũng chỉ chiếm phần nhỏ ở Trung Nguyên, quan hệ lỏng lẻo kiểu kimi với hàng trăm tiểu quốc Việt khác và bị bao vây bởi những quốc gia người Việt độc lập, hùng mạnh: Ba Thục ở phía tây, Ngô, Việt, Sở ở phía đông và Văn Lang phía nam. Điều không ai ngờ tới: nhà Tần là quốc gia của người Việt đã thống nhất thiên hạ lập ra vương triều Tần. Lưu Bang và Hạng Võ đều là người Việt nước Sở. Hạng Võ lấy tên con sông quê hương Lưu Bang theo tiếng Việt là sông Hòn (Nguồn) để phong Lưu Bang làm Vua Hòn. Đến thời Đường, Hòn vương được chuyển theo Đường âm thành Hán vương. Hán thực chất chỉ là tên của một vương triều mà không hề có người Hán, dân tộc Hán! Trong dân cư vương triều Hán thì ngoài một số ít sắc dân thiểu số, còn lại đại bộ phận là người Việt, chủng Mongoloid phương Nam, cùng chủng với người Việt Nam, Triều Châu, Quảng Đông, Vân Nam…[6]

Từ khảo sát ngôn ngữ Việt Nam và tiếng Việt vùng Nam Dương Tử so với tiếng Hán, có thể hình dung ra quá trính hình thành ngôn ngữ Trung Hoa như sau:

Tiếng Việt cổ từ Việt Nam lên lưu vực sông Dương Tử, phân hóa thành tiếng địa phương Quảng Đông, Triều Châu, Vân Nam… rồi lên tiếp lưu vực Hoàng Hà. Trong tám phương ngữ của Trung Hoa, ngôn ngữ vùng Quảng Đông, Mân Việt được coi là ngôn ngữ chuẩn và cổ nhất. Nhà Chu gọi là Nhã ngữ và chủ trương cho dân nói Nhã ngữ. Nhà Tần và Hán lấy Nhã ngữ làm quốc ngữ.

Có thể tình huống tiếp xúc của người Hán với người Việt phương Nam vào những thế kỷ đầu Công lịch như thế này:

Triệu Đà là người nước Triệu, một tiểu quốc của người Việt. Khi Triệu bị Tần chiếm, ông đi lính cho Tần. Nhưng xuống phương Nam là nơi đậm đặc chất Việt, ông củng cố lại ngôn ngữ của mình và học lại phong tục Việt phần nào bị phôi pha. Ngoài một số trưởng lại người phương Bắc bị ông giết thì từ dân tới quan của ông đều là người Việt và nói tiếng Việt.

Đội quân của Lộ Bác Đức, ngoài số ít quan tướng người phương Bắc thì phần đông là người Việt nước Sở. Khi vào Nam Việt và Giao Chỉ, gặp lại tiếng nói Việt thanh nhã hơn nên họ không khó lắm để hiểu ngôn ngữ dân bản địa, có lẽ cũng giống như người Quảng Nam ra Hà Nội vậy! Điều này có thể tìm thấy chứng cứ trong cuốn Thuyết văn giải tự của Hứa Thận đời Hán:

Ví dụ: phát âm chữ “Thiên 天” là dùng chữ “Tha-Tiền 他前”. Với cách đánh vần chữ “Tha” dùng luôn âm “iên” của chữ “tiền” thì sẽ được Tha-iên =Thiên.

– Chữ hạ (夏): Phiên âm theo cách phản: Hồ nhã = Hà nhỗ, âm: “Ha.” Phiên âm theo cách thiết: Hồ-nhã = Hồ-a-ha, âm: “Hạ”.

– chữ Phiên trong Thuyết văn:

番: 獸足謂之番。从釆；田，象其掌。附袁切

Phiên: Thú túc vị chi phiên. Tùng thể; điền, tượng kỳ chưởng. Phù viên thiết. Phiên: Chân thú gọi là phiên, viết theo thể; theo điền, như là chưởng (bàn chân, bàn tay).

Điều thú vị khi nghiên cứu Thuyết văn giải tự của Hứa Thận để phục nguyên cổ Hán ngữ thì thấy rõ phát âm thời Tần và Hán giống như tiếng nói Việt Nam và Quảng Đông (Việt), Phước Kiến-Triều Châu (Mân-Việt) ngày nay; đồng thời cũng phát giác những biến âm đã khác tiếng Việt thời cổ đại mà các phương ngôn Việt Nam, Quảng Đông, Triều Châu còn giữ được. Ví dụ Việt Nam còn giữ được tiếng "bàn" tay, "bàn" chân; Triều Châu giữ được "kha-bóa" hay là "póa" cổ đại mà thời Hán đã được ghi lại trong "Thuyết văn." Biến âm của Bàn-bồn-bôn/ tùng "ngôn" "bàn" thanh trở thành bua-boa-bóa-poá, trở thành "biên" rồi thành "phiên" và "phồn"! Thực ra thì từ "bàn-bèn" biến thành "biên, bua, phàn, phền, phồn, phiên v v…" đó là quy luật biến âm thường tình của ngôn ngữ theo miền và theo thời gian. Cổ âm xưa là Bàn, Giáp cốt-Kim văn đã vẽ rõ chữ nầy bằng hình bàn chân thú. Ngày nay chỉ có tiếng Việt Nam còn dùng "bàn" là "bàn tay - bàn chân" thì rõ ràng là tiếng Việt Nam còn giữ được âm cổ xưa nhất, và cũng là một minh chứng giọng "Nôm" của chữ "Nôm" là có trước. [4]

Từ cuối đời Hán, Trung Quốc loạn lạc, nhiều bộ lạc Hung Nô xâm nhập và nhiều triệu người di cư vào Trung Nguyên, trong đó không ít người được trọng dụng làm quan. Từ Nam Bắc triều, do áp lực dân số, tiếng chính thức dùng trong hành chính với vua quan triều đình thay đổi. Tới đời Đường, tiếng kinh đô Tràng An chuyển thành Đường âm.

Có thể tác giả nói đúng: "Cách đọc Hán Việt là một cách đọc vốn bắt nguồn từ hệ thống ngữ âm tiếng Hán đời Đường mà cụ thể là Đường âm dạy ở Giao Châu vào giai đoạn bao gồm khoảng hai thế kỷ VIII và IX." Nhưng có lẽ không phải: "Từ đây, cách đọc chữ Hán học được ở giai đoạn cuối Đường - Ngũ đại được tách ra, phát triển theo một hướng riêng, theo quỹ đạo của sự phát triển tiếng Việt."

Theo thiển ý, sau đời Đường, Trung quốc càng loạn hơn, nhiều tộc người phương Bắc xâm lăng, tiếp theo là thời gian dài thống trị của người Mông Cổ, tiếng quan thoại ở kinh đô Tràng An thay đổi. Đường âm bị bãi bỏ. Đời Minh, kinh đô dời về Bắc Kinh, tiếng Bắc Kinh trở thành quan thoại. Diệt nhà Minh, người Thanh đem giọng Mãn Châu vào làm cải biến tiếng quan thoại một lần nữa. Tiếng Hoa đã khác hẳn ngôn ngữ gốc Việt của mình.

Trong khi đó, tại Việt Nam, Đường âm mà chúng ta gọi là âm Hán-Việt chỉ được sử dụng trong công văn triều đình, thi cử học đường và sách vở… nghĩa là chỉ được viết và đọc trong tầng lớp tinh hoa Hán học. Không thể nói với người Nguyên, Minh, Thanh bằng âm Hán-Việt, người Việt cũng không nói với nhau bằng Đường âm. Trong hoàn cảnh như vậy, âm Hán-Việt chỉ tồn tại như một hóa thạch ngôn ngữ. Do không được đưa vào lưu thông trong dân gian, không chịu chi phối của lời ăn tiếng nói dân dã, nên cách đọc Hán-Việt không bị biến đổi. Hơn nữa, chữ Nho của đức Khổng phu tử được coi là chữ thánh hiền nên việc đổi thay là cấm chỉ. Thế nên, chắc chắn cách đọc đưa sang vào thời Đường hầu như được bảo tồn. Vì vậy lớp từ được gọi là "Cổ Hán-Việt" hay "Hán-Việt Việt hóa" chỉ là do cưỡng ép thực tế theo định hướng có sẵn mà tưởng tượng ra! Cũng một lần nên khẳng định, Đường âm hay cách đọc Hán-Việt là sản phẩm hoàn toàn của người Việt trên đất Trung Hoa, người Việt Nam không hề "tham gia sáng tạo" gì ở đây cả!

II. Sự sụp đổ của một nền học thuật.

Thất bại của Giáo sư Nguyễn Tài Cẩn không phải là hiện tượng riêng lẻ mà nằm trong sự sụp đổ domino của nền Đông phương học được Viện Viễn Đông Bác cổ tạo dựng suốt thế kỷ XX. Nền học thuật này được hình thành từ hai nguồn tri thức là cổ thư Trung Hoa và nghiên cứu của các học giả phương Tây. Nhưng cả hai mắc những sai lầm nghiêm trọng.

1. Về cổ thư Trung Hoa.

Truyền thuyết và chính sử Trung Quốc cho rằng, nhà nước đầu tiên của người Trung Hoa ra đời khoảng năm 2698 TCN, sau chiến thắng Trác Lộc trên Hoàng Hà. Nhưng sử Trung Quốc chỉ được ghi từ đời nhà Chu. Như vậy Trung Quốc có khoảng 1500 năm khuyết sử. Với bất kỳ dân tộc nào, giai đoạn mở đầu cũng quan trọng nhất, nó cho thấy cội nguồn phát sinh, những mối quan hệ huyết thống, ngôn ngữ với dân tộc khác... Do khoảng trống lịch sử này mà cho đến nay nhiều điều quan trọng về người Trung Hoa chưa được làm rõ, gây ra không ít ngộ nhận. Hầu hết các sách sử trên thế giới cho rằng, Hán tộc xuất hiện ở phía nam Thiên Sơn rồi tiến vào nam Hoàng Hà, chiếm đất của người Việt, dựng vương triều Hoàng đế. Nhưng đó là sai lầm rất cơ bản, không chỉ của người Trung Hoa mà toàn thế giới. Vượt Hoàng Hà vào xâm lăng đất Việt là người Mông Cổ phương Bắc (North Mongoloid). Do cuộc xâm chiếm này, người Mông Cổ phương Bắc hòa huyết với người Việt chủng Mongoloid phương Nam, sinh ra lớp con lai được gọi là người Hoa Hạ, cũng thuộc chủng Mongoloid phương Nam. Như vậy có nghĩa là người Hoa Hạ chỉ ra đời từ 2.698 năm TCN. Do không biết gốc rễ của mình nên các sử gia Trung Hoa không thể hiểu đúng lịch sử Trung Hoa. Các sử gia từ đời Hán về sau, với nhãn quan Đại Hán tộc nên nhìn các dân tộc phi Hán với con mắt kỳ thị. Vì vậy, cổ thư Trung Hoa vừa thiếu sót, vừa thiên lệch, không đủ tin cậy để căn cứ vào đó viết sử các quốc gia xung quanh. Chính do dựa vào cổ thư Trung Hoa, Đại Việt sử ký toàn thư đã sai khi cho rằng Hoàng đế là ông vua tạo dựng tất cả các nước phương Đông: *Từ Hoàng đế dựng muôn nước!*

2. Khảo cứu của học giả phương Tây

Từ khi thành lập Viện Viễn Đông Bác cổ, lịch sử và văn hóa cổ Viễn Đông được tập trung nghiên cứu. Nhờ đó, nhiều di chỉ văn hóa quan trọng như Hòa Bình, Bắc Sơn, Phùng Nguyên, Đông Sơn, Óc Eo ... được phát hiện. Bộ sưu tập số lượng lớn sọ người cổ cùng hàng vạn cổ vật được bảo tồn và nghiên cứu.

Hàng nghìn bia đá được lưu giữ, hàng vạn cuốn sách cổ được sưu tầm, nghiên cứu và bảo quản theo phương pháp khoa học. Cùng với tạp chí của Viện Viễn Đông Bác cổ là hàng trăm công trình nghiên cứu được công bố. Từ những nghiên cứu này, ngành Đông phương học được hình thành, góp phần mở mang dân trí Việt Nam và giới thiệu lịch sử văn hóa Việt Nam với thế giới. Chính những tri thức của ngành Đông phương học đặt nền tảng ban đầu cho công cuộc nghiên cứu sau này của nước Việt Nam. Đấy là đóng góp vô giá cho dân tộc Việt. Thử tưởng tượng, nếu không có những nghiên cứu đó mà với gần nửa thế kỷ chiến tranh, sự tàn phá của khí hậu nhiệt đới cùng lòng tham và sự ngu dốt của con người… điều gì sẽ xảy đến?!

Công lao của ngành Đông phương học nói chung và của Viễn Đông Bác cổ với dân tộc Việt Nam rất lớn. Tuy nhiên chúng ta cũng cần thấy những hạn chế quan trọng do chỗ nó được đặt trên nền móng sai lầm.

Cho đến cuối thế kỷ trước, người phương Tây nhìn phương Đông dưới hai định đề:

a. Văn minh nhân loại xuất phát từ vùng Mesopotamia, truyền sang châu Âu rồi từ châu Âu qua Trung Á vào Trung Quốc, sau cùng xuống Đông Nam Á.

b. Dân cư châu Á được hình thành từ phía nam Thiên Sơn rồi di cư dần vào lục địa Trung Quốc và cuối cùng du nhập Đông Nam Á.

Từ hai định đề trên, suốt thế kỷ XX, phần lớn các nghiên cứu khoa học đã theo quan điểm Âu trung và Hoa tâm, cho rằng châu Âu là trung tâm của văn minh nhân loại, khai sáng những vùng còn lại của thế giới. Trung Quốc là cội nguồn của văn minh châu Á.

Nhưng sang thế kỷ XXI, di truyền học cho thấy một sự thật trái ngược như đã trình bày ở phần trước: Người tiền sử tới Việt Nam rồi sau đó di cư lên Trung Quốc. Mặt khác, Đông Nam

Á mà tâm điểm Việt Nam là trung tâm hình thành văn minh sớm nhất của nhân loại.

Với khám phá mới, mang tính "lật đổ", nhiều tri thức của ngành Đông phương học về lịch sử, văn hóa Việt Nam không còn phù hợp nữa. Và do sự khác biệt đến trái ngược như vậy, có thể kết luận: khoa Đông phương học của trường phái Viễn Đông Bác cổ đã sụp đổ!

III. Đôi điều suy ngẫm

Theo định hướng và phương pháp luận của trường phái Viễn Đông Bác cổ, công trình của Giáo sư Nguyễn Tài Cẩn từng được vinh danh. Khi trường phái sụp đổ, cố nhiên ông chịu chung số phận. Nhưng như cái lý của người Việt, họa trung hữu phúc: từ sự sụp đổ này phát lộ một cội nguồn cùng văn hóa Việt Nam – Đông Nam Á không chỉ rực rỡ mà đầy vinh quang.

Đúng như bốn chục năm trước, 1971, trong chuyên luận Ánh sáng mới trên vùng quên lãng, Tiến sĩ Wilhelm G,Solheim II, Giáo sư nhân học, Đại học Hawaii dự cảm:

Trong thập kỷ vừa qua, thế giới đã chú trọng trở lại tới Đông Nam Á, nhưng là do quan tâm tới cuộc chiến tranh. Những sự kiện quân sự bao trùm đã che phủ những khám phá kỳ lạ về lịch sử cổ xưa và thời tiền sử của những người sống ở đây. Tuy nhiên, về lâu dài, những phát hiện này, trước hết là về khảo cổ học, sẽ ảnh hưởng đến – có lẽ nhiều hơn chiến tranh hay hậu quả của nó – cách suy nghĩ của chúng ta về một vùng đất và con người, cũng như cách thức họ suy nghĩ về chính bản thân họ." [9]

Rồi nhân loại sẽ tìm về đây không chỉ để nghiên cứu, bàn luận mà còn là sự hành hương về cội nguồn văn hóa, tìm lại lương tâm cùng trí tuệ để xây dựng lại Thế giới.

Sài Gòn, mùa Đông năm 2011

Tài liệu tham khảo:

1. Nguyễn Tài Cẩn. *Nguồn gốc và quá trình hình thành cách đọc Hán Việt.* NXB Khoa học xã hội, H. 1979.

2. Trần Trọng kim: *Việt Nam sử lược.*

3. Jin li. *Los Angeles Time* 29. 9. 1998

4. Đỗ Ngọc Thành. *Nguồn gốc chữ Nôm.*

http://www.idr.edu.vn/diendannghiencuu/showthread.php?t=14998

5. Hà Văn Thùy. *Hành trình tìm lại cội nguồn.* NXB Văn học, 2008.

6. Hà Văn Thùy. *Tìm lại cội nguồn văn hóa Việt.* NXB Văn học, 200.6.

7. Hà Văn Thùy. *Tìm cội nguồn qua di truyền học.* NXB Văn học, 2011.

8. Trần Trọng Kim. Việt Nam sử lược.

9. Wilhelm G. Solheim II. *New light on Forgotten Past.* National Geographic, Vol. 139, No. 3, 3.1971.

PHẢI CHĂNG TIẾNG VIỆT CHỈ CÓ 1.200 NĂM LỊCH SỬ?

Trong Hội thảo Việt học quốc tế lần thứ nhất tổ chức tại Hà Nội năm 1998, Giáo sư Nguyễn Tài Cẩn có tham luận nhan đề: "Thử phân kỳ lịch sử 12 thế kỷ của tiếng Việt."

Bằng những dẫn chứng âm vị học, bằng sử dụng thống kê từ vựng giữa các ngữ liên quan rồi bằng phương pháp tính của Swadesh, tác giả nhận định:

"Tiếng Việt có một lịch sử chỉ khoảng 12 thế kỷ. Sự hình thành tiếng Việt là kết quả của hai bước lưỡng phân, một trước, một sau. Bước lưỡng phân đầu là bước chia ngôn ngữ mẹ Proto Việt-Chứt thành hai nhánh: nhánh Việt-Mường ở phía Bắc và nhánh Pọng-Chứt ở phía Nam. Hai nhánh khác nhau như sau:

- Phụ âm tắc, xát, mũi của Pọng-Chứt có thể dùng làm C2 trong các tổ hợp C1C2, ở Việt Mường chúng không có khả năng đó.

- Việt-Mường có hệ thống thanh điệu gồm ba đường nét; các ngôn ngữ phía Pọng-Chứt không có thanh điệu hoặc chỉ có thanh điệu hai đường nét…"

Nhưng ở cuối tham luận, dường như không thực sự tin vào đề xuất của mình, tác giả thận trọng viết:

"Cho đến đây chúng ta vẫn chỉ chuyên nói về 12 thế kỷ lịch sử của tiếng Việt. Vì tự đóng khung như vậy tất nhiên tư liệu sẽ hạn chế, không đủ để soi sáng một số vấn đề. Tiếng Việt được coi là một ngôn ngữ Môn-Khmer, họ Nam Á. Từ vựng cơ bản của nó, sự phong phú của nó về từ tượng hình, tượng thanh, tính chất ngậm của phụ âm cuối, sự nhấn mạnh âm tiết sau ở tổ hợp song tiết đều chứng minh điều đó. Nhưng bằng quá trình cụ thể như thế nào mà tiếng Việt lại trở nên ngôn ngữ đi xa nhất khỏi nguồn gốc Mon-Khmer của mình? Tiếng Việt cũng là một ngôn ngữ được coi là thuộc khu vực văn hóa Hán, có vị trí ở bên cạnh những ngôn ngữ như tiếng Nhật, tiếng Triều. Nhưng tiếng Việt khác xa những ngôn ngữ này vì tính đơn lập của nó ở ngữ pháp và tính đơn tiết của nó ở từ vựng. Hai đặc điểm này đưa đến rất nhiều hậu quả. Chẳng hạn chính do chúng mà các nhà thơ Việt Nam đã có thể, và hiện nay vẫn còn có thể, sáng tác thơ Nôm theo thi pháp Hán, hay ngược lại, sáng tác thơ chữ Hán theo thi pháp Việt (như ở *Thiền tông bổn hạnh*, ở *Phụng sứ Yên đài tổng ca* của Nguyễn Huy Oánh, *Thu dạ lữ hoài ngâm* của Đinh Nhật Thận hoặc ở *Bùi viên cựu trạch ca* của Nguyễn Khuyến). Những đặc trưng quan trọng như vậy, bằng quá trình cụ thể như thế nào mà một ngôn ngữ Môn-Khmer như tiếng Việt lại đi đến chỗ hình thành nên được? *Muốn giải đáp những vấn đề như vậy hoặc những vấn đề tương tự (như vấn đề từ nguyên chẳng hạn) tất nhiên chúng ta phải đi tìm tư liệu mới ở ngoài khuôn khổ của 12 thế kỷ* (HVT nhấn mạnh) đã đề cập. Lịch sử bao giờ cũng là kế tục của tiền sử. Muốn hiểu lịch sử lắm khi lại phải ngược lên đến tiền sử. Đối với tiếng Việt, muốn hiểu thấu đáo lịch sử của nó lắm khi lại phải viện dẫn đến thời kỳ Proto Việt-Chứt, thời kỳ tiếp xúc ban đầu với họ Thái-Kadai hay tiếp xúc ở các giai đoạn khác nhau với tiếng Hán thượng cổ. Chắc chắn chúng ta sẽ gặp phải những khó khăn mới, nhưng chúng ta không có con đường nào khác…"

Thực tế đã diễn ra đúng như tác giả dự liệu. Thế kỷ XXI khám phá thời tiền sử Việt Nam với bức tranh về nhân chủng và ngôn ngữ hoàn toàn khác với những gì vị học giả hàng đầu của ngữ học Việt Nam công bố.

Bài viết sau đây trình bày những phát hiện đó.

I. Nguồn gốc và quá trình hình thành đại tộc Việt.

1. Tiến trình lịch sử chung

Tiếng nói cũng như văn hóa, lịch sử là sản phẩm hoạt động xã hội của cộng đồng người trong thời gian và không gian. Vì vậy, muốn biết tiếng Việt hình thành ra sao, điều tiên quyết phải biết người Việt có gốc gác từ đâu và qua quá trình như thế nào để có diện mạo như hôm nay?

Thử xem, cho đến nay, chúng ta hiểu thế nào về người Việt? Trong Việt Nam văn hóa sử cương, học giả Đào Duy Anh viết:

"Theo nhiều nhà nhân chủng học hiện thời thì ở đời thượng cổ, giống người Anhđônêdiêng bị giống Ariăng đuổi ở Ấn Độ mà tràn sang Ấn Độ-China, làm tiêu diệt người thổ trước đầu tiên ở đấy là giống Mêlanêdiêng rồi một phần trong đám di dân ấy đi thẳng mãi sang Nam Dương quần đảo, còn một phần ở lại Ấn Độ-China, ở phía nam thành người Chiêm Thành và Cao Man sau đồng hóa theo văn hóa Ấn Độ, ở phía bắc thì hỗn hợp với giống Mông Cổ ở Trung Quốc xuống mà thành người Việt Nam. Giống người Việt Nam buổi đầu tiên ở địa vực xứ Bắc Việt ngày nay, sau vì địa thế và hoàn cảnh sinh hoạt khác nhau chia ra hai nhánh: nhánh ở miền trung châu trù phú, dễ hấp thụ ảnh hưởng của người ngoài, thì dần dần hóa theo văn hóa Trung Hoa mà tiến thẳng vào phương Nam, tức là người Việt Nam ngày nay; còn nhánh ở miền đồi núi thì còn duy trì được tính chất văn hóa xưa và vẫn còn tổ chức theo chế độ phong kiến, tuy có chịu ít nhiều ảnh hưởng của người Thái là giống lân bang, đó là người Mường ở miền thượng du Nghệ An, Thanh Hóa, Hòa Bình."

Do đúc kết từ khảo cứu của những học giả hàng đầu thế giới thời đó như H. Maspero, L. Aurousseau… ý kiến của Đào

Duy Anh được công nhận rộng rãi và trở thành quan điểm chính thống của học giả Việt Nam trong thế kỷ XX.

Không thể phủ nhận, quan niệm trên cùng những công trình khảo cứu ngôn ngữ của H. Maspero đã ảnh hưởng quan trọng tới con đường học thuật của Nguyễn Tài Cẩn, tiêu biểu là cuốn Nguồn gốc và sự hình thành cách đọc Hán Việt cũng như bài viết trên.

Tuy nhiên, thế kỷ XXI vẽ ra bức tranh toàn cảnh lịch sử Việt Nam và phương Đông hoàn toàn khác, với những nét chính sau:

Dân cư trên đất Việt Nam được hình thành theo hai giai đoạn. Suốt thời đồ đá thuộc loại hình Australoid với hai chủng Indonesian và Melanesian. Trong đó, người Lạc Việt Indonesian là đa số, giữ vai trò lãnh đạo về xã hội và ngôn ngữ. Sang thời kim khí, nhận nguồn gen Mongoloid của người Việt từ Trung Quốc trở về, chuyển hóa thành duy nhất chủng Mongoloid phương Nam.

Trong quá trình sinh sống, người Indonesian tập trung ở phía Bắc còn người Melanesian tập trung ở Nam Trung Bộ và Tây Nguyên. Khi di cư trở về Việt Nam, người Mongoloid phương Nam từ Núi Thái-Trong Nguồn sống chung và hòa huyết với người Việt bản địa. Do người Indonesian mang tỷ lệ máu Mongoloid cao hơn nên khi lai giống, sinh ra người Việt chủng Mongoloid phương Nam điển hình, nay được gọi là chủng Nam Á. Đó là người Mường, Tày, Thái… tập trung ở phía Bắc. Trong khi đó, người Melanesian có tỷ lệ máu Mongoloid thấp hơn nên khi lai giống, cho ra người Việt được nhân chủng học gọi là *dạng Indonesian hiện đại của chủng Mongoloid phương Nam*. Đó là người Chăm, Khmer và các sắc dân Tây Nguyên

Do mối quan hệ huyết thống và lịch sử như vậy, mọi sắc tộc trên đất Việt Nam, bao gồm người bản địa và những người di cư từ Trung Quốc về như người Tày, Thái, Hẹ… đều là hậu duệ của người Việt cổ. Trên đất nước Việt Nam chỉ có duy nhất một dân tộc: dân tộc Việt.

2. Sự hình thành sắc tộc Kinh

Cho đến nay, dựa trên nhân chủng và ngôn ngữ học, hầu hết học giả cho rằng, từ Tiền Việt-Mường chia ra hai nhánh: Nhánh thứ nhất Chứt-Poọng. Nhánh thứ hai Việt Mường chung, rồi từ đây chia ra Mường và Việt. Điều này phản ánh tri thức của thế kỷ XX.

Từ những phát hiện mới của thế kỷ XXI, tôi nhận thấy, sự phân chia như trên không thỏa đáng. Trước hết, thuật ngữ Việt dùng ở đây không chuẩn. Bởi lẽ, về mặt di truyền, tất cả người Việt Nam đều thuộc chủng Mongoloid phương Nam, có nghĩa đều là người Việt. Vì vậy, dùng danh xưng Việt để chỉ riêng người Kinh còn các sắc dân khác không phải Việt là không thỏa đáng. Mặt khác, cũng không phải người Kinh do người Mường phân hóa thành.

Tôi xin đề nghị một kịch bản hình thành người Kinh như sau:

Khoảng 300 năm TCN, phần quan trọng của đồng bằng sông Hồng được bồi tụ. Những bộ phận năng động, giỏi giang nhất của người Mường từ miền Trung kéo ra, người Tày, Thái, Dao, Mán từ trung du và miền núi Bắc Bộ kéo xuống. Người Tày-Thái, người Hakka, người Mân Việt… từ phương Bắc trở về. Cùng nòi giống và tiếng nói, những dòng người hòa hợp với nhau trên vùng châu thổ mới mở. Lâu dần, một cộng đồng người Việt mới được hình thành, gọi là người Kinh – với nghĩa người kẻ chợ. Do ưu thế của môi trường sống và văn hóa, người Kinh trở thành sắc dân đa số và tiến bộ của cộng đồng dân tộc Việt. Có thể sớm hơn ít nhiều, tại đồng bằng miền Trung cũng diễn ra hiện tượng tương tự: người Kẻ Chợ miền Trung xuất hiện.

Như vậy, không chỉ người Mường mà các sắc dân Tày, Thái, Mán, Thổ, Dao… từ các vùng khác nhau tại miền Trung và Bắc Việt Nam cùng những lớp người Việt từ Hoa lục di cư trở về từ hơn 4000 năm trước cho tới mãi sau này, tụ hội tại đồng bằng sông Hồng tạo ra người Kinh. Do người Mường giữ vai trò chủ đạo nên để lại dấu vết đậm hơn khiến cho các nhà nghiên cứu lầm tưởng người Kinh được tách ra chỉ từ tộc Mường.

II. Những vấn đề về tiếng Việt.

1. Nguồn gốc:

Khi di cư, người tiền sử mang theo tiếng nói của mình từ quê mẹ châu Phi tới Việt Nam. Tại đây, cùng với hòa hợp máu huyết cũng diễn ra hòa hợp tiếng nói. Tiếng Lạc Việt Indonesian thành chủ thể của tiếng nói cộng đồng. Cố nhiên, tiếng nói không đồng nhất bởi lẽ, ngoài tiếng Lạc Việt được dùng như tiếng "phổ thông" thì mỗi nhóm có tiếng nói riêng. Khi di cư khỏi Việt Nam, người di cư mang theo tiếng nói của mình. Do sống tại những nơi có môi trường địa lý cùng sự tiếp xúc dân cư khác nhau, tiếng nói bị phân ly, ngày càng xa nhau.

Khoảng 15.000 năm trước, khi nước biển dâng, dãy Trường Sơn và những dải đồi của nó trở thành nơi sinh sống tập trung của người Việt. Do vị trí địa lý, khu vực miền Trung là nơi mà tổ tiên chúng ta lên định cư sớm nhất (bằng chứng là các di chỉ Núi Đọ, hang Con Moong). Vì vậy, ngôn ngữ vùng này là ngôn ngữ gốc của người Việt. Điều này không chỉ là suy luận từ những di chỉ khảo cổ phản ánh quá trình định cư của người tiền sử mà còn được chứng minh qua nghiên cứu ngôn ngữ của H. Frey: L'annamite, mère des langues; communauté d'origine des races celtiques, sémitiques, soudanaises et de l'Indo-Chine Paris, Hachette et cie, 1892. (Tiếng An Nam là mẹ của các ngữ; nguồn gốc chung của các dân tộc Celtic, Semitic, Sudan và Indo-China)

2. Sự lan tỏa của tiếng Việt

Từ miền Trung, theo chân người di cư, tiếng Việt tỏa sang Lào, Thái Lan, Mianmar, Ấn Độ. Tiếng Việt cũng lan ra các đảo Đông Nam Á: Mã Lai, Indonesia và các đảo Nam Thái Bình Dương. Cùng với người di cư, tiếng Việt tới Quảng Đông. Các nhà ngôn ngữ học phương Tây cho rằng, tiếng Quảng Đông có 7.000 năm tuổi và là ngôn ngữ cổ nhất trên đất Trung Hoa. Tuy nhiên, do không tìm được nguồn gốc của tiếng Quảng Đông nên họ cho rằng tiếng Quảng Đông không phải là gốc của ngôn ngữ Trung Quốc. Nhưng căn cứ vào dòng di cư của người Việt và nhiều từ Việt cổ giống nhau giữa miền Trung Việt Nam và Quảng Đông, có cơ sở cho rằng, tiếng miền Trung Việt Nam là gốc của tiếng Quảng Đông. Từ Quảng Đông, Phúc Kiến, người Việt đi lên chiếm lĩnh toàn bộ Hoa lục.

3. Về hiện tượng đơn âm hóa của tiếng Việt

Như mọi ngôn ngữ khác, tiếng Lạc Việt ban đầu đa âm: blời = trời; krông = sông; tlâu = trâu… Nhưng khi chữ tượng hình xuất hiện, với đặc điểm là: mỗi hình vẽ là một chữ nên muốn được ký âm, tiếng nói đa âm buộc phải bỏ bớt những bộ phận phụ, trở nên đơn âm. Khảo cổ học khám phá, chữ tượng hình xuất hiện 9.000 năm trước ở văn hóa Giả Hồ. Sau đó ở văn hóa Cảm Tang từ 4000 đến 6000 năm trước. Như vậy, trên đất Trung Hoa, người Việt từ lâu đã sáng tạo chữ tượng hình. Điều này cũng đồng nghĩa với việc tiếng nói được đơn âm hóa từ rất sớm. Từ khi vua Bàn Canh nhà Ân chiếm đất An Dương ở Hà Nam của người Việt, bắt gặp chữ Giáp cốt thì nhà Ân đẩy mạnh phát triển chữ viết. Từ thời Chu tới Chiến Quốc, chữ tượng hình càng trở nên thông dụng. Trên địa bàn Trung Hoa, tiếng nói càng đơn âm hóa mạnh hơn.

Một trung tâm chữ viết của người Lạc Việt là Cảm Tang Quảng Tây, chỉ cách biên giới nước ta hiện nay 150 km. Do vậy, cố nhiên, những tiếng dùng trong bùa chú, cúng tế cũng lưu truyền trong cộng đồng. Tiếng nói của người Việt Nam cũng được đơn âm hóa. Thêm vào đó, suốt trong nhiều nghìn năm, người Việt từ Hoa lục chạy loạn về Việt Nam, Lào, Thái Lan… mang theo tiếng nói đơn âm từ phương Bắc về. Do vậy, không chỉ tiếng Việt Nam mà tiếng Lào, Thái cũng được đơn âm hóa. Sự kiện này còn cho thấy, ý tưởng làm nền cho giả thuyết chuyển hóa Mường-Việt: "người Mường tiếp xúc với nhóm ngôn ngữ

Tày Thái cổ sinh ra người Việt (Kinh)" là hoàn toàn sai lầm. Thực tế không hề có cái gọi "nhóm Tày-Thái cổ" trên đất Việt, bởi lẽ chỉ có duy nhất người Lạc Việt nói ngôn ngữ đa âm, vô thanh. Việc phân hóa của người Lạc Việt thành Tày-Thái diễn ra muộn hơn, trên đất Trung Hoa. Từ một vài thế kỷ trước sau Công nguyên, người Tày-Thái cùng người Hakka, người Hán trở về làm nên tiếng nói của người Kinh ở đồng bằng sông Hồng.

4. Sự ra đời của Đường âm

Từ sau thời Hán, Trung Quốc loạn lạc, hàng triệu người phía Bắc tràn vào, chiếm quyền thống trị Trung Quốc như thời Nguyên, Thanh nên tại vùng Trung Nguyên, tiếng phía Bắc đưa vào nhiều, làm thay đổi tiếng nói Trung Quốc. Triều đình phải dùng tiếng kinh đô làm tiếng nói chuẩn của vua quan. Do vậy *quan thoại* ra đời. Thời Đường, tiếng nói của kinh đô Tràng An được dùng làm quan thoại. Trên thực tế, đó là tiếng nói của người Việt sống ở vùng Tràng An, được gọi là Đường âm. Đường âm được mang sang dạy ở Việt Nam cùng với chữ tượng hình, được gọi là chữ Nho. Như vậy, về bản chất, Đường âm hay chữ Nho là tiếng Việt vùng Tràng An được chuyển hóa trong quá trình lịch sử tới thời nhà Đường. Đó là vốn quý của ngôn ngữ Việt, đã làm nên thời đại rực rỡ nhất của văn hóa phương Đông với hàng vạn bài thơ Đường đặc sắc. Sau thời Đường, những tộc thiểu số phương Bắc vào chiếm đóng, thống trị Trung Hoa đã chuyển hóa tiếng nói của người Trung Quốc theo tiếng nói của họ. Điều này dẫn tới tiếng Trung Quốc hiện nay là tiếng Bắc Kinh được hình thành dưới triều Thanh. Đường âm trở thành tử ngữ, người Trung Quốc hầu như không còn biết tới Đường âm. Trong khi đó, tại Việt Nam, sau khi dành được quyền tự chủ, Đường âm được sử dụng trong các hoạt động hành chính, giáo dục và được gọi là chữ Nho.

5. Sự hình thành tiếng Việt hiện đại

Khoảng 2.300 năm trước, đồng bằng sông Hồng được hình thành. Người Lạc Việt từ miền Trung và trung du Bắc Bộ kéo xuống. Cùng lúc này, người từ Trung Nguyên di cư về nhiều hơn, mang theo những yếu tố văn minh của phương Bắc. Do môi trường sống thuận lợi, nhân tài vật lực tập trung nên văn hóa phát triển mà đỉnh cao là văn hóa Đông Sơn. Thế kỷ III TCN, với cuộc xâm lăng của nhà Tần và thành lập nước Nam Việt của Triệu Đà, chữ Nho được đưa vào Việt Nam dùng trong hành chính và giáo dục. Tiếp đó, do sự thống trị của người Trung Hoa, chữ Nho được coi là quốc ngữ cùng với việc hình thành lớp trí thức Nho học. Từ sách Thuyết văn giải tự, ta biết là, chữ Nho vốn được chế ra để ký âm tiếng Việt nên suốt thời gian dài, được đọc theo âm Việt, vì vậy gần gũi với người Việt. Đến thời Đường, vào thế kỷ VIII, chữ Nho được đọc theo âm của kinh đô Tràng An và mang sang Việt Nam. Ở đồng bằng sông Hồng do dân cư đông đúc và là trung tâm hành chính nên tiếng nói biến đổi theo hướng đơn âm hóa cùng với sự phát triển của chữ Nho. Nhờ được bổ sung Đường âm nên tiếng Kinh trở nên phong phú hơn cùng với khả năng biểu cảm được tăng cường.

III. Kết luận.

Trên đất Việt Nam chỉ duy nhất có một dân tộc Việt nên tiếng Việt được hình thành cùng với người Việt. Không chỉ có 12 thế kỷ mà tiếng Việt có lịch sử 70.000 năm, từ khi hai đại chủng người tiền sử Australoid và Mongoloid đặt chân tới Việt Nam và hòa huyết sinh ra hai chủng người Việt cổ Indonesian và Melanesian. Từ Việt Nam, người Việt di cư ra khắp châu Á, nên tiếng Việt trở thành ngôn ngữ của các dân tộc châu Á. Nhờ sáng tạo chữ tượng hình nên trên địa bàn Trung Quốc và Việt Nam, ngôn ngữ trở nên đơn âm. Trong quá trình chuyển hóa, tiếng Việt ở kinh độ Tràng An thời nhà Đường được mang sang dạy và sử dụng ở Việt Nam. Đó là lớp ngôn ngữ quý báu, làm phong phú và nâng cao sức biểu cảm của tiếng Việt. Nhờ có chữ Quốc ngữ ký âm được tất cả tiếng nói nên tiếng Việt được phổ biến nhanh và rộng khắp đất nước, khiến cho mọi người trong nước cùng nói một thứ tiếng.

NGÔN NGỮ HỌC LỊCH SỬ ĐI VỀ ĐÂU?

(Trao đổi với một PGS.TS Ngôn ngữ học)

Năm 2008, tôi công bố chuyên luận *Tiếng Việt chủ thể tạo nên ngôn ngữ Trung Hoa*, một khảo cứu mang ý nghĩa lật đổ quan niệm hiện hành về nguồn gốc ngôn ngữ phương Đông. Năm 2011, tôi cho ra tiếp tiểu luận *Lâu Đài Sụp Đổ Suy Ngẫm Từ Công Trình Khoa Học Lớn*, phê bình cuốn Nguồn gốc và quá trình hình thành cách đọc Hán-Việt của Giáo sư Nguyễn Tài Cẩn. Ngay sau đó, tôi gửi thư tới chư vị Viện trưởng Viện Ngôn ngữ học và Viện trưởng Viện nghiên cứu Hán Nôm, thưa rằng, ý kiến của tôi có thể sai. Xin quý vị xem xét, nếu thấy sai thì công bố cho mọi người biết để khỏi hoang mang. Còn nếu đúng…"

Năm 2012, khi có thêm tư liệu về chữ bùa chú khắc trên đá 4000-6000 năm trước của người Lạc Việt tại Cảm Tang Quảng Tây, tôi đăng bài *Lịch sử hình thành chữ viết Trung Hoa*. Tiếp đó là bài *Không có cái gọi là từ Hán Việt*. Năm 2015 tôi công bố tiếp bài *Phải chăng tiếng Việt chỉ có 1200 năm lịch sử*, phê bình bài viết Thử phân kỳ lịch sử 12 thế kỷ của tiếng Việt của GS Nguyễn Tài Cẩn.

Là kẻ ngoại đạo, buộc phải chen ngang vào lĩnh vực khoa học cao sang, tôi luôn biết mình là một tay mơ, cần được những vị học giả uyên thâm chỉ bảo. Nhất là sau những bài phê bình vị giáo sư có quá nhiều học trò thành danh Nguyễn Tài Cẩn, tôi nghĩ búa rìu sẽ bổ xuống đầu mình. Không chỉ vì chân lý khoa học mà còn vì cái nghĩa tôn sư… Nhưng thật buồn vì tôi đã độc thoại trước sa mạc!

Mới đây, một người bạn gửi cho tôi lá thư ngắn của một PGS.TS Ngôn ngữ học trao đổi với ông. Lần đầu tiên được nghe một người trong nghề, một học giả *có môn bài* nhận xét về mình, tôi đọc một cách nghiêm cẩn. Đọc xong thì hiểu rằng đây cũng là quan điểm chung của các nhà ngôn ngữ học. Mạn phép ông, trình với công chúng (xin đọc ở dưới) và thưa lại đôi lời.

Vị PGS.TS viết: "Dân chuyên môn không chịu bàn đến lý thuyết của anh Thùy không phải vì nó đúng hay sai. Trong bóng đá, như thế nào thì gọi là việt vị, như thế nào thì gọi là đá phạt, v.v. đã được tất cả mọi người xem bóng đá và chơi bóng đá chấp nhận. Nếu có một anh xông vào cãi, với cách hiểu riêng của anh ta, thì chắc chắn không ai cãi lại với anh ta làm gì. Ngôn ngữ học cũng vậy, có "luật chơi" của nó. Muốn xác định hai ngôn ngữ có quan hệ họ hàng, nhà nghiên cứu phải tuân thủ một quy trình chặt chẽ đã được Franz Bopp khởi xướng từ đầu thế kỷ 19 và đã được kiểm nghiệm qua mấy trăm năm nghiên cứu của các học giả Đông Tây, chứ không phải một "quy trình" tự nghĩ ra, phủ định mọi quy tắc làm nền tảng cho một ngành như Ngôn ngữ học lịch sử."

Không khó để nhận ra sự ngụy biện của tác giả khi ví đá banh với nghiên cứu ngôn ngữ. Đá banh là trò chơi do con người bày ra cùng với những luật chơi; còn nghiên cứu ngôn ngữ là việc khám phá bí mật của quá khứ. Một công việc mà không ai có quyền đặt ra luật lệ, tất cả đều bình đẳng trong nghiên cứu mà trọng tài duy nhất là chân lý!

Tác giả nói: "Muốn xác định hai ngôn ngữ có quan hệ họ hàng, nhà nghiên cứu phải tuân thủ một quy trình chặt chẽ đã được Franz Bopp khởi xướng từ đầu thế kỷ 19 và đã được kiểm nghiệm qua mấy trăm năm nghiên cứu của các học giả Đông Tây." Nhưng sự thật thì sao? Cái "quy trình chặt chẽ" ấy cộng với tâm trí của biết bao học giả mà sau 150 năm không xếp được tiếng Việt vào họ ngôn ngữ nào, nói lên điều gì?! Phải chăng đó là một trò chơi vô tích sự?

Được biết, từ giữa thế kỷ XIX, cùng với nhân chủng học, văn hóa học... môn Ngôn ngữ học lịch sử ra đời với mục đích chủ yếu là từ tìm hiểu quá trình hình thành ngôn ngữ để tìm ra nguồn gốc các tộc người. Với tiếng Việt thì như PGS.TS viết: "Vấn đề nguồn gốc tiếng Việt đã có một lịch sử nghiên cứu 150 năm; trong đó, lý thuyết của Schmidt bị lý thuyết của Maspéro thay thế trong 40 năm; rồi lý thuyết của Maspéro bị Haudricourt đánh đổ; đến lượt nó, lý thuyết của Haudricourt mặc dầu cho đến nay được chấp nhận nhưng được rất nhiều học giả bàn luận sôi nổi và bổ sung, chỉnh lý."

Vậy, "bổ sung, chỉnh lý" thế nào?

Mới đây tôi nhận được bài viết nhan đề: *What Makes Chinese so Vietnamese? An Introduction to Sinitic-Vietnamese Studies*. Chữ "so" ở đây quá linh động nên có thể tạm dịch: Điều gì làm cho tiếng Trung Quốc giống (như, với) tiếng Việt. Giới thiệu về nghiên cứu ngôn ngữ Trung-Việt. Bằng nhiều chứng cứ khó bác bỏ, tác giả chứng minh: tiếng Việt thuộc họ ngôn ngữ Hán-Tạng!

Điều gì diễn ra vậy? Tại sao sau 150 năm lao tâm khổ tứ nghiên cứu mà hôm nay mèo lại hoàn mèo: Tiếng Việt từ họ Sino-Tibétan lại trở về Hán-Tạng?! Trong Vật lý học, việc di chuyển một điện tử về đúng điểm xuất phát, công thu được bằng không (zero). Cũng vậy, sau 150 năm, Ngôn ngữ học lịch sử giúp gì cho tiến bộ của nhận thức? Một sự thật không thể phản bác: khi xếp tiếng Annam vào họ Hán-Tạng, Schmidt đưa ra nhiều dẫn chứng, khiến cho học giả thế giới tâm phục khẩu phục. Đến lượt mình, Maspéro rồi Haudricourt cũng thế! Và hôm nay? Khó lòng bác bỏ tác giả mới này!

Chỉ một ngôn ngữ Việt Nam mà vừa xếp lọt rồi lại bị đẩy ra hết khuôn này tới khổ kia, nói lên điều gì? Chẳng phải là có sự giống nhau, sự tương đồng lớn giữa chúng đồng thời là sự khác biệt quan trọng khiến cho tiếng Việt không chấp nhận bất cứ cái khuôn nào người ta áp đặt cho nó?

Thực trạng đó khiến ta không thể không nhận ra, suốt thế kỷ rưỡi qua, những bậc thầy của ngôn ngữ học kia hoạt động một cách vô thức như những ông thày mù sờ voi! Mục đích tối hậu là tìm nguồn gốc dân cư phương Đông qua tiếng nói không thực hiện được, vậy thì kết quả của 150 năm học thuật là gì? Phải chăng chỉ là dã tràng xe cát?

Jared Diamond, nhà nhân học lớn của nước Mỹ có câu nói đáng suy ngẫm: "Những gì thuộc về con người mà không được di truyền học xác nhận, đều không đáng tin cậy!" Hơn những cục đá, những mảnh gốm, ngôn ngữ là sản phẩm tự thân nên gắn bó mật thiết với con người. Nhưng hơn cả những hòn đá, những mảnh gốm, tiếng nói vô cùng linh động. Vâng, tiếng nói của mỗi tộc người bày ra giữa thanh thiên bạch nhật đấy nhưng làm sao biết mối liên hệ giữa chúng? Phải hàng tháng, có khi hàng năm, nhà ngôn ngữ học đi điền dã ghi âm, rã băng, lên phiếu rồi phân tích âm tiết, âm vị từng tiếng, thống kê rồi khảo sát cú pháp... mới có thể tạm xác nhận hai ngôn ngữ ấy gần gũi. Chấm hết! Không thể nói đâu là con đâu là mẹ! Trong khi đó, nhà di truyền học chỉ cần lấy mẫu nước miếng vài chục người của mỗi cộng đồng, đem về phòng thí nghiệm là tìm ra chính xác mối quan hệ giữa họ. Một khi khoa học công nghệ đã đạt độ chính xác như vậy thì cái việc truy theo ngôn ngữ để tìm mối quan hệ giữa các cộng đồng người liệu có còn ý nghĩa?!

Hôm nay, bằng cách đọc cuốn thiên thư ADN được tạo hóa ghi lại trong máu huyết con người, khoa học phát hiện: trong cây phả hệ các dân tộc phương Đông, người Việt Nam nằm ở gốc. Tày-Thái, Môn-Khmer, Nam Á, Hán-Tạng... cũng chỉ là con cháu Lạc Việt mang mã di truyền Haplogroup O1 (Y-DNA). Là sản phẩm hoạt động xã hội của con người, nên ngôn ngữ Lạc Việt cũng là mẹ của mọi ngôn ngữ châu Á. Tiếng Việt Nam là sự thừa kế trực hệ của ngôn ngữ Lạc Việt nên dù có gần gũi với các hệ ngữ khác nhưng do là gốc, là mẹ nên "độ phủ sóng" của nó lớn, không thể xếp nó "trọn gói" vào bất cứ họ ngôn ngữ con cháu nào! Thất bại của Ngôn ngữ học lịch sử là ở chỗ chỉ xác định sự gần gũi giữa hai ngữ mà không thể khẳng định đâu là mẹ, đâu là con giữa chúng. Trong khi điều này mới là mục đích của việc nghiên cứu ngôn ngữ. Có ai đó từng đưa ra lời khuyên minh triết, đại ý: "Đừng tìm nguồn gốc ngôn ngữ nơi những cộng đồng người đông đảo sống trên bình nguyên mênh mông mà hãy tìm nơi những bộ lạc nhỏ bé cư trú giữa rừng sâu núi thẳm hẻo lánh." Đúng thế, mấy trăm năm nào có ai ngờ, tổ tiên của cái thứ tiếng "trọ trẹ" miền Thanh Nghệ lại là cội nguồn ngôn ngữ phương Đông?!

Như vậy phải chăng, Ngôn ngữ học lịch sử là một trò chơi xa xỉ, sản sinh ra quá nhiều học giả nhưng lại đưa học thật lạc đường? Bình Nguyên Lộc là một thí dụ. Do ngộ nhận ngôn ngữ tỷ hiệu (tên gọi một thời của Ngôn ngữ học lịch sử) là phép màu giúp tìm nguồn gốc dân tộc nên ông bỏ ra 10 năm học các tiếng Đông Nam Á để rồi "khám phá ra châu Mỹ" bằng đề xuất: Nguồn gốc Mã Lai của dân tộc Việt Nam! Nguyễn Tài Cẩn là thí dụ khác. "Công trình" Nguồn gốc và quá trình hình thành cách đọc Hán Việt đưa ông lên đỉnh cao chót vót của Ngôn ngữ học Việt Nam nhưng lại là sai lầm thê thảm! Chỉ nguyên việc "phát minh" ra *lớp từ Hán cổ* cùng *lớp từ Hán Việt Việt hóa* trong tiếng Việt đã khiến ông vượt qua tất cả các bậc thầy của mình trong việc xuyên tạc văn hóa dân tộc! Tại sao người Thầy đức độ, có tâm, có tài ấy lại sai? Câu hỏi dằn vặt tôi mỗi khi nhớ tới những mùa Đông 1965-1967 sơ tán nơi rừng núi Thái Nguyên. Ngọn đèn dầu đêm thâu của Thầy bên cô giáo Nonna rị mọ trên những phiếu tư liệu cho cuốn sách tương lai, từng sưởi ấm lòng chúng tôi. Có lẽ, trong số các nhà ngôn ngữ học Việt Nam, khó ai có được cuộc nghiên cứu quy mô, bài bản như Thầy. Không chỉ Thầy với trí tuệ hàng đầu mà bên Thầy còn người bạn đời, người cộng tác tài năng nhiều năm cùng miệt mài làm việc. Rồi tôi chợt hiểu. Cái sai của Thầy thuộc về phương pháp luận. Do bị cuốn vào vòng xoáy ma mị của Ngôn ngữ học lịch sử, Thầy đã không tìm được đường ra! Cái sai của Thầy bộc lộ sự thất bại của phương pháp luận nghiên cứu Ngôn ngữ học lịch sử. Thầy sai còn do học trò của Thầy quá thụ động, không ai hỏi lại Thầy câu hỏi thường tình nhất: "Việt là dân sông nước, phải vẽ mình để tránh giao long. Lẽ nào không có thuyền, buồm mà lại phải mượn "buồm" của dân đồng cỏ, chuyên chăn cừu cưỡi ngựa?" Hay: "Maspéro nói tiếng Việt mượn 75% từ tiếng Hán. Bây giờ thêm *lớp từ Hán cổ* và *Hán Việt Việt hóa* nữa thì tỷ lệ vay mượn là bao nhiêu? Lẽ nào khi chưa gặp người Hán thì tiếng nói của tổ tiên ta nghèo đến vậy?" Thầy sai còn vì lẽ, mấy ông mắt xanh mũi lõ tít trời Tây luôn kích lệ người học trò thuộc bài! Nay ý tưởng của Thầy tràn lan trên các giáo trình giáo án. Làm thế nào gột rửa di hại của Thầy? Thí dụ khác là các bậc Schmidt, Maspéro rồi Haudricourt... những ông thày sờ voi vĩ đại trong lịch sử khoa học! Là những học giả uyên bác nhưng do hạn chế của tri thức thời đại khiến các ông hoang tưởng đẻ ra một trò chơi vô tích sự!

Thực tế là thước đo kiểm định mọi lý thuyết! Nay khi khoa học tự nhiên đã làm xong công việc của nó là khám phá chính xác nguồn gốc loài người cùng quá trình hình thành các sắc dân châu Á thì thiết tưởng, Ngôn ngữ học lịch sử phải được thay đổi. Giống như đứng trước một lâu đài sụp đổ, cùng với việc hót dọn xà bần, người khôn ngoan cố gắng lựa ra những gì hữu ích cho cuộc sống đang tiếp diễn.

Sài Gòn, Trung Thu năm Bính Thân

Thư của vị PGS.TS Ngôn ngữ học

Sent: Tuesday, September 6, 2016 6:02 PM

Em phản đối lý thuyết của Hà Văn Thùy. Và chuyện học chữ Hán hay không thực ra không liên quan gì đến lý thuyết của anh Hà Văn Thùy cả.

Chưa có một nhà ngôn ngữ học lịch sử về tiếng Việt nào cho đến nay chịu bàn đến lý thuyết của anh Thùy, điều đó phải có lý do học thuật.

Vấn đề nguồn gốc tiếng Việt đã có một lịch sử nghiên cứu 150 năm; trong đó, lý thuyết của Schmidt bị lý thuyết của H. Maspéro thay thế trong 40 năm; rồi lý thuyết của Maspéro bị Haudricourt đánh đổ; đến lượt nó, lý thuyết của Haudricourt mặc dầu cho đến nay được chấp nhận nhưng được rất nhiều học giả bàn luận sôi nổi và bổ sung, chỉnh lý. Như thế, trong khoa học, các lý thuyết thay thế nhau là chuyện thường.

Vậy dân chuyên môn không chịu bàn đến lý thuyết của anh Thùy không phải vì nó đúng hay sai. Trong bóng đá, như thế nào thì gọi là việt vị, như thế nào thì gọi là đá phạt, v.v. đã được tất cả mọi người xem bóng đá và chơi bóng đá chấp nhận. Nếu có một anh xông vào cãi, với cách hiểu riêng của anh ta, thì chắc chắn không ai cãi lại với anh ta làm gì. Ngôn ngữ học cũng vậy, có "luật chơi" của nó. Muốn xác định hai ngôn ngữ có quan hệ họ hàng, nhà nghiên cứu phải tuân thủ một quy trình chặt chẽ đã được Franz Bopp khởi xướng từ đầu thế kỷ 19 và đã được kiểm nghiệm qua mấy trăm năm nghiên cứu của các học giả Đông Tây, chứ không phải một "quy trình" tự nghĩ ra, phủ định mọi quy tắc làm nền tảng cho một ngành như ngôn ngữ học lịch sử.

Vài dòng sơ lược như thế, mong anh hiểu.

THẢO LUẬN VỚI PGS LIAM KELLEY VỀ TRIẾT GIA KIM ĐỊNH

Từ Cali, nhà nghiên cứu Việt Nhân Nguyễn Cảnh Hậu chuyển cho tôi bài viết của PGS L.C.Kelley về học giả Kim Định, qua bản dịch của Trà Mi, nhan đề: "Sử gia lớn nhất (không ai biết đến/không được công nhận) của Việt Nam."* Ông không quên kèm theo nhận xét: *"Ông này chỉ mới nhận được cái ngọn mà chưa hiểu tận cái gốc của Con Người và Tinh thần Dân tộc Việt Nam. Kim Định nhờ tinh thần triết học Đông phương tức là triết lý An Vi mới khai quật lên được nền Văn hoá độc đáo. Ở Việt Nam. Kim Định không phải là một sử gia."*

Đồng ý với nhà Kim Định học lão thành, tôi cho rằng, Kim Định không phải là sử gia. Bởi lẽ, mở đầu cuốn sách của mình, ông viết: "Sống sót sau bốn lần băng giá, khoảng 500.000 năm trước, loài người tập trung ở phía nam dải Thiên Sơn. Những người đi về phía tây trở thành tổ tiên người da trắng. Người đi về phía đông trở thành tổ tiên các tộc người Việt, Hán, Hồi, Mông, Mãn. Người Việt theo ngọn sông Dương Tử vào chiếm 18 tỉnh của Trung Quốc. Người Hán theo phương thức du mục lang thang trên cao nguyên Thanh Hải lúc đó còn là phúc địa. Về sau vượt sông Hoàng Hà vào chiếm đất của người Việt…" "Người Hán đuổi người Việt chạy có cờ qua sông Dương Tử rồi quay về chế ra chữ Việt bộ Tẩu phỉ báng người Việt."

Nếu là sử gia, thì với tri thức sai lạc như thế, sự nghiệp Kim Định đã sụp đổ. Có lẽ do biết trước sự thể nên đã hơn một lần ông tuyên bố: "Những gì liên quan tới chứng cứ lịch sử, nhiều lắm cũng chưa tới 10% đề xuất của tôi. Nếu có sai đi nữa thì những gì còn lại là Việt nho và đạo Việt An vi mới là đóng góp quan trọng nhất." Điều đó chứng tỏ, Kim Định ý thức được đóng góp của mình cho học thuật và hoàn toàn không nhận là sử gia.

Tôi cũng không chia sẻ với PGS Kelley khi ông cho rằng "không ai biết" tới Kim Định. Ngược lại, sự thật là, vào đầu thập kỷ 1970, sinh viên nô nức ghi tên học các khóa ông giảng và tác phẩm Kim Định là "sách gối đầu giường" của học sinh sinh viên miền Nam. Thuyết Việt Nho thành tư tưởng thời thượng, in sâu trong tâm khảm một lớp người. Sau năm 1975, học trò của Kim Định lập Hội An Việt ở nhiều nước phương Tây, in sách báo, dựng đài phát thanh quảng bá tư tưởng Thầy. Trong nước Việt Nam, tuy sách của Kim Định bị cấm nhưng vẫn có người tìm đọc. Và hôm nay, tư tưởng Kim Định lan tỏa rộng rãi trong cộng đồng. Tháng 7 năm 2012, tại Văn miếu Quốc tử giám, Lễ tưởng niệm 15 năm ngày mất của Kim Định được tổ chức trọng thể. Và đầu tháng Bảy năm nay, cũng tại Hà Nội, Lễ tưởng niệm 100 năm ngày sinh triết gia Kim Định được tổ chức.

Điều này thì vị PGS Đại học Hawaii at Manoa nói đúng: Kim Định không được công nhận! Bốn mươi năm nay, Kim Định không được chính thức công nhận mà chỉ là một thứ hoa dại sống bên lề.

Tuy vậy thưa Phó Giáo sư, cũng không phải như ông nói: "không ai có thể nhìn thấy thiên tài trong những gì ông (KĐ) đã làm." Từ lâu người Việt Nam đã nhận ra thiên tài ở Kim Định. Không chỉ là "lời nói gió bay" mà được định hình bằng văn tự. Nhưng tôi đồng ý với ông là Kim Định "đã đẩy tư tưởng của mình đi quá xa." Một trong thao tác làm việc của Kim Định là từ tâm lý miền sâu, từ chiều sâu tâm linh để giải mã huyền thoại rồi suy luận, tưởng tượng. Nếu từng sản sinh ra kết luận thiên tài, thì sự tưởng tượng ấy cũng lắm lúc đẻ ra quái vật! Có thể nhặt ra hàng đống sạn trong sách Kim Định mà Loa Thành Đồ

Thuyết là một thí dụ. Nhưng dù vậy, Kim Định vẫn quá lớn lao, vẫn vô cùng vĩ đại!

PGS Kelley viết: "Thế vấn đề với các tác phẩm của Kim Định là gì? Nó cũng giống như vấn đề với học thuật của Marcel Granet. Kim Định đã không phân biệt giữa văn bản. Đối với ông, những gì đã được viết trong Sử ký của Tư Mã Thiên hoặc Kinh Thi (cả hai từ thời BC) cũng giống như những gì đã được viết trong Lĩnh Nam chích quái ở thế kỷ thứ mười lăm, v.v... Thông tin trong tất cả các văn bản đó đều có thể được sử dụng để chứng minh sự hiện hữu của một "cấu trúc" của nghĩa ẩn dưới những văn bản này. Đó là vấn đề."

Người từng theo dõi những bài viết của Kelley sẽ thấy, ông vẫn loay hoay với ý tưởng lẩn thẩn rằng Lĩnh Nam chích quái vô giá trị vì chỉ được viết vào thế kỷ XV, là sản phẩm của đám trí thức Hán hóa người Việt tân tạo theo sách Trung Hoa! Chính do thiếu chiều sâu lịch sử và văn hóa phương Đông nên ông không hiểu được rằng, từng có nhà nước Lương Chử – Xích Quỷ xuất hiện 3000 năm TCN. Đó là một nhà nước vĩ đại không chỉ về văn minh mà còn về quy mô, chiếm hơn nửa diện tích và dân số Trung Hoa. Sau hơn 1000 năm tồn tại, bị phân rã do tác động của nước biển dâng, người Lương Chử-Xích Quỷ di tản tới Việt Nam, Tứ Xuyên, Thái Lan, Miến Điện, Ấn Độ... mang theo truyền thuyết gốc của tổ tiên mình về Kinh Dương Vương, Lạc Long Quân, Âu Cơ với một bọc trăm trứng. Câu chuyện Kinh Dương Vương vang bóng trong huyền thoại Tứ Xuyên, Thái Lan, Miến Điện. Một bọc trăm trứng đã vào kinh Phật. Tại Việt Nam, do hoàn cảnh lịch sử đặc biệt, nó sống lâu dài trong văn chương truyền miệng để rồi được ghi lại vào thế kỷ XV. Như vậy, tuy được chép muộn hơn nhưng tính chân thực của câu chuyện không hề thua kém so với Sử ký! Nhiều sử gia trước đây đã tin như thế.

Về câu: "Tuy nhiên, con đường trí tuệ dẫn ông đến kết luận này đã đi qua một số tư tưởng học thuật vĩ đại nhất của thế kỷ XX," Đúng là Kim Định đã tiếp thu những tinh hoa trí tuệ thời đại ông như Granet, Lévi-Strauss … Nhưng một vấn đề được đặt ra: sách của các vị này dành cho mọi người mà vì lẽ gì chỉ Kim Định phát huy hiệu năng cao nhất? Điều này, học giả phương Tây khó lòng hiểu nổi! Từ hàng chục năm nay, những người nghiên cứu Kim Định nhận ra rằng, tri thức Tây học chỉ là chất xúc tác giúp Kim Định bộc lộ phẩm tính riêng, đó là khả năng lãng du về ký ức miền sâu, có thể bao gồm cả thiền định để giải mã những truyền thuyết, huyền thoại cùng huyền sử, khám phá những bí ẩn tận cùng của lịch sử, văn hóa! Đấy chính là cái làm nên thiên tài của Kim Định.

PGS L.C.Kelley viết:

"Kim Định có một số tuyên bố táo bạo trong các thập niên 1960 và đầu thập niên 1970 đưa sự hiểu biết của chúng ta về lịch sử Việt Nam (quá xa) về phía trước, nhưng kể từ thời điểm đó đã không có người nào có những kiến thức về lý thuyết như Kim Định, vì vậy đã không một thách thức, hoặc chỉnh sửa tư tưởng của Kim Định nào hết. Kết quả là tư tưởng Kim Định hoặc đã bị gạt bỏ hoặc bị nhạo báng, hoặc tư tưởng của ông đã bị hiểu lầm. Đây là một điều xấu hổ, vì Kim Định, tôi cho là sử gia Việt Nam duy nhất trong thời hiện đại, người đã thực sự đi đến một giải thích mới về lịch sử thời sơ khai của nước Việt (Nam)."

Tôi không chia sẻ với ông ý tưởng "Kim Định có một số tuyên bố táo bạo trong các thập niên 1960 và đầu thập niên 1970 đưa sự hiểu biết của chúng ta về lịch sử Việt Nam (quá xa) về phía trước." Cái lịch sử mà Kim Định đề cập không phải lịch sử Việt Nam mà là *lịch sử của tộc Việt*, cụ thể là Lạc Việt. Tộc người từng mang tên Tam Miêu, Cửu Lê… vào chiếm lĩnh đất Trung Hoa trước nhất. Còn về lịch sử Việt Nam, Kim Định cũng không vượt qua giới hạn của thời ông sống: "Người Việt Nam là dòng duy nhất trong Bách Việt do có được lãnh thổ riêng nên giữ được độc lập, không bị Hán hóa."

Tuy vậy, phần sau của đoạn trích đáng được chia sẻ. Sự thực là, kết hợp tinh hoa tri thức thời đại với phẩm tính riêng,

Kim Định đã dựng cho mình một đỉnh cao trí tuệ mà các học giả cùng thời chỉ mon men nơi chân núi. Người yêu ông không đủ chứng lý bảo vệ ông. Người ghét ông càng không có cơ sở vững chắc để phủ nhận. Kim Định không có người đối thoại. Vì vậy, tình trạng "đáng xấu hổ" như ông Kelley nói, đã xảy ra. Chỉ sang thế kỷ này, khi trí tuệ nhân loại sáng lập đỉnh cao mới thì chúng ta mới có điều kiện thực sự để cọ xát với Kim Định. Hóa ra, toàn bộ giá trị "sử gia" của Kim Định chỉ còn một câu duy nhất: "người Việt chiếm lĩnh Trung Hoa trước." Nhưng đúng là "trên cả tuyệt vời" khi thực tế được khám phá đã hơn cả điều Kim Đinh tưởng tượng: không phải từ Tây Tạng xuống mà từ Việt Nam mang rìu đá, giống lúa, giống kê, giống gà, giống chó… đi lên chinh phục Hoa lục.

Một mùa hè nhập môn Kim Định học, bản thu hoạch của PGS L.C. Kelley hơi bị "khiêm tốn". Điều này dễ hiểu vì lâu đài trí tuệ Kim Định dựng lên không chỉ có quy mô quá lớn về câu chữ mà điều quan trọng là quá uyên áo, như một mê cung, nhiều tầng nhiều lớp… khiến cho người duy lý phương Tây khó nắm bắt. Giáo sư Kelley có lẽ là học giả phương Tây đầu tiên mạo hiểm tiếp cận. Cũng dễ hiểu khi khám phá của ông mới dừng lại ở bề ngoài.

Sài Gòn, tháng 6 năm 2015

*http://dcvonline.net/2015/06/25/su-gia-lon-nhat-khong-ai-biet-denkhong-duoc-cong-nhan-cua-viet-nam

KHÔNG CÓ NÔ LỆ, CÓ THỂ HÌNH THÀNH NHÀ NƯỚC?

Người bạn gửi cho tôi bài viết, yêu cầu đọc và cho ý kiến. Mở file thì gặp người bạn cũ, Phó Giáo sư Đại học Hawaii Liam Kelley*. Nhận thấy sự băn khoăn chân thành của tác giả, tôi xin có đôi lời thưa lại.

Nguyên văn bài của Liam Kelley: "Lúa, nô lệ và Văn Lang. Tối hôm qua, tôi đến tham dự một buổi thuyết trình của một học giả rất nổi tiếng nói về Cách mạng đồ đá mới. Anh này đưa ra luận điểm là tất cả các nhà nước sơ khai trên thế giới mà anh ta biết (Mesopotamia, Trung Quốc, Hy Lạ, La Mã,...) đều cần đến hai thứ hợp lệ để hình thành – một dạng ngũ cốc (lúa mì, lúa gạo,...) và nô lệ. Theo học giả này, ở bất kỳ nơi nào bạn thấy có những quốc gia sớm nhất đang hình thành, bạn sẽ thấy một lượng ngũ cốc dư thừa được sản xuất ra, và một lượng nô dân phải làm việc rất nhiều.

Điều này khiến tôi nghĩ tới miêu tả sớm nhất mà chúng ta có về Đồng bằng sông Hồng – một ít dòng trong một văn bản có tên Giao châu ngoại vực kí [交州外域記, Jiaozhou waiyu ji] được trích trong cuốn Thủy kinh chú [水經注, Shuijing zhu] của Lịch Đạo Nguyên [Li Daoyuan] ở thế kỉ VI:

"Giao Châu ngoại vực kí chép rằng 'trong quá khứ, trước khi Giao Chỉ có quận và huyện, vùng đất này đã có ruộng Lạc. Ruộng này theo sự lên xuống của nước lũ, và vì vậy người dân đã khai khẩn ruộng này để trồng cấy, họ được gọi là dân Lạc. Lạc vương và Lạc hầu được bổ nhiệm để cai trị các quận huyện khác nhau. Nhiều huyện có các lạc tướng. Lạc tướng đeo ấn đồng treo trên dây thao xanh" [州外域記曰，交趾昔未有郡縣之時，土地有雒田，其田從潮水上下，民墾食其田，名為雒民。設雒王雒侯主諸郡縣。縣多為雒將。雒將銅印青綬。]

Người ta nói nhiều về nghĩa của chữ "thủy triều". Nghĩa đen của nó là "nước triều", nhưng tôi đã thấy những định nghĩa của chữ "triều" trong đó nó đơn thuần chỉ có nghĩa là "nước dâng", và vì vậy "thuỷ triều" có thể có nghĩa là "nước lũ".

Bất kể chúng ta muốn dịch nó như thế nào, có vẻ như nó cho thấy một kiểu làm nông dựa trên dòng chảy tự nhiên của con nước. Diễn giả tôi nghe tối qua gọi nó là "nền nông nghiệp dựa vào nước lũ". Về cơ bản cách thức hoạt động của nền nông nghiệp này là khi một con sông dâng nước lũ, người ta vãi hạt thóc xuống nước và rồi khi nước lũ rút đi, cây lúa mọc lên. Đây là một trong những cách thức trồng lúa đơn giản nhất.

Vì vậy nó khiến tôi băn khoăn về nước Văn Lang – một vương quốc mà các học giả Việt Nam cho là đã tồn tại ở thiên niên kỉ đầu trước Công lịch. Nếu để một nhà nước xuất hiện mà cần phải có ngũ cốc/lúa gạo và nô lệ, thì chúng ta có chứng cứ gì cho thấy hai nhân tố đó đã tồn tại ở đồng bằng sông Hồng vào thiên niên kỉ thứ nhất trước Công lịch?

Nền nông nghiệp dựa vào nước lũ có thể sản xuất ra một lượng lúa gạo dư thừa, nhưng không phải là một lượng lớn, vì vậy nếu có một nhà nước dựa trên dạng làm nông như thế, thì có lẽ nó bị giới hạn về quy mô và của cải. Và rồi về nô lệ, tại sao có hiện tượng là tôi chưa hề nghe ai nói về nô lệ ở nước Văn Lang? Nếu đây là tiêu chuẩn ở các nhà nước sơ khai, thì tại sao không có ai nói về nó trong trường hợp của Văn Lang? Không có nô lệ ở nước Văn Lang chăng?

Nếu không có, thì làm thế nào chúng ta có thể giải thích được vì sao Văn Lang lại khác với tất cả các nhà nước sơ khai khác trên hành tinh này?"

*

* *

Vấn đề ở đây là cần giải tỏa hai điều mà PGS Liam Kelley băn khoăn:

1. Không có nô lệ, vậy Văn Lang có thể là nhà nước được không?

Xin được trình bày như sau: Nhà nước sơ khai không chỉ hình thành trên chế độ nô lệ.

Trước hết, phải xem xét, nhận định "tất cả các nhà nước sơ khai trên thế giới mà anh ta biết (Mesopotamia, Trung Quốc, Hy Lạ, La Mã,…) đều cần đến hai thứ hợp lệ để hình thành – một dạng ngũ cốc (lúa mì, lúa gạo,…) và nô lệ," có chính xác?

Muốn phân định điều này phải đi tới tận cùng lịch sử nhân loại. Các tài liệu khảo cổ học, văn hóa và di truyền học cho thấy, có hai phương thức sống khác nhau giữa phương Tây và phương Đông.

Ở phương Tây, 10.000 năm trước, khi thời kỳ Băng Hà cuối cùng chấm dứt, con người ra khỏi những hang băng và tiếp tục săn bắn, hái lượm trên những đồng cỏ hoang và rừng thưa. Điều kiện khí hậu và thổ nhưỡng không thuận lợi cho việc trồng trọt. Tận dụng ưu thế của thiên nhiên là nguồn cỏ vô tận, bằng sự dịu dàng và kiên nhẫn, Người Mẹ phương Tây thuần hóa những con vật ăn cỏ như dê, cừu, bò… và sáng tạo nghề chăn nuôi gia đình. Do thú hoang ngày càng hiếm, kiếm sống bằng săn bắn thêm khó khăn, người đàn ông càng bị yếu thế. Trong khi đó đàn gia súc mang lại thu nhập chính cho bộ lạc, vai trò người mẹ được nâng cao. Chế độ mẫu hệ vốn có từ thời săn hái được đẩy lên tột đỉnh.

Nhờ dinh dưỡng tốt hơn, nhân số tăng nhanh. Nhưng tới một lúc, đàn gia súc quá đông, bãi chăn thả trở nên chật hẹp, cằn cỗi, đe dọa cuộc sống cộng đồng. Lúc này bộ lạc cần được tổ chức lại theo hướng vũ trang hóa để đủ sức bảo vệ con người, gia súc, bãi chăn, nguồn nước... Đồng thời đánh phá, cướp bóc các bộ lạc khác để trở nên giầu có và hùng mạnh. Người phụ nữ mất vị trí chủ thể. Vai trò của thủ lĩnh và chiến binh được đề cao. Phụ hệ thay mẫu hệ và chế độ phụ quyền ra đời. Lúc đầu người ta giết tù binh vì không biết dùng để làm gì, lại còn phải nuôi ăn tốn kém. Nhưng sau đó tù binh được dùng làm công cụ lao động. Chế độ nô lệ hình thành. Tuy nhiên nhà nước chưa xuất hiện.

7.000 năm cách nay, người nông dân Trung Đông đem lúa mì và nho vào châu Âu, gầy dựng kinh tế nông nghiệp trồng khô [1]. Được cung cấp lương thực, những bộ lạc liên kết nhau, định cư trên những vùng đất thích hợp để xây dựng thành bang. Nhà nước nô lệ ra đời. Đúng như nhận định của Karl Marx: xã hội đi từ công xã nguyên thủy tới chế độ nô lệ.

Tuy nhiên, ở phương Đông là bức tranh trái ngược. Từ 70.000 năm trước, do sống ở đồng bằng Sundaland và Hainanland, hưởng khí hậu ôn hòa, nguồn thức ăn phong phú, người phương Đông sớm định cư. Cùng với hái lượm, săn bắn mà đánh cá là nghề kiếm sống quan trọng, dân cư phương Đông sớm thuần dưỡng cây lương thực là khoai sọ, bầu bí. 18.000 năm cách nay, tức là trước phương Tây 8.000 năm, người Hòa Bình đã bước vào Thời đại Đá mới. Nhưng cũng từ lúc này, nước biển bắt đầu dâng, dân cư của Hainanland và Sundaland dần dần di cư lên các vùng đất cao xung quanh: các đảo Đông Nam Á, Đông Dương, Nam Dương Tử…

Hai con vật được người Hòa Bình thuần dưỡng sớm nhất là gà và chó. Nhưng đó là những loài ăn lương thực chứ không ăn cỏ. Mặt khác do địa bàn đồi núi chia cắt, người phương Đông không thể du mục. Khoảng 15.000 năm trước, cây lúa nước ra đời, tạo cuộc cách mạng trong sản xuất lương thực. Xã hội phương Đông chuyển từ công xã nguyên thủy sang công xã nông thôn trên cơ sở sản xuất tiểu nông. Cách thức sở hữu đất của người Việt cổ được hình thành như sau: một số gia đình chung tay vỡ khoảng đất rồi chia làm chín phần đều nhau, theo hình chữ Tỉnh (井). Tám nhà sở hữu tám phần xung quanh và cùng nhau chăm sóc phần ruộng thứ chín ở giữa, lấy hoa lợi nộp vua, coi như một thứ thuế. Sử gọi đó là chế độ Tỉnh điền. Nông nghiệp lúa nước phụ thuộc nhiều vào thiên nhiên nên đòi hỏi kỹ thuật cao cùng sự chăm sóc tỷ mỷ cần mẫn. Vì vậy nông nghiệp lúa nước không thể sản xuất lớn mà chỉ dựa trên kinh tế hộ gia đình, được gọi là tiểu nông. Trong cộng đồng làng xóm, người nông dân dùng phương thức vần công, đổi công hoặc thợ cấy thợ gặt di chuyển theo thời vụ để cung cấp nhân công cho sản xuất. Không có nhu cầu nhân công lớn nên không có nhu cầu nô lệ. Mặt khác, do xã hội phương Đông là xã hội hòa bình, chiến tranh ít xẩy ra. Tù binh bắt được trong chiến trận thuộc quyền sử dụng của nhà nước, làm những việc nặng nhọc như xây thành trì, vỡ đất. Đất vỡ xong được chia cho dân. Do vậy, xã hội Á Đông từ săn hái chuyển sang công xã nông nghiệp.

Ở thời của mình, do chưa biết điều này nên Marx rất lúng túng khi nói về phương Đông. Ông đã đưa ra thuật ngữ bí hiểm "phương thức sản xuất châu Á". Không những thế, ông còn khái quát một cách sai lầm: toàn thể nhân loại đều từ công xã nguyên thủy đi tới chế độ nô lệ. Ở đây, cha đẻ của thuyết Cộng sản đã áp đặt cho phương Đông những điều mà nó hoàn toàn không có!

Có thể thấy rõ điều này khi nhìn vào nhà nước của Hoàng Đế, Nghiêu, Thuấn, Vũ… Đó là nhà nước xây dựng trên cơ sở công xã nông thôn. Từ thặng dư lương thực: kê, lúa mì, lúa nước và sự huy động sức dân, nhà nước trị thủy Hoàng Hà và nhiều việc lớn khác...Nói các nhà nước sơ khai Trung Quốc hình thành trên cơ sở nô lệ là hoàn toàn không có cơ sở và là sự xuyên tạc trắng trợn lịch sử phương Đông

Tuy chưa được làm rõ nhưng nhà nước Xích Quỷ hình thành gần 200 năm trước vương triều Hoàng Đế cũng dựa trên cơ sở cộng đồng dân cư tiểu nông.

Như vậy, khác với phương Tây, ở phương Đông, dù không có chế độ nô lệ, các nhà nước của Kinh Dương Vương, Lạc

Long Quân, Hùng Vương, Ba Thục cổ và Hoàng Đế đã hình thành từ rất sớm trên cơ sở công xã nông thôn. Có thể khẳng định: nhà nước nông nghiệp phương Đông không hình thành trên chế độ nô lệ.

2. Về "nền nông nghiệp dựa vào nước lũ".

Liam Kelley viết: Người ta nói nhiều về nghĩa của chữ "thủy triều". Nghĩa đen của nó là "nước triều", nhưng tôi đã thấy những định nghĩa của chữ "triều" trong đó nó đơn thuần chỉ có nghĩa là "nước dâng", và vì vậy "thuỷ triều" có thể có nghĩa là "nước lũ".

Tuy trích Thủy kinh chú: 其田從潮水上下 (kỳ điền tòng trào thủy thượng hạ) nhưng do chưa hiểu thực tế nông nghiệp Việt Nam nên vị "học giả rất nổi tiếng" hiểu nhầm "trào thủy" là nước lũ và tưởng tượng ra phương cách làm ruộng không hề có. "Diễn giả tôi nghe tối qua gọi nó là "nền nông nghiệp dựa vào nước lũ". Về cơ bản cách thức hoạt động của nền nông nghiệp này là khi một con sông dâng nước lũ, người ta vãi hạt thóc xuống nước và rồi khi nước lũ rút đi, cây lúa mọc lên. Đây là một trong những cách thức trồng lúa đơn giản nhất."

Xin thưa, chẳng bao giờ có "nền nông nghiệp dựa vào nước lũ" cả, dù là "phương cách trồng lúa đơn giản nhất." Không ai dại gì mà gieo hạt khi con sông dâng nước lũ: hạt giống bị nước cuốn trôi. Nếu không thì cũng làm mồi cho cá hoặc đội ngũ chim cò hùng hậu. Những hạt sót lại bị thối vì ngâm lâu trong nước! Xa xưa, khi thủy lợi chưa tốt, đồng bằng sông Hồng chủ yếu làm một vụ, gọi là lúa mùa. Lúa trồng là giống cao cây để thích ứng với mức nước cao vào tháng Bảy, tháng Tám. Trước khi cấy lúa phải gieo mạ. Cây mạ cũng cao, nhiều khi cấy xuống nước gần lút mạ. Một vụ lúa rất dài, tới 4 tháng.

Chữ "trào thủy" là nói về thủy triều. Thời Văn Lang chưa có đê sông nên chắc chắn người dân phải đắp bờ bao để khoanh từng vùng đất rộng. Trong phạm vi của bờ bao, có bờ thửa thấp và nhỏ hơn, bao phần ruộng của từng gia đình. Nông nghiệp dựa vào thủy triều là dựa vào con nước lên xuống. Do vận hành của Mặt trăng nên đồng bằng sông Hồng có chế độ nhật triều: mỗi ngày nước lên một lần. Ngày con nước là ngày nước dâng cao nhất. Con nước lớn nhất thường mang theo nhiều phù sa. Lúc này người dân đi "lấy nước". Chờ khi nước dâng cao (vào ban đêm) thì tháo cho nước tràn vào ruộng. Khi thủy triều rút thì đắp bờ lại. Nước này được gọi là "nước béo", tức nước đục, nhiều phù sa. Họ giữ nước trong ruộng, gọi là "sống nước" ít ngày. Khi phù sa lắng xuống, nước trên ruộng trong lại, được gọi là "nước gầy" thì tháo cho nước chảy đi để lấy lượt nước khác và cũng là vệ sinh đồng ruộng.

Những công việc có vẻ đơn giản, nhẹ nhàng đó là kết quả của kinh nghiệm truyền đời mà cũng là tâm huyết của người chủ ruộng, không thể thực hiện bằng lao động nô lệ. Thất bại của hợp tác xã nông nghiệp ở Việt Nam thế kỷ trước, về bản chất là sự phá sản của chế độ bán nô lệ được áp dụng trong nông nghiệp lúa nước.

Xin nhắc nhẹ vị PGS Đại học Hawaii: nghe người khác nói cũng phải thận trọng. Nghe mẹ mìn có ngày mất mạng!

*http://leminhkhaiviet.wordpress.com/2014/05/02/lua-no-le-va-nuoc-van-lang/

**Bryan Sykes. Bảy nàng con gái của Eva. NXB Trẻ, 2008

THÊM MỘT LẦN BUỘC PHẢI TRANH BIỆN VỚI PGS L.C. KELLEY

Trang mạng Đàn chim Việt, qua lời dịch của Trà Mi, công bố bài viết của tác giả L. Kelley: *Lý Đông A, Lương Kim Định, Trần Ngọc Thêm và cuộc di cư của người TQ thời cổ đại của Terrien de Lacouperie.*

Trước bài viết này, một lần nữa tôi buộc lòng phải lên tiếng.

Tác giả viết: "Như tôi đã đề cập nhiều lần ở blog này, có một ý tưởng có tầm quan trọng trung tâm đối với những tác giả Việt Nam theo chủ nghĩa dân tộc cực đoan, và đó là vào thời cổ đại người Trung Quốc di cư đến khu vực hiện nay là Trung Quốc từ phía tây bắc, và khi đến nơi, họ đã thấy có người đã sống ở đó trước."

... "Từ lâu, tôi đã tự hỏi ý tưởng đó đến từ đâu, và bây giờ tôi nhận ra rằng nguồn gốc chính rõ ràng là các tác phẩm cuối thế kỷ XIX của một nhà Đông Phương học tên là Albert Étienne Jean Baptiste Terrien de Lacouperie."

Bài viết đặt ra ba vấn đề cần thảo luận.

1. Phải chăng phát biểu của Terrien de Lacouperie "là một khái niệm đã không được nhiều người hỗ trợ khi ông xuất bản những ý tưởng của mình, và nhanh chóng rơi vào quên lãng."

Từ thế kỷ XVII, khi bước vào thời kỳ chinh phục thế giới, tư tưởng sô vanh Âu trung xuất hiện, cho rằng châu Âu là trung tâm sinh ra con người cùng văn hóa nhân loại. Người da trắng có sứ mệnh khai hóa các dân tộc dã man phương Đông. Với ý nghĩa nào đó, Terrien de Lacouperie là người phát ngôn của tư tưởng này.

Do vậy, nó hoàn toàn không phải "không được nhiều người hỗ trợ khi ông xuất bản những ý tưởng của mình, và nhanh chóng rơi vào quên lãng," mà ngược lại, được các học giả phương Tây tuân thủ như kim chỉ nam trong hoạt động. Xin dẫn:

- Georges Coedès, Giám đốc Viện Viễn Đông Bác cổ từ thập niên 1920 đến 1950, và nhiều đồng nghiệp của ông tin rằng văn minh nhân loại khởi nguồn từ vùng Lưỡng Hà (Mesopotamia) đến Ai Cập, rồi lan sang Hy Lạp và La Mã. Niên đại của các tượng đài tại Ấn Độ và Trung Quốc cho thấy đây là hai nền văn minh phát triển sau nền văn minh Lưỡng Hà.

- Năm 1932, nhà nhân chủng học người Áo Robert Heine-Geldern đề ra một giả thuyết để giải thích về văn hóa Đông Sơn: "Đông Nam Á là vùng đã kinh qua nhiều "làn sóng văn hóa", và một làn sóng di cư liên tục đem đến cho Đông Nam Á những kỹ thuật hiện đại. Ông tin rằng, những cái rìu mang hình lưỡi vòm hay những người thợ làm ra chúng chắc chắn phải xuất phát từ miền Bắc Trung Quốc. Thế còn trống đồng Đông Sơn? Heine-Geldern đề ra giả thuyết rằng đó là thành quả của một làn sóng văn hóa khác, lần này thì xuất phát từ người Hallstadt Đông Âu, những người di cư về phía Nam vào khoảng 1000 năm trước CN và đến Đông Nam Á vào khoảng 500 năm sau đó."

- Có một sự bất ngờ thú vị. Cái ý tưởng mà Giáo sư L. Kelley cho rằng "không được nhiều người hỗ trợ và sớm rơi vào quên lãng" từ thế kỷ XIX thì năm 1924, cha đẻ của Trung Hoa dân quốc Tôn Trung Sơn viết: "Người Trung Quốc nói nhân dân là Trăm họ, người nước ngoài nói thời cổ ở phương Tây có một dân tộc Trăm Họ, về sau di cư vào Trung Quốc". Họ "vượt Thông Lĩnh, tới Thiên Sơn, qua Tân Cương rồi tới lưu vực Hoàng Hà", "tiêu diệt hoặc đồng hóa dân tộc Miêu Tử vốn có ở Trung Quốc, trở thành dân tộc Trung Quốc ngày nay." Ông tán thành cách giải thích này và lập luận: "Nếu văn hóa Trung Quốc không phải từ bên ngoài du nhập vào… thì xét theo quy luật tự nhiên, văn hóa Trung Quốc phải bắt nguồn từ lưu vực sông Chu Giang …, bởi vì lưu vực sông Chu Giang khí hậu ôn hòa, sản vật phong phú, nhân dân rất dễ tìm kế sinh nhai, là nơi dễ phát sinh nền văn minh." Nhưng khảo cứu lịch sử cho biết Nghiêu, Thuấn, Vũ, Thành Thang, Văn Vương, Vũ Vương đều không sinh tại lưu vực sông Chu Giang, mà đều sinh tại vùng Tây Bắc, "do đó văn hóa Trung Quốc là từ phương Bắc tới, từ nước ngoài tới."[1]

- Vẫn chưa hết, vào năm thứ năm của thế kỷ XXI, ý tưởng của Terrien de Lacouperie được học giả người Trung Hoa Zhou Jixu "khám phá" lại với lời tuyên bố dõng dạc: "Việc phát hiện người Indo-Europian từ phương Tây vào Trung Quốc là khám phá quan trọng bậc nhất của lịch sử phương Đông hiện đại." Ông nói:

"Dự án nghiên cứu này dựa trên cách nhìn hoàn toàn mới về tiền sử châu thổ Hoàng Hà với những nhân tố chứng tỏ rằng: văn minh Hoàng Hà không phải là sản phẩm của sự tiến hóa độc lập mà là do tác động của yếu tố ngoại lai tới văn hóa bản địa. Các bộ lạc của Hoàng Đế chiếm giữ trung lưu Hoàng Hà vì họ có sức mạnh, nhưng họ củng cố, mở rộng, và tiếp tục sự cai trị của mình tại Trung Quốc bằng cách chấp nhận các nền văn hóa nông nghiệp. Các dân tộc chiếm đất là một nhánh Tiền Ấn-Âu. Các hồ sơ lịch sử, chẳng hạn như Thượng Thư (Shang Shu), kinh Thi (Shi Jing), Quốc Chuẩn (Zuo Zhuan - Biên niên của các nhà nước phong kiến), và Sử ký (Shi Ji), vv… tất cả chỉ mô tả sự hình thành và suy tàn của nhà nước Hoàng Đế.

Những nền văn minh bản địa 5.000 năm TCN trên lưu vực Hoàng Hà và Dương Tử bị loại trừ khỏi văn bản lịch sử truyền thống và bởi vậy đã bị vùi lấp trong 3.000 năm. Nghiên cứu này cố gắng bộc lộ các dữ kiện lịch sử với những bằng chứng về khảo cổ học, tài liệu cổ, và ngôn ngữ học lịch sử."[2]

Những dẫn chứng trên cho thấy, quan niệm người phương Tây di cư làm nên dân cư Trung Quốc không phải là ý tưởng nhất thời mà tồn tại xuyên suốt hai thế kỷ XIX - XX sang tới thiên niên kỷ thứ Ba.

2. Kim Định đã chịu ảnh hưởng tư tưởng của Terrien de Lacouperie như thế nào?

Trong bài, L. Kelley dẫn ra ba người nhưng tôi xin bàn về nhân vật trung tâm: Kim Định. Tác giả viết: "Những tác giả Việt Nam theo chủ nghĩa dân tộc cực đoan đã cho rằng cuộc di cư của người Trung Quốc thời cổ đại chính là cuộc di cư mà Terrien de Lacouperie đã dựng khung sườn lý luận."

Không biết Kim Định đã chịu ảnh hưởng của Terrien de Lacouperie ở chỗ nào nhưng khi tra tìm trong Việt lý tố nguyên, cuốn sách có ý nghĩa lập thuyết quan trọng nhất của ông, tôi không hề thấy tên của tác giả này trong tài liệu tham khảo. Những sách chủ yếu của tác giả phương Tây mà Kim Định sử dụng là:

CIV = La Civilisation chinoise. Par Marcel Granet édition Albin Michel, 1948

DANSES = Danses et légendes de la Chine Antique. M.Granet P.U.F. 1959.

P.C = La pensée chinoise = Granet: La Renaissance du livre. Paris 1934.

SOCIO= Etudes sociologiques sur la Chine – Granet, P. U.F.1953.

RELIGION = La Religion des Chinois, Granet, P.U.F. 1951

CREEL = La Naissance de la Chine par Herrlee Glessner Creel, Payot Paris, 1937.

MASPÉRO = La chine antique par Henri Maspéro, Imprimerie nationale 1955.

NEEDH.I = Science and civilisation in China en 7 vol. Joseph Needham I, II, III, etc… Cambridge University Press 1954.

Tác giả của những cuốn sách trên góp phần làm nên tư tưởng của Kim Định. Tuy nhiên, ý tưởng "người di cư vào Trung Quốc đến từ Tây Bắc" tới với ông lại xuất phát trực tiếp từ tác giả người Trung Quốc Vương Đồng Linh trong quyển Trung Quốc dân tộc sử:

"Con người xuất hiện vào lối 500.000 năm trước đây rồi lần lượt bị tiêu diệt qua bốn đợt băng tuyết, những người còn sống sót kéo nhau lên các miền núi cao nguyên sống trong hang hốc. Sang đến Tân thạch (tương đương với sung tích kỳ: holocène, lối hơn mười ngàn năm trước đây) sau khi làn băng giá thứ tư tan rã, khí hậu trở nên ấm áp, loài người lục tục dời bỏ những hang động trong dẫy Thiên Sơn (Tây Bắc Tibet và Tây Tân Cương) để thiên di xuống các vùng bình nguyên.[3]

Tới nay, những khám phá của di truyền học khẳng định, không có chuyện người phương Tây từ Trung Đông di cư làm nên dân cư Trung Quốc. Vậy là tất cả những tài liệu dẫn trên bị phú nhận. Ngay chính ý tưởng của Terrien de Lacouperie cũng không được thực tế ủng hộ.

Tuy vậy, nói công bằng, ông chỉ sai ở nửa trước, còn nửa sau: "đã có người sống ở đó trước" là hoàn toàn chính xác. Và điều này làm bật lên câu chuyện kỳ lạ là, từ nửa phần đúng của một ý tưởng, Kim Định thiên tài đã sáng tạo nên thuyết Việt Nho: người Việt vào Trung Quốc trước và xây dựng ở đó nền văn hóa nông nghiệp rực rỡ với kinh Thi, kinh Dịch, kinh Thư, đạo Việt An vi… Nếu Trời còn để cho sống đến đầu thế kỷ này, khi biết rằng, người Việt vào Trung Quốc không phải từ Nam Thiên Sơn mà là từ Việt Nam lên, chắc ông vô cùng sung sướng và càng vững tin vào luận thuyết của mình.

Ông L. Kelley viết: "Tuy nhiên, không giống như những người Việt Nam theo chủ nghĩa dân tộc cực đoan đã lập luận rằng những người di cư kém tinh vi hơn so với các dân tộc đã sinh sống trong khu vực đó ở Trung Quốc, Terrien de Lacouperie cảm thấy rằng những người di cư Trung Quốc mang theo văn bản và ý tưởng mà họ đã tạo ra, và điều này có thể được chứng minh bằng những gì ông cho là sự tương đương giữa chữ viết của người Akkadian và người Trung Quốc, và tương đồng giữa số học trong Kinh Dịch với các khái niệm tương tự trong văn hóa Chaldean-Akkadian."

Đọc đoạn văn trên, ta thấy vị giáo sư Đại học Hawaii at Manoa do thiếu khả năng thẩm định tư liệu nên không biết rằng Terrien de Lacouperie đã sai. Cái chữ Giáp cốt trong tấm hình mà Terrien de Lacouperie cho là của những người vào Trung Quốc lại chính là của những người đã sống ở đó trước. Không trách Terrien de Lacouperie vì thời của ông chưa biết chuyện này. Nhưng không thể không buồn cho L. Kelley vì đã không cập nhật tri thức! Sự thực là, trong khi người Akkadian có chữ thì những người bước chân vào Hoa lục sau trận Trác Lộc năm 2698 TCN chỉ có ngọn giáo và vó ngựa. Những phát hiện khảo cổ khẳng định, chữ tượng hình của người Việt bản địa trên đất Trung Hoa xuất hiện từ văn hóa Giả Hồ 9.000 năm cách nay và trưởng thành ở văn hóa Cảm Tang 6.000 năm trước, sớm hơn mọi chữ viết trên thế giới. Trong khi Terrien de Lacouperie chỉ biết tới chữ Ân Khư muộn hơn nhiều, khoảng 3300 năm trước và đó cũng là chữ mà nhà Ân chiếm từ người Việt ở An Dương. Ông Kelley cũng không biết rằng, những tư tưởng làm nên kinh Dịch hình thành khoảng 6.000 – 7.000 năm trước. Như vậy chẳng phải là khi người phương Tây vào Trung Quốc (nếu có) họ gặp một nền văn hóa phát triển hơn sao?

Có một sự thật là, trong khi Terrien de Lacouperie chỉ phát

hiện, "nghiên cứu" qua sách vở thì Kim Định và những người Việt Nam theo "chủ nghĩa dân tộc cực đoan" - theo cách nói của L. Kelley - lại nhìn từ thực địa, từ toàn bộ nền văn minh phương Đông rồi ngộ ra cái hồn Việt sâu thăm thẳm ở mọi nơi mọi chỗ. Tại chính kinh Thi, được coi là hồn cốt, là bản mệnh văn hóa Hoa Hạ, quan trọng đến nỗi Khổng Tử phải thốt lên *bất độc thi vô dĩ ngôn*, Kim Định cũng "ngửi" thấy đậm đà mùi Viêm Việt!

Hình so sánh chữ Akkadian và Giáp cốt văn

Năm 2006, tôi lượm nhặt trong cổ thư Trung Hoa những hóa thạch của ngôn ngữ Việt, rồi đề xuất ý tưởng động trời: *Tiếng Việt, chủ thể tạo nên ngôn ngữ Trung Hoa*. Tưởng bị ném đá. Không dè, ít lâu sau, nhà nghiên cứu ngôn ngữ Đỗ Ngọc Thành từ Sacramento công bố loạt bài với quá nhiều bằng chứng ủng hộ. Đầu năm 2012, khi nhận được những phát hiện chữ Lạc Việt tại văn hóa Cảm Tang tỉnh Quảng Tây, tôi đủ chứng cứ công bố: *Chữ Việt, chủ thể tạo nên chữ viết Trung Hoa.* Lại một lần nữa, người đồng bào gốc Triều Châu ủng hộ bằng cách đưa ra hàng loạt bài viết sắc sảo, thuyết phục, chứng minh việc này đồng thời khẳng định chân lý: Chữ vuông được chế ra để ký âm tiếng Việt. Do vậy, mọi chữ Trung Quốc chỉ khi được đọc bằng âm Việt cổ và giải nghĩa bằng nghĩa Việt cổ mới chính xác!

Vậy thì, xin hỏi Giáo sư L. Kelley, Kim Định có gì sai? Nếu không sai thì việc gọi họ là *những người Việt Nam theo chủ nghĩa dân tộc cực đoan* có thỏa đáng?

3. Người làm nên dân cư Trung Quốc là ai?

Tới đây, một câu hỏi cần được trả lời: Ai là người làm nên dân cư Trung Quốc? Xin được trình bày như sau:

70.000 năm trước, người Homo sapiens từ châu Phi theo ven biển Ấn Độ di cư tới Việt Nam. Tại đây, hai đại chủng Mongoloid và Australoid hòa huyết sinh ra người Việt cổ chủng Australoid. 40.000 năm trước, nhờ khí hậu ấm lên, người từ Việt Nam đi lên khai phá Hoa lục. Những đợt di cư tiếp theo, người Việt mang công cụ đá mới Hòa Bình rồi giống lúa, giống kê, giống gà, giống chó lên xây dựng kinh tế nông nghiệp trên lưu vực Dương Tử và Hoàng Hà.

Khoảng 7.000 năm trước, tại vùng cao nguyên Hoàng Thổ bờ nam Hoàng Hà có sự tiếp xúc giữa người Việt nông nghiệp và người Mông Cổ du mục. Những lớp con lai mang mã di truyền Mongoloid phương Nam ra đời và sinh sôi, trở thành chủ thể của văn hóa trồng kê Ngưỡng Thiều rồi Long Sơn sau đó.

Khoảng năm 2698 TCN, người Mông Cổ do bộ tộc Hiên Viên dẫn đầu, chiếm đất của người Việt ở Nam Hoàng Hà, lập vương triều Hoàng Đế. Vào đất Việt, người Mông Cổ bỏ lối sống du mục, học nghề nông. Tuy chiến thắng nhưng do nhân số ít và kém phát triển, kẻ xâm lăng bị người Việt đồng hóa về máu huyết và văn hóa.

Như vậy, người Trung Quốc không phải di dân từ phía Tây tới mà là dân cư bản địa, thành phần chủ đạo là người Việt,

Không có chuyện người phương Tây di cư tới làm nên dân cư Trung Quốc nhưng chắc chắn là người từ Trung Quốc góp phần sinh ra tổ tiên người phương Tây. 40.000 năm trước, người Việt từ Trung Quốc, qua Trung Á tới châu Âu. Khi người Europid từ Trung Đông qua eo Bosphorus xâm nhập châu Âu, họ đã thấy ở đây đông đảo người Việt. Hai dòng người hòa huyết, sinh ra người da đen Europian tổ tiên người châu Âu. Không chỉ cho con cháu máu huyết, người Việt còn cho họ không ít tiếng nói: sạn, cát -> sand; nác, nước -> water; bầu bí, người -> people… Nếu tôi không lầm thì dòng máu Anglo-Saxon đang chảy trong huyết quản vị giáo sư Đại học Hawaii cũng có một phần máu Việt?

Xin Giáo sư L. Kelley trả lời tôi: Vì sao một ý tưởng mà thiên hạ đề cập suốt ba thế kỷ thì không sao nhưng khi người Việt Nam nói thì bị quy là dân tộc chủ nghĩa cực đoan?!

30 tháng Tư năm 2016

Tài liệu tham khảo:

1.Dẫn theo Trần Ngọc Thêm: *Những vấn đề văn hóa học lý luận và ứng dụng.* Tp. HCM: Nxb Văn hóa - Văn nghệ, 2013.

2. Zhou Jixu: *"The Rise of the Agricultural Civilization in China,"* Sino-Platonic Papers, 175 (December, 2006)

3. Kim Định. *Việt lý tố nguyên.* An Tiêm. Sài Gòn 1974

TRẢ LỜI PGS L.C. KELLEY VỀ BÀI

"Trần Ngọc Thêm và điều tệ hại của học giới Việt Nam"

Người bạn gửi cho tôi bài viết: "Trần Ngọc Thêm và điều tệ hại của học giới Việt Nam" của PGS Đại học Hawaii at Manoa Liam. C. Kelley với lời đề nghị tôi cho ý kiến. Bài báo này tôi đã đọc mấy năm trước trên trang nhà của TS Hà Hữu Nga cùng lời phi lộ của ông: "Trên trang mạng leminhkhai.wordpress.com có một số bài viết ngắn đề cập đến các vấn đề quan trọng về lịch sử, văn hóa Việt Nam; đề cập đến các nhà nghiên cứu lịch sử, văn hóa hàng đầu của Việt Nam. Chúng tôi cố gắng dịch và chuyển tải đến những ai liên quan – quan tâm, và mong rằng các vị sẽ có các trao đổi giúp làm rõ vấn đề mà tác giả Le Minh Khai đặt ra, nhằm thúc đẩy học thuật phát triển." Bài viết ngắn, xin dẫn nguyên văn:

"Tôi đã đọc cuốn Tìm Về Bản Sắc Văn Hóa Việt Nam (TPHCM: Nhà Xuất Bản Tổng Hợp Thành Phố Hồ Chí Minh, 2004) của Trần Ngọc Thêm, trong đó có một mục nói về ba giai đoạn hình thành các dân tộc Việt Nam như sau:

1) Vào thời đại đồ đá giữa (khoảng 10.000 năm về trước), có một dòng người thuộc đại chủng Mongoloid từ vùng Tây Tạng thiên di về phía Đông Nam, tới vùng nay là Đông Dương thì dừng lại. Tại đây đã diễn ra sự hợp chủng giữa họ với cư dân Melanésien bản địa (thuộc đại chủng Úc), dẫn đến kết quả là sự hình thành chủng Indonésien (còn gọi là cổ Mã Lai) với nước

da ngăm đen, tóc quăn dợn sóng, tầm vóc thấp…Từ đây lan tỏa ra, người Indonésiens cư trú trên toàn bộ địa bàn Đông Nam Á cổ đại. Đó là một vùng rộng lớn, phía bắc tới sông Dương Tử, phía tây tới bang Assam của Ấn Độ, phía đông tới vùng quần đảo Phillipines và phía Nam tới các hải đảo Indonesia [Nguyễn Đình Khoa 1976. Các dân tộc ở miền Bắc Việt Nam (dẫn liệu nhân chủng học). HN: NXB KHXH, tr. 160].

2) Từ cuối thời đại đá mới, đầu thời đại đồ đồng (khoảng gần 5000 năm về trước), tại khu vực mà hiện nay là Nam Trung Hoa và Bắc Đông Dương (từ phía Nam sông Dương Tử đến lưu vực sông Hồng Hà), trên cơ sở sự chuyển biến từ loại hình Indonésien bản địa dưới tác động của việc tiếp xúc thường xuyên với đại chủng Mongoloid từ phía Bắc, đã hình thành một chủng mới là chủng Nam Á (Austro-asiatique).

3) Thời kỳ sau đó chủng Nam Á được chia tách thành một loạt các chủng tộc mà trong cổ thư Việt Nam và Trung Hoa được gọi bằng danh từ "Bách Việt." Tuy "một trăm" (bách) chỉ là một cách nói biểu trưng, nhưng đó thực sự là một cộng đồng cư dân hùng hậu, bao gồm nhiều tộc người Việt như Điền Việt, Dương Việt, Mân Việt, Đông Việt, Nam Việt, Lạc Việt [Nguyễn Đình Khoa, sách đã dẫn, tr. 171].

Thảo luận:

Trước hết, ngôn ngữ chủng tộc mà ông sử dụng ở đây là rất có vấn đề, nhưng tôi sẽ gác vấn đề đó lại để xem xét các vấn đề khác.

1) Người Indonesians và người Malays là các bộ phận của những nhóm người lớn hơn được gọi là Austronesians – Nam Đảo. Các học giả vẫn tranh cãi về nguồn gốc của nhóm người này. Nhiều học giả lâu nay vẫn cho rằng người Nam Đảo có nguồn gốc từ nam Trung Quốc, sau đó di cư đến Đài Loan rồi tiếp tục đi về phương nam đến Philippines trước khi tản mát khắp vùng Đông Nam Á và Thái Bình Dương. Những người khác thì lại cho rằng người Nam Đảo xuất hiện đầu tiên tại Đông

Nam Á. Nhưng dù sao thì, KHÔNG AI trong số những học giả tôi được biết, cho rằng "người Mongoloids từ Tây Tạng" có bất cứ mối liên quan nào với người Nam Đảo.

Trần Ngọc Thêm lấy đâu ra ý tưởng này? Ông dẫn một công trình xuất bản năm 1976 của Nguyễn Đình Khoa. Tri thức học thuật về nguồn gốc và ngôn ngữ học nhân loại luôn luôn thay đổi. Hơn nữa tri thức học thuật Việt Nam thập niên 1970 tuyệt đối không phải là đỉnh cao. Vậy thì tại sao trên đời này lại còn một học giả vào năm 2004 vẫn dựa vào một công trình của Việt Nam từ năm 1976 để viết về chủ đề này?.

2) "Austro-Asiatic" – Nam Á là một thuật ngữ thông dụng để chỉ một nhóm các ngôn ngữ hiện nay vẫn đang được sử dụng từ Ấn Độ đến Việt Nam, mà KHÔNG PHẢI là nam Trung Quốc và các vùng thuộc bắc bán đảo Đông Dương. Hơn nữa theo tôi được biết thì không học giả nào lại cho rằng các ngôn ngữ này và những người nói các ngôn ngữ ấy lại xuất hiện ở khu vực nam Trung Quốc và bắc Đông Dương.

Có một số học giả nghiên cứu về di truyền học và cố gắng kết nối những người nói các ngôn ngữ Nam Á với nhau. Tuy nhiên các học giả này nói về một khu vực trải từ Ấn Độ đến Việt Nam, chứ KHÔNG PHẢI là nam Trung Quốc và các vùng bắc bán đảo Đông Dương. Về vấn đề này, có thể xem sơ đồ mô tả sự triển khai của người nói các ngôn ngữ Nam Á từ Ấn Độ đến Đông Nam Á trong bài viết gần đây: [Nguồn: Vikrant Kumar, et. al., Asian and Non-Asian Origins of Mon-Khmer- and Mundari-Speaking Austro-Asiatic Populations of India, published in American Journal of Human Biology 18 (2006): 467].

3) Môn-Khmer, Tày-Thái, và Mèo-Dao là các thuật ngữ để chỉ các ngôn ngữ thuộc các ngữ hệ khác nhau. Các ngôn ngữ Môn-Khmer thuộc ngữ hệ Nam Á, Tày-Thái thuộc ngữ hệ Tai, còn Mèo-Dao thuộc ngữ hệ H'Mông-Miến. Không một nhà ngôn ngữ học phương Tây nào lại cho rằng các ngữ hệ riêng biệt này đã phát triển từ ngữ hệ "Nam Á" (hoặc từ người Nam Á) trong 5000 năm qua (hoặc từ bất từ một nhóm riêng lẻ nào trong vòng 5000 năm qua).

Các ý tưởng của Trần Ngọc Thêm trong công trình trên cho thấy ông hoàn toàn không chạm được đến tri thức học thuật về chủ đề này. Giờ đây đã là thế kỷ 21. Việt Nam đã "mở cửa ra thế giới" từ năm 1986. Không có bất cứ lý do gì để công bố bất cứ một cái gì như thế này. Cho đến bây giờ mà vẫn còn có học giả đặt vấn đề nghiên cứu và công bố với các ý tưởng như thế này thì rõ ràng hình ảnh về học giới Việt Nam thật là kinh hoàng. Tại sao lại có tình cảnh đó? Đơn giản là vào Google gõ "Austronesian origins" (Nguồn gốc người Nam Đảo) thì sẽ thấy ngay rằng người Mongoloids Tây Tạng không liên quan gì đến vấn đề đang được thảo luận. Không đọc được tiếng Anh à? Thế thì hãy học đi.

Vậy thì theo tôi rất dễ hiểu tại sao Trần Ngọc Thêm lại viết như vậy. Đó chính là chủ nghĩa dân tộc. Ông ấy muốn chứng minh rằng các dân tộc Việt Nam có cùng một nguồn gốc và đã được hình thành qua một quá trình lịch sử chung. Để làm được điều đó ông cần phải lờ đi tri thức học thuật của các nhà ngôn ngữ phương Tây từ nửa thế kỷ qua.

Mục đích của học thuật là giúp cho người đọc mở mang tri thức để ngày càng trở nên hiểu biết. Ngược lại, bất kỳ ai đọc và tin vào những điều Trần Ngọc Thêm viết trong công trình trên đều sẽ trở nên ngu dốt đi."

Không muốn thêm một lần bị chê "tuần chay nào cũng có nước mắt"* và cũng muốn xem người trong cuộc cùng các bậc cao minh đối đáp ra sao, tôi "dựa cột mà nghe." Rồi quên đi. Nay có người gợi lại, âu cũng là cái duyên nên xin mạn phép góp đôi lời.

Ý thứ nhất:

Xin được cảm ơn Kelley đã chỉ ra sai lầm của Trần Ngọc Thêm trong việc sử dụng tài liệu của Nguyễn Đình Khoa. Tuy nhiên, truy đến cùng, những sai lầm trên không phải xuất phát từ ông Nguyễn Đình Khoa mà là của các học giả Pháp như Aymonier, Maspéro, Aurousseau… những yếu nhân của nền

Đông phương học Pháp. Tri thức từ các vị thầy Tây được truyền qua tiền bối Phạm Quỳnh, Trần Trọng Kim, Đào Duy Anh… rồi trở thành "khuôn vàng thước ngọc" trong các cuốn Sử Việt Nam. Nguyễn Đình Khoa, trong bước khởi nghiệp đã học theo những vị thầy Tây-ta ấy. Nhưng nói công bằng, điều "tệ hại" đó không chỉ là của học giới Việt Nam mà còn là của học thuật quốc tế. Có lẽ nào ông L.C. Kelley không biết rằng, giáo trình Việt học cũng như Đông phương học của các đại học danh tiếng thế giới hiện vẫn nhan nhản những lỗi lầm do sao chép từ Đông phương học của Viễn Đông Bác cổ?!

Ông Kelley cũng không biết rằng, có một người đã bứt phá khỏi cái chuỗi sao chép ấy, để xây dựng đỉnh cao học thuật của riêng mình. Đó là Nguyễn Đình Khoa. Sau sự sao chép như đã dẫn, ông nhận ra sai lầm của mình, nên tập trung trí lực khảo sát lại sưu tập 70 sọ cổ của Việt Nam và so sánh với sọ cổ Đông Nam Á. Trong công trình Nhân chủng học Đông Nam Á (NXB DH&THCN, H. 1983, tr. 106)), ông khẳng định: "Vào thời đá mới, cư dân Đông Nam Á thuộc hai đại chủng Australoid và Mongoloid cùng với các loại hình hỗn chủng giữa chúng cộng cư với nhau, trong đó Indonesien và Melanésien là hai thành phần chủ yếu. Sang thời Đồng-sắt, trên toàn Đông Nam Á diễn ra việc chuyển hóa mạnh từ loại hình Indonesien sang loại hình Nam Á (Mongoloid phương Nam). Thành phần Australoid thu hẹp đến tối đa trong khu vực, không hiểu là do di dân hay đồng hóa."

Khám phá của ông là thành tựu cao nhất mà công nghệ đo sọ (metric) đạt được. Nó khác hẳn hiểu biết truyền thống. Đặc biệt là nó phủ định quan niệm kinh điển của trường phái Viễn Đông Bác cổ. Hơn 20 năm, cộng đồng khoa học Việt Nam và thế giới không hiểu công trình của ông và cũng không thể giải thích nguyên nhân của sự kiện mà ông phát hiện. Do vậy nó không được áp dụng cho khảo cứu lịch sử văn hóa Việt Nam. Để an toàn, người ta cứ theo đường mòn, tạo ra tệ trạng không chỉ của học thuật Việt Nam mà của cả thế giới!

Nhưng sang thế kỷ này, những khảo cứu di truyền dân cư châu Á cho thấy, Nguyễn Đình Khoa hoàn toàn chính xác. Phủ định các học giả Pháp trước đây cho rằng, trên đất Việt Nam, người Melanesian xuất hiện đầu tiên sau đó bị người Indonesian thay thế, ông khẳng định, hai đại chủng người trên có mặt ở Việt Nam cùng một lúc. Khám phá di truyền dân cư phương Đông của nhóm J.Y. Chu hay của Stephen Oppenheimer xác nhận: hai chủng người Australoid và Mongoloid từ châu Phi tới Việt Nam 70.000 năm trước. Việc đo sọ xác định hai đại chủng người trong dòng di cư lai giống sinh ra bốn chủng người Indonesian, Melanesian, Vedoid và Negritoid cho thấy ông không chỉ đi trước thế giới 20 năm mà còn là người dẫn đường thông tuệ cho những nhà nghiên cứu nhân học phương Đông sau này.

Không thể trách Trần Ngọc Thêm vì nhân học không phải là chuyên môn của ông. Như nhiều học giả khác, ông chỉ nghe theo các nhà nhân học. Khi nhân học sai lầm, ông chịu chung số phận!

Ý thứ hai:

Chê Trần Ngọc Thêm nhưng rồi đến lượt mình, ông Kelley không thoát khỏi cái bẫy rối rắm của nhân chủng học phương Đông.

Ông Kelley viết:

a. "Austro-Asiatic" – Nam Á là một thuật ngữ thông dụng để chỉ một nhóm các ngôn ngữ hiện nay vẫn đang được sử dụng từ Ấn Độ đến Việt Nam, mà KHÔNG PHẢI là nam Trung Quốc và các vùng thuộc bắc bán đảo Đông Dương. Hơn nữa theo tôi được biết thì không học giả nào lại cho rằng các ngôn ngữ này và những người nói các ngôn ngữ ấy lại xuất hiện ở khu vực nam Trung Quốc và bắc Đông Dương.

"Austro-Asiatic" cũng như "Nam Á" không phải thuật ngữ khoa học mà là tên gọi dân gian thông thường nên không thể sử dụng cho tranh luận học thuật nghiêm túc. Muốn tranh luận, phải gọi tên khoa học của chủng người được gọi là Nam Á. Như ở đoạn dẫn trên, G.S Nguyễn Đình Khoa xác định: loại hình Nam Á thuộc chủng Mongoloid phương Nam.

Câu hỏi được đặt ra: chủng Mongoloid phương Nam xuất hiện ở đâu? Khi nào?

Khảo cổ học cho hay, gần suốt thời Đồ Đá, người Australoid là dân cư duy nhất sinh sống từ Đông Nam Á cho tới Nam Hoàng Hà. Khoảng 7000 năm trước, tại văn hóa Ngưỡng Thiều [1] miền Trung Hoàng Hà, lần đầu tiên người Mongoloid phương Nam xuất hiện. Khoảng nửa sau thiên niên kỷ thứ III TCN, từ Nam Hoàng Hà, người Nam Á lan tỏa xuống phương Nam, thực hiện quá trình Mongoloid hóa toàn bộ dân cư Đông Nam Á.[2]

Từ thực tế hình thành dân cư Đông Á cho thấy vốn tri thức của ông Kelley bị phá sản. Nam Trung Quốc, Bắc Đông Dương không chỉ là nơi cư trú của người Nam Á từ hơn 2000 năm TCN mà còn là bàn đạp giúp cho người Nam Á tăng nhân số để rồi chiếm lĩnh Đông Nam Á! Thực tế cho thấy, suốt trong 300 năm cuối thiên niên kỷ III TCN, hàng triệu người Nam Á từ lưu vực Hoàng Hà di cư xuống đồng bằng Dương Tử rồi từ đây, bằng thuyền hoặc đi bộ qua Đông Dương lan tỏa ra khắp Đông Nam Á.[3] Gọi chủng người Mongoloid phương Nam là "Austro-Asiatic" cũng như "Nam Á" là sự bất cập của nhân học thế kỷ trước. Nếu chính xác, phải gọi là "người Đông Nam Á" như Nguyễn Đình Khoa đề nghị trong cuốn sách của ông.

"Môn-Khmer, Tày-Thái, và Mèo-Dao là các thuật ngữ để chỉ các ngôn ngữ thuộc các ngữ hệ khác nhau. Các ngôn ngữ Môn-Khmer thuộc ngữ hệ Nam Á, Tày-Thái thuộc ngữ hệ Tai, còn Mèo-Dao thuộc ngữ hệ H'Mông-Miến. Không một nhà ngôn ngữ học phương Tây nào lại cho rằng các ngữ hệ riêng biệt này đã phát triển từ ngữ hệ "Nam Á" (hoặc từ người Nam Á) trong 5000 năm qua (hoặc từ bất từ một nhóm riêng lẻ nào trong vòng 5000 năm qua)."

Thật buồn phải thưa rằng, kiến thức này của vị giáo sư Đại học Hawaii cũng sai lầm! Di truyền học xác nhận: Môn-Khmer, Tày-Thái, Mèo-Dao cùng là những sắc tộc (ethnicity) thuộc chủng (race) Mongoloid phương Nam. Cái gốc lớn của chủng này là người Lạc Việt (Indonesian) chủ thể của dân cư phương Đông từ 70.000 năm trước.[4] Do vậy, ngôn ngữ Lạc Việt (tiếng Việt cổ, tiếng Annam) là tiếng nói gốc của phương Đông. Những ngữ hệ Nam Á, ngữ hệ Tai, ngữ hệ H'Mông-Miến… chỉ là sự phái sinh từ ngôn ngữ Mẹ Indonesian.

Đấy là thất bại của Ngôn ngữ học lịch sử. Suốt 150 năm qua, tiếng Annam được tập trung khảo cứu. Lúc đầu Schmidt xếp vào họ Hán-Tạng. Nhưng sau đó được Maspéro chuyển sang họ Tày-Thái. Thấy như vậy chưa phù hợp nên chuyển sang họ ngôn ngữ Môn-Khmer. Tưởng yên thân vì sự đời bất quá tam, lại được Haudricurt ghép vào họ Nam Á! Nhưng mới đây, lại có người đề nghị, phải đưa trả ngay về Hán-Tạng mới phù hợp![5]

Không hiểu sao, người ta quên rằng, hơn trăm năm trước, chính xác là 1892, đại tá người Pháp H. Ferey từng ra cuốn sách: L'annamite, mère des langues; communauté d'origine des races celtiques, sémitiques, soudanaises et de l'Indo-Chine. Paris, Hachette et cie, 1892. (Tiếng Annam là ngôn ngữ mẹ; cộng đồng xuất xứ của các chủng tộc Celtic, Semitic, Sudan và Đông Dương.) Thực vậy, tiếng Annam, tức tiếng Việt cổ, tiếng Lạc Việt, vốn là mẹ của mọi ngôn ngữ phương Đông. Do là Mẹ nên nó quá phong phú, quá lớn, quá rộng, khiến cho không thể xếp trọn trong bất cứ cái khuôn tiếng nói con cái nào! Sai lầm của Ngôn ngữ học lịch sử là ngay từ đầu không nhận ra vai trò của tiếng Annam nên chia ngôn ngữ khu vực ra nhiều họ khác nhau. Nhưng rồi khi chia xong thì không thể ghép tiếng Annam vào bất cứ khuôn khổ nào được ấn định!

Ngôn ngữ học lịch sử, cùng lắm chỉ có thể cho biết hai ngôn ngữ gần nhau. Còn không đủ thẩm quyền khẳng định đâu là con đâu là mẹ! Mục đích cuối cùng của Ngôn ngữ học lịch sử là qua tiếng nói khám phá các chủng người. Nay di truyền học đã giải quyết nhanh chóng chính xác yêu cầu này khiến cho Ngôn ngữ học lịch sử mất đi vai trò của nó![6]

Ý cuối:

Một câu hỏi: vì sao trong khi chỉ ra chính xác sai lầm của ông Trần Ngọc Thêm thì ông Kelley lại thất bại trong diễn giải của mình? Có thể trả lời: chính vì cả hai vị cùng sử dụng những tài liệu sai lầm của nhân học thế kỷ trước. Nhìn ra cái sai của đối phương nhưng ông Kelley không thấy được cái sai trong tài liệu mình sử dụng nên đã làm một việc vô nghĩa là lấy cái sai này phản bác cái sai khác! Điều này chứng tỏ, ông Kelley mới dừng lại ở mức sao chép thụ động mà chưa nhận thức chính xác tư liệu mình dùng! Đã tới lúc từ bỏ di sản sai lầm của nền nhân học không ADN để mở trang mới cho sự nghiệp nghiên cứu lịch sử văn hóa phương Đông.

Với lời phê bình một đồng nghiệp và một học giả theo kiểu làm nhục, GS. Kelley đã tiến gần lắm đến hình ảnh một tên thực dân, một tên thực dân của tk XIX ở tk. XXI.

Sài Gòn, 30.4.2017

* Xin xem Di cảo của sử gia Tạ Chí Đại Trường

Tài liệu tham khảo.

1.仰韶文化 http://baike.baidu.com/view/9771.htm

2-3-4. Hà Văn Thùy. *Góp phần nhận thức lại lịch sử văn hóa Việt.* NXB Hội Nhà văn, 2016

5. *What Makes Chinese so Vietnamese? An Introduction to Sinitic-Vietnamese Studies.* Tạm dịch: Điều gì làm cho tiếng Trung Quốc giống với tiếng Việt. Giới thiệu về nghiên cứu ngôn ngữ Trung-Việt. Bằng nhiều chứng cứ khó bác bỏ, tác giả chứng minh: tiếng Việt thuộc họ ngôn ngữ Hán-Tạng!

6. Hà Văn Thùy. *Ngôn ngữ học lịch sử đi về đâu?* http://thuyhavan.blogspot.com/2016/09/ngon-ngu-hoc-lich-su-i-ve-au-trao-oi.html

VỀ HIỆN TƯỢNG KEITH WELLER TAYLOR

Trong lễ trao Giải thưởng Phan Châu Trinh cho sử gia người Mỹ K.W.Taylor, diễn ra tại khách sạn Caravelle sang trọng bậc nhất thành phố Sài Gòn ngày 24-3-2015, nhà văn Nguyên Ngọc ca ngợi người nhận giải bằng những lời có cánh:

"Keith Taylor là một trong những nhà Việt Nam học nổi tiếng nhất, cả ở Việt Nam cả ở nước ngoài. Ông cũng là một nhà Việt Nam học độc đáo, từ điểm xuất phát, đến con đường nghiên cứu Việt Nam học ông đã đi, các chặng khác nhau và những chuyển hướng trên con đường đó, và có lẽ cả ở sự gắn bó, gần gũi kỳ lạ của ông với giới nghiên cứu lịch sử ở Việt Nam, những chuyển động bên trong nghiên cứu ấy."

Và:

"Xin cám ơn Keith Weller Taylor, vì tình yêu chân chính và nỗ lực trằn trọc của ông cho khoa học lịch sử Việt Nam, cho Việt Nam."

Không ít phản ứng trái chiều đã rộ lên. Nhưng với người am hiểu, sẽ thấy rằng, đó không phải lời lẽ của riêng Nguyên Ngọc. Ông Nguyên Ngọc chỉ là người phát ngôn cho xu hướng đang ngự trị giới sử học quốc doanh Việt Nam hiện nay. Đó là xu hướng xét lại, phủ định lịch sử Việt Nam hình thành từ xa xưa. Một xu hướng được bắt đầu bằng việc trục xuất nhà Triệu khỏi sử Việt, bằng chối bỏ nhà nước Xích Quỷ cùng Kinh Dương Vương để dựng lên nhà nước Văn Lang 2700 năm tuổi. Đó cũng là xu hướng phủ định một dân tộc Việt Nam thống nhất, có lịch sử lâu dài. Xin mời đọc: Trần Trọng Dương - *Keith Weller Taylor: Hành trình của một sử gia.* *

Để rộng đường ngôn luận, tôi xin thưa lại đôi lời.

Về sử gia Keith Weller Taylor và học trò của ông, tôi đã có những bài viết: *Bài học khó thuộc* (2005), *Một cách nhìn lịch sử hời hợt và méo mó* (2006), *Học giả Mỹ viết gì về sử Việt* (2014). Ở đây chỉ xin nói một cách khái quát.

I. Hoàn cảnh khai sinh của sử gia K.W. Taylor

Năm 1972, *"chàng tuổi trẻ vốn dòng hào kiệt"* K.W.Taylor ôm đầu máu trở về từ Việt Nam trong lúc cao trào chống chiến tranh xâm lược sôi động khắp nước Mỹ. Chung số phận nhiều cựu chiến binh khác, chàng trai đã có lúc mất phương hướng. Nhưng là người có nghị lực nên lý trí trở lại. Vốn sẵn có lợi thế tiếng Việt của một sĩ quan tình báo quân đội và những trải nghiệm cá nhân từ Việt Nam, Taylor ghi tên học Việt học. Năm 1976 nhận bằng Tiến sĩ Đại học Michigan.

Cuộc chiến Việt Nam chia rẽ nước Mỹ với câu hỏi đau đớn: Vì lẽ gì, con voi thua con kiến?! Lúc này những chính trị gia và học giả trung thực cho rằng, Mỹ đã chọn lầm đối tượng. Việt Nam là nước nhỏ nhưng tinh thần dân tộc rất cao và được dẫn dắt bởi một lãnh tụ tài ba Hồ Chí Minh. Với tinh thần thượng võ, không ít người Mỹ nghiêng mình bái phục dân tộc Việt. Cũng lúc này, chủ súy ngành Việt học nước Mỹ là Giáo sư O.W. Wolters. Là người Anh, từng sống nhiều năm ở Malaysia, hiểu biết và có cái nhìn chân thực về lịch sử Đông Nam Á, ông có tiếng nói quan trọng với giới học thuật. Trong bối cảnh đó, cuốn The Birtth of Vietnam (Việt Nam khai quốc) ra đời.

Nhưng cũng vào năm tháng đó, cùng với những thất bại của chính quyền Việt Nam như việc chiếm đóng Campuchia, bóp nghẹt nhân quyền, vụ thuyền nhân, nền kinh tế suy sụp… một phong trào chống Cộng được dấy lên trong nước Mỹ. Những tư tưởng phục thù dai dẳng từ sau 1975 được dịp vùng dậy. Không ăn được thì đạp đổ là tâm lý của những người này.

Họ đã ra sức đạp đổ bằng cách vùi dập dân tộc Việt. Từ vùi dập Hồ Chí Minh, đến vùi dập lý tưởng cao cả giải phóng dân tộc của người Việt. Với giới học thuật, không gì tiện hơn là phủ định sử Việt: phủ định cái nguyên nhân căn cốt làm nên chiến thắng! "Việt Nam không hề là một dân tộc thống nhất mà chỉ là đám người nói tiếng Việt tụ tập nhau tại đồng bằng sông Hồng vào thiên niên kỷ cuối trước Công nguyên." "Đó là những con người hiếu chiến luôn chém giết nhau bằng những cuộc tranh giành giữa các vùng miền…" K.W. Taylor quay ngược ngọn cờ. Bằng nhiều bài viết mà tập trung là cuốn Có một lịch sử của người Việt Nam (A History of the Vietnamese - 2003) ông đã thể hiện mãnh liệt ý hướng đó.

II. Đánh giá "công trình" của K.W.Taylor.

"Sự nghiệp" Việt học của K.W.Taylor được chia làm hai giai đoạn: giai đoạn đầu với The Birth of Vietnam. Giống như đứa trẻ "lần giường tập đi", khi bước vào lĩnh vực lạ lẫm, Taylor phải nương vào sách sử Việt Nam từ Đại Việt sử ký toàn thư cho tới thành quả của nền sử học Việt Nam hiện đại. Cuốn sách gần như một bản chuyển ngữ từ cuốn thông sử Việt Nam sang tiếng Anh. "Nó là một kênh truyền tải tiếng nói của các nhận thức lịch sử ở trong nước [Việt Nam] đến với giới học thuật quốc tế thông qua lăng kính khúc xạ mang tên K.W. Taylor." [Trần Trọng Dương – bài đã dẫn]. Nhiều nhà chép sử người Việt có thể vui mừng vì có một cậu học trò thuộc bài. Ở Việt Nam không ai đánh giá cao cuốn sách này.

Giai đoạn sau với cuốn A History of the Vietnamese (2003). Nhận định về cuốn sách này, Tiến sĩ Trần Trọng Dương viết: "… ông đã tự thanh tẩy toàn bộ/ hoặc phần lớn những tri thức của mình về lịch sử Việt Nam. Taylor đã dành hơn hai chục năm vừa rồi để viết lại những nhận thức KHÁC. Chính vì vậy, trong cuốn sách mới này, ông chỉ dành vỏn vẹn 30 trang, để xóa bỏ hết những gì đã viết trong gần 400 trang của cuốn The Birth of Vietnam." [TTD-bài đã dẫn]

Và đây là cái KHÁC của tác giả:

"Ông lấy An Dương Vương làm vị vua khởi đầu của lịch sử, và gần như đã không đề cập gì đến những huyền thoại Kinh Dương Vương, Lạc Long Quân - Âu Cơ (bọc trăm trứng), Sơn Tinh - Thủy Tinh, Tản Viên, Chử Đồng Tử,… nữa. Cả khái niệm "Bách Việt" do người Hán sáng tạo để áp đặt/nô dịch tinh thần những cộng đồng dân cư khác Hán ở Phương Nam, đến đây cũng đã bị loại thải. Cái quan niệm của chủ nghĩa huyết thống tập thể, rằng "tất cả những người có cùng quốc tịch (bất kể thuộc về dân tộc nào) đều là những người cùng huyết thống, là cùng một bọc sinh ra, là đồng bào, anh em cốt nhục"…, đến đây, cũng đã được cho vào quên lãng. Ông viết rằng: "nhu cầu truy tầm nguồn gốc trong quá khứ xa xăm là nỗ lực nhận thức chung của nhiều dân tộc ở mọi thời điểm và mọi không gian… Nhưng nhu cầu bức thiết kết nối với quá khứ đó chỉ là một ham muốn chứng thực tự thân, chứ không phải là nỗ lực học thuật." Ông cũng nói rõ rằng, những gì mà các sử thần thời Trần và Lê sơ đã làm khi biên soạn những bộ sử đầu tiên của người Việt là cắt dán, lắp ghép các nguồn tư liệu Hán văn cho phù hợp với sự tưởng tượng về quá khứ và tổ tiên của mình, nhằm tạo ra lịch sử của phương Nam trong thế đối chọi với lịch sử của phương Bắc. Sử Tàu dài bao nhiêu sử Việt nhiều từng ấy, họ có gì thì ta có đó. Với cách làm như vậy, phần lớn sử thần Nho gia thời trung đại đã mắc bẫy các sử thần Nho gia Trung Hoa, bằng cách kéo nhập lịch sử Việt Nam "đồng nguyên" [cùng một gốc] với lịch sử Trung Quốc (TTD-bài đã dẫn).

Và

"Các học giả Việt Nam đã/ đang nỗ lực triển khai dự án để đẩy bản sắc dân tộc trở ngược về quá khứ xa nhất có thể. Trong thời kỳ hiện đại, điều đó đã trở thành phổ thông/ phổ biến với người Việt khi họ xác nhận lịch sử quốc gia kéo dài 4.000 năm, cho đến tận thời điểm mà các niên đại và hiện vật khảo cổ học được tập hợp và phân loại trong nền văn hóa Phùng Nguyên… Nhiều học giả người Việt toan tính vạch đường "chỉ đỏ xuyên suốt" ở lĩnh vực văn hóa, thậm chí cả ở ngôn ngữ – dân tộc, [để chứng minh] sự phát triển nối liền từ thời Phùng Nguyên đến tận Việt Nam hiện đại." (TTD-bài đã dẫn)

Tới đây, ta hãy thử bàn về những "khám phá" của "nhà Việt học."

Nói nôm na, Việt học là việc nghiên cứu tất cả những gì thuộc về người Việt trong tư cách một dân tộc, một đất nước. Do vậy, vấn đề tiên quyết đặt ra là xác định: người Việt là ai, có cội nguồn từ đâu, qua quá trình lịch sử thế nào để có mặt trên đất nước Việt Nam như ngày hôm nay? Cho đến giữa thế kỷ trước, từ cổ thư Trung Hoa và những khám phá khảo cổ học sơ khởi ở Đông Á, học giả Pháp cho rằng: Tổ tiên người Việt xuất hiện trên đất Trung Hoa từ thế kỷ XI TCN mà hậu duệ là nước Việt của Việt vương Câu Tiễn. Năm 333 TCN, nước Sở diệt nước Việt, một bộ phận người Việt chạy xuống Bắc Việt Nam, trở thành người Việt hôm nay.

Nhưng tới thập kỷ 1980s, bằng khảo sát hơn trăm cốt sọ tìm được ở Việt Nam và Đông Nam Á cùng với những khám phá khảo cổ học mới nhất, khoa học đã xác nhận: "Suốt thời đá mới, dân cư trên đất Việt Nam thuộc chủng Australoid nhưng sang thời kỳ kim khí, người Mongoloid phương Nam xuất hiện và trở thành chủ thể dân cư đất nước này."[1] Như vậy, bằng khảo cổ và cổ nhân chủng học, khoa học khẳng định, người Việt hiện đại chủng Mongoloid phương Nam định cư trên đất Việt Nam từ hơn 4000 năm trước.

Không chỉ vậy, sang thế kỷ này, nhiều tài liệu di truyền học khám phá rằng: Người tiền sử đặt chân tới Việt Nam từ 70.000 năm trước, sau đó tăng nhân số rồi lan tỏa ra toàn bộ châu Á.[2] Người Việt Nam có chỉ số đa dạng sinh học cao nhất trong các dân cư châu Á.[3]

Như vậy, bằng việc "tra hỏi" các mẩu xương, các hòn đá và cả ADN của người châu Á đang sống hôm nay, khoa học chỉ ra, người Việt là tổ tiên các dân cư châu Á, đất Việt là nơi phát tích của con người châu Á. Người tiền sử đặt chân trước hết tới Việt Nam. Sau khi hòa huyết, hòa trộn tiếng nói, người từ Việt Nam đi lên khai phá đất Trung Hoa. Khoảng 7000 năm trước, tại phía nam Hoàng Hà, người Việt Australoid hòa huyết với người Mongoloid phương Bắc (North Mongoloid) sinh ra người Mongoloid phương Nam, là chủ nhân văn hóa Ngưỡng Thiều. Khoảng 5.000 năm trước, tại lưu vực Hoàng Hà và Dương Tử xuất hiện nhà nước sớm nhất của người Việt với vị vua huyền thoại Thần Nông mà kinh đô là Lương Chử. Khoảng 2879 năm TCN, trên đất đai của nhà nước Thần Nông, nhà nước Xích Quỷ của Kinh Dương Vương ra đời. Khoảng năm 2.698 TCN, người du mục Mông Cổ mở trận quyết chiến ở Trác Lộc đánh bại liên quân Việt của Lạc Long Quân và Đế Lai. Do bại trận, người Việt chủng Mongoloid phương Nam từ Núi Thái – Sông Nguồn (đồng bằng Trung Nguyên ngày nay) di cư về Việt Nam và Đông Nam Á. Người di cư mang nguồn gen Mongoloid phương Nam hòa huyết với dân Australoid bản địa, làm chuyển hóa đại bộ phận dân cư Đông Nam Á sang mã di truyền Mongoloid phương Nam, được nhân học gọi là người Đông Nam Á hiện đại.

Không phải đám trôi sông lạc chợ tụ tập nhau ở đồng bằng sông Hồng vào thiên niên kỷ cuối Trước Công nguyên mà người Việt có mặt ở Việt Nam từ 70.000 năm cách nay. "Đồng bào"- cùng một bọc – là chữ chính xác nhất và hay nhất để nói về dân cư Việt Nam: Trên đất Việt Nam chỉ duy nhất người Việt chủng Mongoloid phương Nam với nhiều sắc tộc.[4]

Cũng từ chứng cứ không thể phản bác, khoa học chứng minh rằng, phần chủ thể của dân cư Trung Hoa là người Việt. Do vậy, tiếng Việt là chủ thể tạo nên ngôn ngữ Trung Hoa. Từ những phát hiện khảo cổ học về ký tự ở văn hóa Giả Hồ, Bán Pha, Lương Chử, nhất là phù tự Cảm Tang cuối năm 2011 cùng chữ viết của 340.000 người thiểu số tộc Thủy Quảng Tây và từ chính chữ Trung Hoa cho thấy, người Việt là chủ thể sáng tạo của Giáp cốt văn. Không chỉ vậy, những thành tựu rực rỡ của văn hóa Trung Hoa như kinh Dịch, kinh Thì… cũng là sản phẩm của tộc Việt.[5]

Từ những khám phá mới về lịch sử phương Đông nhìn vào hai cuốn sách của K.W.Taylor ta thấy: The Birth of Vietnam tuy không có bổ sung hay diễn giải mới về sử Việt nhưng là việc làm lương thiện vì có công chuyển ngữ cuốn sử Việt Nam sang tiếng Anh. Trong khi đó A Hystory of the Vietnamese là một sự xuyên tạc thô bạo lịch sử Việt Nam, tạo ra một lịch sử giả tưởng theo chủ quan người viết. Jared Diamond, nhà nhân học hàng đầu nước Mỹ có câu nói đáng suy ngẫm: "Giờ không còn là lúc chơi với những mẩu xương và những hòn đá nữa. Tất cả những gì liên quan tới con người mà không được di truyền học kiểm định đều không đáng tin." Khi viết sử Việt Nam, ông K.W. Taylor chưa thể tiếp cận những tài liệu di truyền học là điều có thể hiểu được vì lúc đó những tài liệu như vậy chưa có. Nhưng việc không biết tới những phát hiện khảo cổ học của Solheim II [6], sách Eden in the East [7] … là điều không thể chấp nhận! Sứ mạng sử gia là đem lại chân lý cho lịch sử. Với cuốn sách sai lạc như vậy, ông không những không góp được gì mà trái lại, làm rối loạn học thuật, kéo lùi nền Việt học nước Mỹ hàng thế kỷ.

Một câu hỏi cũng cần được đặt ra: vì sao K.W.Taylor được ủng hộ không chỉ ở nước Mỹ mà ngay cả ở Việt Nam? Ở Mỹ, câu chuyện khá đơn giản. Khi giới sử gia già như Wolter khuất bóng thì với A Hysttory of The Vietnamese, K.W.Taylor được ngộ nhận trở thành thống soái môn Việt học nước Mỹ. Không ít đệ tử trẻ tuổi cùng xu hướng tư tưởng như ông. Và cũng có sự thực là, chính những lời tán dương của học giả Việt Nam góp phần không nhỏ chắp cánh cho "uy tín" của "nhà Việt học hàng đầu"! Xin dẫn một thí dụ. Đầu năm 2005, sau khi khai quật di chỉ Mán Bạc ở Ninh Bình, Tiến sĩ Marc Oxenham tuyên bố: "Người từ Trung Quốc mang nông nghiệp tới Việt nam." Bị giới làm sử Việt Nam phản đối, vị học giả của Đại học Quốc gia Úc phải lên tiếng cải chính. Hẳn sau này ông sẽ viết lách thận trọng hơn. Nhưng với Taylor thì khác. Trong khi cố tình lờ đi, coi như không biết tới bài *Tôi đã bắt đầu giảng dạy về chiến tranh Việt Nam như thế nào*? Một bài viết với giọng hằn học xúc phạm dân tộc Việt cùng cuộc chiến tranh giải phóng thì người ta dịch rồi in bài *Các xung đột vùng miền giữa các dân tộc Việt Nam từ thế kỷ 13 đến 19*, một bài viết xuyên tạc trắng trợn lịch sử Việt Nam Trung đại! Nếu các nhà chép sử Việt Nam lên tiếng phản bác một quan điểm như vậy, tình hình sẽ khác đi!

Còn ở Việt Nam, câu trả lời cũng không khó. Do bị hàng ngàn năm chiếm đóng nên lịch sử Việt Nam là những trang vô cùng mong manh với rất nhiều nghi vấn. Vì vậy, từ lâu, người Việt không hài lòng với cuốn sử của mình. Nhu cầu chỉnh sửa là mong ước tự thân. Truyền thuyết một bọc trăm trứng từng được coi là ma trâu thần rắn, nay có người thấy cần thay bằng cái gì đó "biện chứng" hơn, "duy vật" hơn. Và những điều khác nữa… Tuy nhiên, vì lo sợ cho sự an toàn của bản thân, họ đã im lặng. Trong hai năm 1993-1994 sang Việt Nam nghiên cứu trở lại, Taylor là cơ hội bằng vàng để đồng nghiệp Việt Nam chia sẻ với ông tâm tư của họ. Kết quả là một số ý tưởng của học giả Việt Nam đã "sang tai" cho Taylor để rồi được phát biểu trên đất Mỹ. Cố nhiên, người ta chỉ chờ có thế để tung hô như một sự "phát hiện, sáng tạo"! Ông Nguyên Ngọc đã đánh giá rất đúng: "và có lẽ cả ở sự gắn bó, gần gũi kỳ lạ của ông với giới nghiên cứu lịch sử ở Việt Nam, những chuyển động bên trong nghiên cứu ấy." Đúng là sự "gắn bó" một đồng một cốt vùi dập lịch sử dân tộc! Những lời như thế không thể là tự có của một nhà văn mà nó tới tai ông từ những "sử gia". Hãy nghe Giáo sư Lê Văn Lan trong Lời giới thiệu cuốn Nguồn gốc người Việt người Mường của Tạ Đức:

"Tuy nhiên thật mừng là khá lâu rồi, bây giờ mới thấy có người đủ sức, đặc biệt là đủ gan để làm những chuyện này.

Cái gan đầu tiên, chính là việc không những chê, mà còn gỡ bỏ, điều mà tác giả gọi là "vòng kim cô" của những học thuyết một thời chính thống về sự phát triển bản địa tuyệt đối (liên quan đến các vấn đề tự lực tự cường, độc lập tự chủ…) của dân tộc, về sự coi nhẹ, thậm chí phủ nhận, các tác động và ảnh hưởng quyết định ngoại lai, đặc biệt là các cuộc và kiểu thiên di (liên quan đến sự nghiệp chống ngoại xâm, chống can thiệp từ bên ngoài…) của lịch sử".

"Nhưng rồi qua từng trang, từng mục, đọc rất hấp dẫn, thấy tác giả, khi nói ra những điều này, là nói với cái gan dạ từ một tinh thần khoa học thực sự cầu thị, từ một ý chí và tấm lòng kiên định, nhiệt thành vì sự phát triển-đổi mới của khoa học lịch sử; và nhất là cái hệ thống mà Tạ Đức xây dựng nên ở đây, là sản phẩm của một quá trình tìm tòi, khám phá, đặc biệt là tổng hợp, công phu, rộng lớn và có phương pháp; đồng thời thăng (cân) bằng rành rẽ trên nền của bước phát triển khoa học và công nghệ thông tin hiện đại."

Xu hướng đòi viết lại lịch sử Việt Nam là có thực. Nhưng một nguyên nhân quan trọng là nhà chép sử của chúng ta, do tri thức lịch sử hạn hẹp, lại thiếu một bản lĩnh văn hóa nên không thấu hiểu bản chất của một dân tộc có lịch sử lâu dài, thống nhất. Họ trông gà hóa cuốc rồi phủ định giá trị sâu bền nhất của lịch sử dân tộc. Do những áp lực nội tại, họ không dám nói thẳng suy nghĩ của mình nhưng đã truyền cho những người như Taylor. Với thói quen nô lệ vọng ngoại, người ta nống một cậu học trò làm thầy, đem đặt lên bệ thờ để mượn tay thầy đập phá bát hương trong ngôi đền thiêng dân tộc! Tác hại nhỡn tiền là sinh ra đám con nhang đệ tử trẻ người non dạ, ăn theo nói leo kiểu Trần Trọng Dương cùng luận thuyết "Kinh Dương Vương là sản phẩm của văn hóa Tàu"! Điều xót xa là, trong khi cay độc vùi dập dân tộc Việt thì ông K.W.Taylor không ngờ rằng, 40.000 năm trước, có một dòng con cháu người Việt từ Đông Á, qua Trung Á tới Nam Âu. Tại đây, họ lai giống với người Europid vừa từ Trung Đông lên, sinh ra người Europian da sậm màu, là tổ tiên của người châu Âu. Vì vậy, trong dòng máu Anglo-Saxon ông Taylor đang mang, chắc là có một phần máu Việt. Ngay cả những tiếng mẹ đẻ thông dụng nhất ông dùng như Water, sand, people cũng là từ gốc Việt: nước, sạn, bầu bí! Sau này, nếu con cháu ông Taylor có tâm và hiểu biết, hẳn sẽ hành hương về Việt Nam, tới Núi Đọ bái kính nơi phát tích của tổ tiên!

Cuốn sách của Taylor in năm 2003 nay đã lạc hậu, trở thành bằng chứng của sự vô minh, không nói làm gì. Chỉ nực cười là, cho tới năm 2015 này, thông tin về cội nguồn đích thực của tộc Việt tràn trên mạng thì xảy ra chuyện, tại một nơi rất sang trọng, có những người rất quan trọng, làm cái việc rất long trọng là đội vương miện cho cái xác chết!

III. Kết luận

Suốt thế kỷ XX, bằng tất cả những phương cách sáng tạo được như khảo cổ học, cổ nhân học, văn hóa học, ngôn ngữ so sánh… khoa học cũng không thể giải quyết vấn đề căn cốt nhất: Tổ tiên người Việt là ai? Từ đâu ra? Trải quá trình lịch sử như thế nào để có diện mạo như hôm nay? Vì vậy, cuốn sử Việt Nam có nhiều bất cập. Viết lại lịch sử là nhu cầu bức thiết. Từ thập kỷ 1960 xuất hiện những nhà duy sử với ý tưởng xóa bỏ truyền thuyết huyền thoại để xác lập một lịch sử "duy vật như bản thân nó có", dựa vào cổ thư Trung Hoa cùng những tài liệu khảo cổ thời Đông Sơn. Là người nắm bắt ý hướng này, K.W. Taylor đã đẩy tới cực đoan, biến tác phẩm của ông trở thành tài liệu không chỉ xuyên tạc, bóp méo lịch sử Việt Nam mà còn xúc phạm dân tộc Việt. Có những người ủng hộ "sử gia" này. Nhưng theo tôi, đại đa số người dân Việt Nam không đồng tình. Dù không giải thích được nhưng trong tâm cảm, người Việt vẫn ngưỡng vọng về Kinh Dương Vương, về Lạc Long Quân, về nơi phát tích của tổ tiên Núi Thái Sông Nguồn… Những khám phá của công nghệ di truyền thập niên đầu thế kỷ chứng tỏ niềm tin dai dẳng của người Việt là đúng. Và cuốn sử Việt Nam đang được viết lại. Nhưng không phải như K.W.Taylor và môn đồ của ông tưởng tượng. Không chỉ là lịch sử 4000 năm mà tộc Việt có tới 70.000 năm sống, sinh ra phần lớn nhân loại ngoài châu Phi và sáng tạo nền văn hóa phương Đông rực rỡ.

Sài Gòn, Hè 2015

*Trần Trọng Dương. *Keith Weller Taylor*: Hành trình của một sử gia - Tạp chí Tia Sáng (tiasang.com.vn/-van-hoa/keith-weller-taylor-hanh-trinh-cua-mot-su-gia-8708)

Tài liệu tham khảo:

1 Nguyễn Đình Khoa. *Nhân chủng học Đông Nam Á*. (NXB DH&THCN, H. 1983)

2. J.Y. Chu et al: *Genetic relationship of populations in China*. Proc. Natl. Acad. Sci.USA 1998 N. 95 tr. 11763-11768.

3. S.W. Ballinger et al: *Southeast Asian mitochondrial DNA Analysis reveals genetic continuity of ancient Mongoloid migration*. (Genetic 1992 N.130 Tr.139-45)

4. Hà Văn Thùy. *Tiến trình lịch sử văn hóa Việt*.

http://www.amazon.com/Tien-Trinh-Lich-Vietnamese-Edition/dp/1502407043/ref=pd_sim_b_1?ie=UTF8&refRID=0166EHCRB7JE84435N41

5. Hà Văn Thùy. *Viết lại lịch sử Trung Hoa*

http://www.amazon.com/Viet-Lai-Lich-Trung-Vietnamese/dp/1500462675/ref=sr_1_1?s=books&ie=UTF8&qid=1407022568&sr=1-1&keywords=ha+van+thuy

6. W. G. Solheim II. Ph. D: *New light on Forgotten Past. National* Geographic Vol 1339 n.3 Mar. 1971.

7. Stephen Oppenheimer: *Eden in the East: the Drowned Continent of Southeast Asia* – Phoenix London 1998

TRAO ĐỔI VỚI GS. PHAN HUY LÊ VỀ SỬ VIỆT

Ngày 22.2.2017 tại Hà Nội, GS-NGND Phan Huy Lê, Chủ tịch danh dự Hội Khoa học Lịch sử Việt Nam công bố Thông tin khoa học: "Một số thành tựu mới trong nghiên cứu lịch sử Việt Nam" với ba nội dung: 1. Ghi nhận công lao nhà Nguyễn; 2. Những khoảng trống lịch sử và 3. Xác lập quan điểm lịch sử mới.*

Là người quan tâm đến lịch sử dân tộc, chúng tôi xin trao đổi với Giáo sư đôi điều.

1. Ghi nhận công lao nhà Nguyễn.

Nửa thế kỷ trước, ngay khi các sử gia Việt Nam dân chủ cộng hòa kết tội nặng nề nhà Nguyễn, dư luận đã biểu lộ thái độ không đồng tình. Nhiều người cho rằng, dù có tội, nhưng nhà Nguyễn có công lớn đối với dân tộc. Sau năm 1975 vào sống ở miền Tây với tư cách nhà văn, nhà nghiên cứu văn hóa Hà Tiên và phía Nam, chúng tôi càng thấy rõ công lao mở đất cùng những chính sách được lòng dân của nhà Nguyễn và dấu ấn tốt đẹp mà các chúa Nguyễn để lại trong lòng dân Nam Bộ. Năm 1988, trong Hội thảo khoa học về Anh hùng dân tộc Nguyễn Trung Trực ở Rạch Giá, vị giám đốc Sở Văn hóa một tỉnh miền Tây hỏi tôi: "Anh người Hà Nội phỏng?" Tôi chưa kịp trả lời thì ông nói tiếp: "Tại sao mấy anh cứ áp đặt tụi tui theo quan điểm của mấy anh?" Tuy không thể nói ra nhưng uẩn ức trong lòng người trước sự bất công với lịch sử là có thực.

Chúng tôi hiểu rằng, do phải đối mặt cùng một lúc với thực dân Pháp và chính quyền của Bảo Đại, nên Đảng Cộng sản kết tội gay gắt nhà Nguyễn để khơi gợi căm thù trong dân chúng.

Tuy nhiên, sau năm 1975, khi đã toàn thắng, đáng lẽ chúng ta phải giải oan cho nhà Nguyễn để đem lại công bằng cho lịch sử và tăng cường khối đoàn kết dân tộc. Nhưng không hiểu vì sao giới Sử học Việt Nam không làm. Nay việc "Ghi nhận công lao nhà Nguyễn" trở nên quá muộn, không còn đáp ứng lòng mong mỏi của người dân nên chỉ có nghĩa những dòng chữ vô hồn trên giấy tờ chết.

Một sự thật cũng phải nói đến: không chỉ nhà Nguyễn mà nhiều vấn đề quan trọng khác của sử Việt cũng bị đánh giá sai. Việc kết tội Triệu Đà xâm lược rồi trục xuất nhà Triệu khỏi lịch sử; việc chối bỏ tổ Kinh Dương Vương và nhà nước Xích Quỷ, rút lịch sử Việt Nam chỉ còn lại 2700 năm cũng đang bức xúc dư luận. Bên cạnh đó là nhiều sự kiện khác chưa được đánh giá khách quan, trung thực, khoa học như cuộc Cải cách ruộng đất, cuộc đánh tư sản, rồi hợp tác hóa nông nghiệp, cuộc tấn công Mậu Thân 1968 và nổi cộm lên là nhận định về Quốc-Cộng…

Một dân tộc, một đất nước thống nhất không chỉ trong biên giới quốc gia mà còn ở tình cảm, tinh thần, tư tưởng và tâm linh, dựa trên một lịch sử thống nhất. Do bị đứt gẫy lịch sử nên dẫn tới tệ trạng là nhân tâm ly tán, không ít người cảm thấy thân phận tha hương ngay trên Tổ quốc mình. Một dân tộc bị phân rã đã mất đi sức mạnh.

Một câu hỏi được đặt ra, có thể luận thế nào về công và tội của giới sử gia Việt trước dân tộc và lịch sử?

2. Những khoảng trống lịch sử

Ở phần này, Giáo sư Phan Huy Lê nêu những ý chính sau:

- Lịch sử của các dân tộc thiểu số không được nhắc đến. Sử học hiện đại Việt Nam trong một thời gian dài cũng chỉ trình bày nặng về lịch sử người Việt.

- Vì vậy, trên cả nước thì chỉ có lịch sử miền Bắc là được trình bày có ngọn nguồn từ thời nguyên thủy đến thời Hùng Vương, An Dương Vương, thời Bắc thuộc đến thời phong kiến, cận đại, hiện đại. Còn lịch sử của Nam Trung Bộ chỉ mới bắt đầu từ thế kỷ 16, lịch sử Nam Bộ chỉ bắt đầu từ thế kỷ 17.

- Lịch sử của Nam Bộ, của Sài Gòn trước đó thế nào? Không lẽ từ trên trời rơi xuống? Rõ ràng đây là nhận thức phiến diện tạo thành một khoảng trống lịch sử.

- Vì sao nước ta có 54 dân tộc mà chỉ có tôn vinh lịch sử của người Việt, gạt bỏ các dân tộc khác ra ngoài?

Đúng là những khoảng trống bởi vì ở thế kỷ trước chưa được giải quyết và ngay hôm nay cũng chưa có manh mối nào lấp được những khoảng trống khổng lồ trên!

Như ta biết, lịch sử là hoạt động xã hội của cộng đồng người trong thời gian và không gian cụ thể. Do vậy, muốn biết lịch sử "người Việt" và các "dân tộc thiểu số", trước hết phải biết họ là ai, có nguồn gốc thế nào và có quá trình ra sao để có mặt trên đất nước ta hôm nay!

Theo khảo cứu của các học giả Viễn Đông Bác cổ thập kỷ 1930, dân cư trên đất Việt Nam được hình thành như sau: *"Ban đầu, trên đất nước ta có người Melanesien sinh sống. Khoảng 2000 năm TCN, do người Arien xâm lăng Ấn Độ, người Indonesien từ đất Ấn tràn sang chiếm lĩnh Đông Dương, đẩy người Melanesien ra các đảo ngoài khơi. Cuối cùng, khoảng năm 333 TCN, do nước Sở diệt nước Việt, con cháu của Việt Vương Câu Tiễn tràn xuống Việt Nam, trở thành dân cư Việt Nam hôm nay."* [1] Tư trưởng trên trở thành quan niệm chính thống của các nhà làm sử Việt Nam không chỉ ở thế kỷ trước mà còn tới hôm nay.

Tuy nhiên, sang thế kỷ mới, bằng nhiều nghiên cứu di truyền học dân cư phương Đông và những khám phá khảo cổ học cho thấy bức tranh hoàn toàn khác.

a. Sự hình thành người Việt

Những khám phá khoa học thập niên đầu thế kỷ XXI xác nhận: "Khoảng 70.000 năm trước, hai đại chủng người tiền sử là Australoid và Mongoloid từ châu Phi theo ven biển Ấn Độ di cư tới Việt Nam. Tại đây, các dòng người hòa huyết sinh ra bốn chủng người Việt cổ là Indonesian, Melanesian, Vedoid và Negritoid, trong đó người Indonesian là đa số, giữ vai trò lãnh đạo về xã hội và ngôn ngữ. Khoảng 50.000 năm trước, người từ Việt Nam lan tỏa sang Ấn Độ và các vùng đất Đông Nam Á. 40.000 năm cách nay, đi lên khai phá Trung Quốc." [2]; [3]. Khoảng 20.000 năm trước, sau khi chế tác công cụ đá mới mà tiêu biểu là những *chiếc búa, rìu* hay *việt*, vừa là công cụ lao động hiệu quả vừa là vũ khí sắc bén, người tiền sử trên đất nước ta được gọi là *người Việt (戉)*. Cũng từ đấy, Việt trở thành tộc danh của tổ tiên chúng ta. Khoảng 10.000 năm trước, khi làm chủ nông nghiệp lúa nước, người Việt được gọi là Lạc Việt (粵) với ý nghĩa là chủ nhân của nghề trồng lúa.

Khoảng 7.000 năm trước, tại miền Trung Hoàng Hà, diễn ra sự gặp gỡ hòa huyết giữa người Việt chủng Australoid làm nông nghiệp và người du mục chủng Mongoloid phương Bắc (North Mongoloid), sinh ra người Việt chủng Mongoloid phương Nam. Người Việt mới tăng số lượng, trở thành chủ nhân văn hóa Ngưỡng Thiều, làm nên trung tâm nông nghiệp lớn vùng Thái Sơn-Trong Nguồn.

Khoảng 5.300 năm trước, tại vùng Thái Hồ tỉnh Chiết Giang, người Lạc Việt xây dựng quốc gia đầu tiên ở phương Đông, có kinh đô là Lương Chử, còn ranh giới chiếm trọn lưu vực sông Dương Tử, trùng với ranh giới của nước Xích Quỷ truyền thuyết.[4]

Khoảng 2698 năm TCN, người Mông Cổ phương Bắc do bộ tộc Hiên Viên dẫn đầu, đánh vào Trác Lộc, chiếm miền Trung Hoàng Hà của người Việt, lập vương triều Hoàng Đế.

Do cuộc xâm lăng này, một bộ phận người Việt vùng Núi

Thái-Trong Nguồn di tản xuống Nam Dương Tử, Việt Nam và Đông Nam Á. Người di cư mang nguồn gen Mongoloid về, chuyển hóa dân cư Việt Nam và Đông Nam Á sang mã di truyền Mongoloid phương Nam. Nhân chủng học gọi đó là *quá trình Mongoloid hóa dân cư Đông Nam Á*, hoàn tất vào cuối thời đá mới, khoảng 2.000 năm TCN [5].

Như vậy là, cũng như toàn thể dân cư Đông Nam Á, dân cư Việt Nam được hình thành theo hai giai đoạn: ***người Việt cổ*** ra đời khoảng 70.000 năm trước tại Việt Nam, mang mã di truyền Australoid. Giai đoạn sau khoảng 7000 năm trước, trên lưu vực Hoàng Hà, xuất hiện ***người Việt hiện đại*** chủng Mongoloid phương Nam. Khảo cổ học xác nhận, ở thời văn hóa Đa Bút, dân cư trên đất Việt Nam gồm hai chủng Indonesian và Melanesian. Sang thời kim khí, tại văn hóa Phùng Nguyên, khi tiếp nhận nguồn gen Mongoloid, *người Indonesian chuyển thành chủng Mongoloid phương Nam điển hình.* Trong khi đó *người Melanesian chuyển thành dạng Indonesian hiện đại của chủng Mongoloid phương Nam.* [6] Trên thực địa, những sắc tộc Thái, Tày, Dao, Mường… trở thành chủng Mongoloid phương Nam điển hình. Trong khi đó, các sắc tộc Chăm, Khmer và nhiều sắc dân Tây Nguyên thành dạng Indonesian hiện đại của chủng Mongoloid phương Nam.

Như vậy là, khảo cổ học và nhân chủng học xác nhận, cho đến 2.000 năm TCN, dân cư trên đất nước ta duy nhất là chủng tộc Việt, mã di truyền Mongoloid phương Nam.

b. Sự ra đời của người Kinh.

Nhận tri thức từ Viễn Đông Bác cổ, các học giả Việt Nam cho rằng, "Nhóm tiền Việt Mường chuyển hóa thành Việt Mường chung. Sau đó một bộ phận tiếp xúc với nhóm Tày-Thái cổ, sinh ra người Việt."Nhưng những khám phá mới cho thấy một sự thật khác:

- Khoảng 300-500 năm TCN, do nước biển rút, đồng bằng sông Hồng hình thành. Những thành phần năng động nhất trong các bộ tộc người Việt ở Việt Nam, Đông Dương và Nam Dương Tử dồn về khai thác vùng đất mới. Vốn cùng một chủng tộc, với ngôn ngữ và văn hóa Lạc Việt, mọi người sống hòa hợp. Trong số những người từ Nam Dương tử xuống, có người Tày-Thái, người Hẹ (Hakka), người Hán, là hậu duệ của tổ tiên lên khai phá khu vực miền Trung Hoàng Hà sau đó sống trong các vương triều Hoàng Đế tới thời Thương-Chu, Tần, Hán nên ngôn ngữ gốc Việt của họ trở nên đơn âm và hữu thanh [7]. Khi tiếp xúc với cộng đồng người Việt ở đồng bằng sông Hồng, đã truyền ngôn ngữ này cho đồng bào của mình. Sự việc được tăng cường sau khi Triệu Đà lập nước Nam Việt, chữ Nho được đưa sang dạy và nhất là từ khi người Trung Quốc chiếm đóng, chữ Nho thành văn tự chính thống, tiếng nói dân cư đồng bằng chuyển nhanh hơn sang đơn âm-hữu thanh.

Một cộng đồng đông đúc, sống trong môi trường tự nhiên mở, có điều kiện giao lưu tiếp xúc với thế giới bên ngoài, trong ảnh hưởng của kinh kỳ đô hội… đã dần hình thành nhóm sắc tộc riêng, với số lượng lớn, được gọi là người Kinh. Trong khi đó, những bộ tộc người Việt khác sống trong môi trường hẹp, khép kín, dân số ít, trở thành những sắc dân thiểu số.

Tới đây cần khẳng định: người Kinh là một sắc tộc (ethnicity) trong cộng đồng dân tộc Việt (race, nation). Việc gọi người Kinh là người Việt, còn các sắc tộc khác trên đất Việt Nam không phải Việt là sai lầm do thiếu tri thức cơ bản về nhân học.

Có lẽ cũng cần làm rõ một số khái niệm dân tộc học. Nhân học chia loài người thành ba cấp độ: *Loài* (species): Homo sapiens. Dưới loài gồm nhiều *chủng* người (race, nation): North Mongoloid, South Mongoloid, Indonesian, Melanesian… Dưới chủng là các *sắc tộc* (ethnicity): Tày, Thái, H'mong, Kinh, Chăm, Khmer…

Một thời gian quá dài chúng ta đã lẫn lộn trong hệ thống phân loại này. Bắt đầu từ sau năm 1954. Học theo Trung Quốc nói rằng "Trung Quốc có 56 dân tộc anh em," chúng ta ghi vào hiến pháp: "Việt Nam có 54 dân tộc anh em." Điều này không đúng bởi thực tế, Trung Quốc có 56 sắc tộc (ethnicities) trong năm chủng tộc (races) hay dân tộc (nation) là Hán, Hồi, Mông, Mãn, Tạng. Sau này nhận ra sai lầm, người Trung Quốc đã sửa. Trong khi đó chúng ta vẫn theo quan niệm cũ khiến các sử gia lúng túng.

Từ phân tích trên cho thấy, một khi đã xác định rõ nguồn gốc và quá trình hình thành người Việt và người Kinh, thì những "khoảng trống" mà Giáo sư Lê nêu ra phần lớn đã được san lấp:

- Trên đất nước Việt Nam chỉ có duy nhất một dân tộc Việt, cùng một nguồn gốc, cùng ngôn ngữ, cùng văn hóa và cùng lịch sử. Những cộng đồng thiểu số như người Chăm, Bana, Êđê, Khmer…là những sắc tộc thiểu số của dân tộc Việt. Ngay cả người Hoa gốc Quảng Đông, Quảng Tây, Phúc Kiến… đang sống ở nước ta thì cũng là sắc tộc Hoa của dân tộc Việt bởi lẽ tổ tiên họ cũng là người Việt.

- Là cộng đồng do người Việt sinh ra, nhận được những phẩm tính ưu tú của dân tộc, sống trên vùng đất phì nhiêu nhất và có số lượng lớn vượt trội nên người Kinh là tiêu biểu của dân tộc Việt. Do lịch sử một dân tộc là lịch sử của cộng đồng chủ thể làm nên dân tộc đó nên *lịch sử của người Kinh chính là lịch sử của dân tộc Việt.* Cha ông ta đã đúng khi lấy lịch sử người Kinh làm đại diện cho lịch sử Việt Nam. Nghiên cứu lịch sử các sắc dân khác là cần, để bổ sung cho tính đa dạng của lịch sử dân tộc. Nhưng cho rằng, lịch sử các sắc dân thiểu số cũng có vai trò "bình đẳng" với lịch sử người Kinh là lầm lẫn tai hại!

- Do được hình thành như trình bày ở trên nên người Chăm, Khmer, các sắc dân Tây Nguyên đều là người Việt. Từ xa xưa, cha ông của đồng bào Chăm, Khmer, Banar, Êđê… đã sinh ra và sống trên đất Việt Nam và góp phần xây dựng nền văn hóa Việt như văn hóa Sa Huỳnh, văn hóa Đồng Nai, văn hóa Óc Eo… Có người thắc mắc, đồng bào Tây Nguyên có phải con cháu vua

Hùng? Khảo cổ học và nhân chủng học đã trả lời: các sắc dân này cùng là người Việt Australoid bản địa, nhận được nguồn gen Mongoloid từ hậu duệ của Kinh Dương Vương, Lạc Long Quân, Hùng Vương để chuyển mã di truyền sang Mongoloid phương Nam nên cũng là con cháu vua Hùng! Do trước đây chưa biết điều này nên chúng ta bỏ qua, từ nay cần nghiên cứu và đưa vào chính sử nước nhà.

- Từ di truyền học và những chứng cứ khảo cổ học, văn hóa học, có cơ sở để nói rằng, thời các Vua Hùng, toàn bộ Đông Dương, bao gồm cả Thái Lan, Myanmar và bán đảo Mã Lai nằm trong sự thống thuộc của nhà nước Văn Lang của các Vua Hùng do mối liên hệ về nguồn cội, văn hóa và tâm linh. Nhưng khi Văn Lang bị diệt và nhất là khi Việt Nam bị phương Bắc đô hộ, do mất liên hệ với trung tâm nên các thủ lĩnh địa phương phía Nam lập những quốc gia riêng như Lâm Ấp, Chămpa, Chân Lạp, Phù Nam… Việc nhà Trần, nhà Lê, nhà Nguyễn thu phục những vùng đất phía Nam, về bản chất là việc thống nhất lãnh thổ để xây dựng quốc gia chung giầu, mạnh của người Việt. Do vậy, lịch sử Việt Nam phải gồm lịch sử của cộng đồng người Việt từng sống trên những quốc gia cổ đó.

3. Về "xác lập quan điểm lịch sử mới"

Khi đề nghị một quan điểm mới để nghiên cứu sử Việt, Giáo sư Lê viết: "Một quan điểm tuy không được đưa vào các văn kiện của Liên hợp quốc nhưng gần như tất cả các quốc gia, dân tộc trên thế giới đều thừa nhận, đó là lịch sử của bất cứ một quốc gia dân tộc nào cũng đều *xuất phát từ lãnh thổ hiện nay để viết sử* (HVT nhấn mạnh). Tất cả những gì diễn ra trên không gian địa lý, lãnh thổ đó đều thuộc về chủ quyền khai thác, bảo quản và nghiên cứu của chính quốc gia đang làm chủ đó, dù trước đó có những dân tộc đã từng có nhà nước riêng. Tất cả các tầng lớp cư dân, cộng đồng, tộc người hay các vương quốc từng tồn tại trên các không gian lãnh thổ đó đều thuộc về lịch sử và văn hóa của nhà nước hiện nay đang quản lý lãnh thổ đó".

Thật kinh hoàng về "dự luật' do giáo sư có ý đệ trình UNESCO! Bạn đọc kính mến, bạn nghĩ gì khi đọc những dòng này: *"Tất cả các tầng lớp cư dân, cộng đồng, tộc người hay các vương quốc từng tồn tại trên các không gian lãnh thổ đó đều thuộc về lịch sử và văn hóa của nhà nước hiện nay đang quản lý lãnh thổ đó"?* Chúng ta đều biết rằng, hầu hết các đường biên quốc gia hiện nay được hình thành trên sự tranh chấp lãnh thổ và tồn tại dưới hai dạng: hợp theo công pháp quốc tế hay chiếm đóng trái phép. Nói như trên, vô hình trung, Giáo sư Lê đã đánh đồng sự sở hữu và quản lý hợp pháp với sự chiếm đóng trái phép bằng cưỡng đoạt?!

Không thể có cách hiểu nào khác ngoài việc ông giáo sư chấp nhận sự chiếm đóng trái phép của Trung Quốc không chỉ với Nội Mông, Tân Cương, Tây Tạng mà còn với Hoàng Sa, Trường Sa của Việt Nam?! Không hiểu một cách máy móc theo chiều quy kết, chúng tôi biết là ý giáo sư muốn nói, nhà làm sử Việt Nam có quyền và trách nhiệm viết về toàn bộ lịch sử từng xảy ra trên đất nước hiện nay của mình. Tuy nhiên, diễn đạt như giáo sư thật sơ hở nên quá chừng nguy hiểm!

Không chỉ thế, câu này của giáo sư cũng có vấn đề: *"Lịch sử của bất cứ một quốc gia dân tộc nào cũng đều xuất phát từ lãnh thổ hiện nay để viết sử."* Phải chăng giáo sư, người đứng đầu ngành Sử chỉ cho phép viết sử Việt Nam trong phạm vi biên giới hiện tại? Người xưa dạy, "Nước có nguồn!" Một dòng sông phải có nguồn rồi mới thành dòng. Nếu chúng tôi không lầm thì ý tưởng như thế chỉ cho phép nghiên cứu dòng sông trong biên giới quốc gia? Có thể "nghiên cứu" như vậy được chăng? Sẽ ra sao khi chỉ nghiên cứu những gì đã có và hiện có trên đất Việt Nam? Như trên đã trình bày, hành trình sinh tồn và phát triển của người Việt trên trái đất này không chỉ 4.000 năm, càng không phải 2.700 mà những 70.000 năm. Hơn nữa, không chỉ diễn ra ở Việt Nam mà tổ tiên ta từ Việt Nam còn đi lên khai phá Hoa lục và xây dựng ở đó nền văn minh rực rỡ. Rồi từ Thái Sơn - Trong Nguồn, tổ tiên ta mang nguồn gen Mongoloid về chuyển hóa không chỉ dân cư Việt Nam mà toàn bộ Đông Nam Á sang người Việt hiện đại chủng Mongoloid phương Nam. Và tại đồng bằng sông Dương Tử, người Lạc Việt tổ tiên ta không chỉ làm ra đồ gốm đầu tiên, thuần hóa cây lúa nước đầu tiên mà còn xây dựng nhà nước đầu tiên ở phương Đông để vinh danh họ Hồng Bàng với biểu trưng con Rồng cháu Tiên! Lẽ nào những sự thực lịch sử này là của ngoại bang, cấm không được nói đến!? Thật cay đắng, đau xót và nhục nhã cho những người yêu và nghiên cứu Sử Việt khi đứng trước Bảo tàng Lăng Triệu Văn Đế ở Quảng Châu. Phải chăng Giáo sư Lê muốn "bàn giao" thêm nhiều nữa? Liệu "Quan điểm lịch sử mới" của Giáo sư Lê có là cú đòn tiếp theo nhằm hủy diệt lịch sử Việt Nam?!

Sài Gòn, dịp giỗ Tổ năm 2017

*http://motthegioi.vn/giao-duc-c-69/ban-tron-lich-su-c-111/gs-phan-huy-le-de-nghi-phai-ghi-nhan-cong-lao-cua-nha-nguyen-57169.html

Tài liệu tham khảo:

1. Đào Duy Anh. *Lịch sử cổ đại Việt Nam.* (NXB Văn hóa thông tin. H, 2005)

2. J. Y. Chu et al. *Genetic relationship of populations in China.* https://www.ncbi.nlm.nih.gov/pmc/articles/PMC21714/

3. Stephen Oppenheimer. *Out of Eden: The Peopling of the World.* https://www.amazon.com/...Peopling-Stephen-Oppenheimer/.../184119

4. Hà Văn Thùy. *Nhà nước Xích Quỷ từ huyền thoại đến hiện thực.* (NXB Hội Nhà văn. H, 2017)

5. 6. Nguyễn Đình Khoa. *Nhân chủng học Đông Nam Á. (NXB DH&THCN.H, 1983)*

7. Hà Văn Thùy. *Góp phần nhận thức lại lịch sử văn hóa Việt.* NXB Hội Nhà văn. H, 2016

TRAO ĐỔI TIẾP VỚI GS PHAN HUY LÊ VỀ SỬ VIỆT

Trong bài trước tôi đã trao đổi với Giáo sư Phan Huy Lê về ba vấn đề: 1. Ghi nhận công lao nhà Nguyễn; 2. Những khoảng trống lịch sử và 3. Xác lập quan điểm lịch sử mới. Nay xin thảo luận tiếp với ông về hai điều vô cùng hệ trọng khác.

Trang Thông tin của Ban Tuyên giáo Trung ương ngày 22.2. 2017* viết:

1."Giáo sư Phan Huy Lê cho biết: Các nhà khoa học đã tìm được những di chỉ của thời cổ đại, những công cụ của giai đoạn sơ kỳ trong thời đại đồ đá cũ xác định thời tiền sử của Việt Nam không phải 30 vạn năm như trước đây vẫn khẳng định mà có thể từ 60-80 vạn năm. Giáo sư Phan Huy Lê nhấn mạnh, đây là một đột phá lớn, làm thay đổi sâu sắc những hiểu biết về lịch sử thời cổ đại của người Việt Nam và từ đó, lịch sử đã được nâng lên một tầm vóc mới."

Cần hiểu thế nào về phát biểu này?

Rõ ràng là giáo sư cho rằng: "Thời tiền sử của Việt Nam không phải 30 vạn năm như trước đây vẫn khẳng định mà có thể từ 60-80 vạn năm." và "đây là một đột phá lớn, làm thay đổi sâu sắc những hiểu biết về lịch sử thời cổ đại của người Việt Nam."

Người đọc hiểu rằng, giáo sư nói về việc các nhà khảo cổ Việt-Nga phát hiện di chỉ khảo cổ An Khê tỉnh Kon Tum, với dấu vết của con người khoảng 800.000 năm trước. Trước hết, cần làm rõ ý nghĩa của phát hiện khảo cổ này.

Những người từng nghiên cứu lịch sử văn hóa phương Đông đều biết rằng, năm 1921, kỹ sư mỏ người Thụy Điển Andersson khai quật di chỉ Chu Khẩu Điếm ở phía bắc thành Bắc Kinh, phát hiện di cốt người Đứng thẳng Homo erectus 600.000 năm tuổi, được gọi là người Bắc Kinh Homo pekinensis. Sau đó tìm ra người Đứng thẳng Java 1,9 triệu năm và người Nguyên Mưu 1,7 triệu năm.

Năm 1960, khi phát hiện dấu vết của người Homo erectus 500.000 năm trước ở di chỉ Núi Đọ, cũng đã nhen nhóm ý tưởng: người Núi Đọ là tổ tiên của người Việt Nam. Tuy nhiên, những phát hiện khảo cổ tiếp theo cho thấy, 200.000 năm cách nay, người Đứng thẳng hoàn toàn biến mất khỏi châu Á. Thập kỷ 1970 phát hiện di cốt người Đứng thẳng Neanderthal ở Levant (Israel) có tuổi 34.000 năm, với đặc điểm rất gần người châu Âu. Giới khoa học cho rằng: người Neanderthal là tổ tiên người châu Âu. Nhưng những khảo cứu di truyền học phân tử gần đây xác nhận: trong thời gian sống chung nhiều ngàn năm ở Trung Đông, có diễn ra sự giao phối chéo giữa người Khôn ngoan Homo sapiens và người Đứng thẳng Homo erectus nhưng tỷ lệ máu của người H. erectus trong bộ gen người hiện đại quá nhỏ, chỉ chiếm 1-2%. Do vậy đưa tới kết luận: người Đứng thẳng là họ hàng xa của loài người hiện nay mà không phải là tổ tiên của loài chúng ta! [1] Sau 200.000 năm cách nay, trên đất châu Á cũng như Việt Nam vắng bóng người! Một thời gian dài trong nửa cuối thế kỷ XX, khoa học cố công tìm địa điểm và thời gian xuất hiện của loài chúng ta Homo sapiens nhưng chưa có kết luận cuối cùng.

Sang kỷ nguyên mới, bằng nhiều khám phá di truyền nhân học, khoa học thế giới khẳng định, loài chúng ta chỉ xuất hiện 200.000 năm trước tại châu Phi và 70.000 năm cách nay di cư tới Việt Nam. Khám phá này của khoa học nhân loại đã cung cấp cho chúng ta thông tin xác định: *Thời tiền sử của người Việt Nam bắt đầu từ 70.000 năm trước*. [2]

Đối chiếu khám phá của khoa học thế giới với nhận định của Giáo sư Phan Huy Lê khi cho rằng: "Thời tiền sử của Việt

Nam không phải 30 vạn năm như trước đây vẫn khẳng định mà có thể từ 60-80 vạn năm," ta thấy những sai lầm sau:

i. Người Núi Đọ, An Khê cũng như người Java, Nguyên Mưu, Chu Khẩu Điếm… là người Đứng thẳng, loài tiền nhiệm của chúng ta. Họ đã tuyệt diệt trên toàn châu Á cũng như trên đất Việt Nam 200.000 năm trước nên không hề có mối liên quan nào với chúng ta. Do họ không cùng loài với chúng ta nên việc cho rằng thời gian tồn tại của họ thuộc về thời tiền sử của người Việt Nam là sự lầm lẫn tai hại. Điều đơn giản: họ không phải tổ tiên người Việt Nam thì thời gian tồn tại của họ không thể thuộc tiền sử người Việt Nam!

ii. Cho rằng Lịch sử thời cổ đại của người Việt Nam kéo dài tới 80 vạn năm chứng tỏ Giáo sư Phan Huy Lê đồng nhất Loài người Đứng thẳng Homo erectus với người Khôn ngoan Homo sapiens. Điều này không đúng với thực tế.

2. Giáo sư Phan Huy Lê cho rằng: "Lịch sử Việt Nam có 3 lần thất bại trong chống ngoại xâm đó là thời An Dương Vương chống Triệu Đà; thời nhà Hồ chống Minh và thời nhà Nguyễn chống Pháp."

Hơn nửa thế kỷ, nhận định "Triệu Đà xâm lược Âu Lạc" từng gây tranh cãi. Trên báo chí xuất hiện nhiều bài viết phản bác quan niệm này. Chính trên tạp chí Xưa và Nay của Hội Sử học Việt Nam (số 253, 254, 2/2006) tôi đã có bài Triệu Đà, Ngài là ai? Đưa ra nhiều chứng cứ xác đáng phản bác quan niệm trên. Tiếp đó, trên Văn hóa Nghệ An ngày 24 Tháng 5. 2013 tôi cho đăng bài Nỗi bất an của lịch sử với cùng chủ đề. Những bài viết đó được sự hưởng ứng của nhiều tầng lớp người Việt trong và ngoài nước. Tôi rất mong Giáo sư Lê cùng học trò thành danh đông đảo của ông phản biện ý kiến tôi để tìm ra sự thật. Tiếc là không ai lên tiếng!

Những người kết tội Triệu Đà xâm lược dùng lý lẽ chủ đạo vì cho ông là người Hán. Nhưng từ khảo cứu cổ thư cùng những phát hiện nhân chủng học mới nhất cho thấy, Triệu Đà là người Việt. [3]

Việc Giáo sư Phan Huy Lê cùng trường phái của ông vẫn duy trì quan điểm cũ lạc hậu gây hại lớn cho dân tộc là điều không thể chấp nhận.

3. "Một số thành tựu mới trong nghiên cứu lịch sử Việt Nam" là công bố quan trọng của người đứng đầu ngành Sử. Tuy nhiên, ta thấy trong đó những sai lầm nghiêm trọng.

i. Do không hiểu người Việt Nam là ai nên lầm lẫn khi cho rằng hoạt động của loài người Đứng thẳng cũng là tiền sử của người Việt Nam. Sai lầm này dẫn tới những lầm lẫn khác.

ii. Cũng do không hiểu nguồn gốc và sự hình thành của người Việt Nam nên cho rằng chỉ người Kinh mới là người Việt còn các sắc tộc thiểu số khác không phải là người Việt. Sai lầm này dẫn tới "những khoảng trống" giả tạo trong sử Việt và việc giải thích lịch sử một cách thiếu cơ sở.

iii. Cho đến nay vẫn cho rằng Triệu Đà xâm lược Âu Lạc là thể hiện quan điểm lịch sử bảo thủ lỗi thời, tác động tiêu cực, đưa việc nghiên cứu lịch sử Việt Nam không chỉ lạc hậu mà còn lạc đường.

Cho tới khi chắp bút viết bộ Quốc sử, Giáo sư Phan Huy Lê và cộng sự của ông chưa biết những phát hiện mới của khoa học thế giới về nguồn gốc thực sự của người Việt Nam. Lịch sử là hoạt động xã hội của cộng đồng người trong quá khứ. Khi chưa hiểu cộng đồng đó là ai, từng kinh qua hoạt động ra sao trong quá khứ để có diện mạo như hôm nay thì mọi chuyện nói về họ không đáng tin cậy.

Sài Gòn, 24.5.17

*(http://www.tuyengiao.vn/Home/khoahoc/97096/Giao-su-Phan-Huy-Le-Nhan-thuc-ve-lich-su-can-toan-bo-va-toan-dien)

1. Bryan Sykes. *Bảy nàng ccon gái của Ê-va*. NXB Trẻ năm 2008

2. 3. Hà Văn Thùy. *Góp phần nhận thức lại lịch sử văn hóa Việt*. NXB Hội Nhà văn. H, 2016.

BÀN VỚI GIÁO SƯ TRẦN QUỐC VƯỢNG VỀ VĂN HÓA VIỆT

Văn hóa là sản phẩm hoạt động xã hội của cộng đồng người. Do vậy, muốn hiểu văn hóa của một cộng đồng trước hết cần biết cộng đồng đó là ai, có nguồn gốc thế nào và có quá trình hình thành ra sao? Khi khảo cứu văn hóa Hoa-Việt, giáo sư Trần Quốc Vượng căn cứ trên cổ thư Trung Hoa và tài liệu của Viện Viễn Đông Bác cổ cho rằng: *"Văn hóa Việt Nam khác văn hóa Trung Quốc, từ trong cội nguồn của nó."* Cái cội nguồn ấy theo ông là: *"Về mặt nhân chủng, cho tới khoảng giữa thiên niên kỷ I trước Công nguyên (-500), về cơ bản, đó là vùng phi Hoa – phi Ấn... Cho tới trước khi Trung Quốc bành trướng xuống vùng lưu vực Trường Giang, thì Việt Nam và Trung Quốc là khác nhau trên căn bản: Việt Nam là vùng châu Á gió mùa. Trung Quốc là vùng châu Á đại lục; Việt Nam là vùng nông nghiệp nước (hệ thống ngập nước- système inondé), rồi hệ thống tưới nước (systèmes irrgués). Trung Hoa là vùng nông nghiệp khô (culture sèche); Việt Nam là vùng lúa nước, Trung Hoa là vùng kê, cao lương, rồi mạch. Từ giữa thiên niên kỷ I trước Công nguyên, bành trướng Trung Quốc tràn xuống lưu vực Trường Giang và xa mãi về phía Nam; vùng "Bách Việt" co lại dần, tưởng "mất hết" nhưng cuối cùng vẫn còn một Việt Nam, đại biểu duy nhất còn sót lại của phức hợp Bách Việt ngày xưa, tồn tại vừa với tính chất Dân tộc – Nhà nước (Nation-État) vừa với tính chất Dân tộc – Nhân dân (Nation – Peuple). Từ đó xuất hiện trên thực tiễn những sự giống nhau, những cái "bất dị" giữa Việt Nam và Trung Quốc. Vậy cái khác nhau (dị, thù, theo ngôn từ Nguyễn Trãi) là có trước, cái giống nhau là có sau."*

Có nghĩa là theo giáo sư, do nguồn gốc khác nhau nên ban đầu văn hóa Hoa Việt khác nhau. Chỉ khi người Hán tràn xuống phương Nam, đồng hóa người Việt về máu huyết và văn hóa, lúc đó những gì giống nhau mới xuất hiện…

Từ quan niệm đó, trong một lần trả lời Đài BBC tiếng Việt năm 2003, ông tuyên bố: *"Tôi đã nói rồi, nói với ông Phạm Văn Đồng là: Việt Nam có 1000 năm Bắc thuộc. Tính cách gì thì cũng 1000 năm. Quan sang này rồi lính tới này, chúng ta bị đồng hóa đứt đuôi!"* Đấy là nhận định sai lầm. Năm 1983, trong cuốn Nhân chủng học Đông Nam Á, nhà nhân học hàng đầu của Việt Nam, Giáo sư Nguyễn Đình Khoa cho biết, từ 2000 năm TCN dân cư Việt Nam là chủng Mongoloid phương Nam (Nam Á). Trong khi đó, người Hán cũng thuộc chủng Mongoloid phương Nam. Giao phối giữa người Việt và người Hán nếu có thì cũng là sự hòa huyết trong cùng một chủng tộc (race) đâu phải là đồng hóa? Vào đầu năm 2005 khi phản bác Tiến sỹ Marc Oxenham của Đại học Quốc gia Úc cho rằng người từ Nam Dương Tử mang nông nghiệp xuống Việt Nam, "Giáo sư Trần Quốc Vượng từ Hà Nội cho biết hiện nay, quan điểm chung của phía Việt Nam là công nhận thuyết 'đa trung tâm'. Theo đó, không có một trung tâm nào trên thế giới, từ đó nghề nông được truyền sang các vùng khác."[1] Khẳng định như vậy chứng tỏ GS Vượng hiểu lầm về thuyết Đa trung tâm. Thuyết Đa trung tâm (multiregional hypothesis) thịnh hành từ thập kỷ 1970, nói rằng con người được sinh ra từ nhiều vùng khác nhau: châu Phi sinh ra người da đen, châu Âu cho ra người da trắng, châu Á là quê hương người da vàng… Trong khi đó GS Vượng tưởng rằng thuyết Đa vùng xác định có nhiều trung tâm phát sinh nông nghiệp khác nhau mà trung tâm này không ảnh hưởng tới trung tâm khác. Trong thực tế, sang thế kỷ XXI, khám phá của di truyền học xác nhận con người được sinh ra từ nơi duy nhất là châu Phi, thuyết Đa trung tâm sụp đổ. Vậy mà vị Giáo sư đứng đầu về Cổ sử Việt Nam vẫn dõng dạc tuyên bố: "Việt Nam ủng hộ thuyết đa trung tâm" khiến cho học thuật Việt Nam trở nên "tệ hại" trước thế giới (chữ của L.C. Kelley, phó GS Đại học Hawaii)! Không chỉ vậy, khoa học cũng xác định: Đông Nam Á là nơi phát minh nông nghiệp đầu tiên của thế giới rồi từ đây lan tỏa ra nhiều vùng khác…

Những kiến thức mà Giáo sư Vượng tin tưởng vững chắc trên thuộc về nửa đầu thế kỷ XX. Nhưng ở cuối thế kỷ, nhiều khảo cứu cho thấy một sự thật ngược lại. Năm 1971, từ những khám phá khảo cổ ở Thái Lan, trong bài Ánh sáng mới dọi vào vùng quên lãng [2], Giáo sư Solheim II của Đại học Hawaii cho rằng Đông Nam Á là cái nôi của nông nghiệp thế giới. Năm 1998, trong cuốn Địa đàng ở phương Đông [3], Giáo sư Stephen Oppenheimer công bố: nông nghiệp sớm nhất thế giới được bắt đầu ở Đông Nam Á rồi từ đây, những giống cây trồng, vật nuôi cùng tư tưởng về nông nghiệp được đưa sang phương Tây. Năm 1992, trong công trình khảo cứu di truyền dân cư châu Á, S.W. Ballinger [4] phát hiện: người Việt Nam có chỉ số đa dạng sinh học cao nhất trong dân cư châu Á. Điều này có nghĩa, con người châu Á được sinh ra trước tiên ở Việt Nam sau đó lan tỏa ra toàn châu lục. Đặc biệt là vào năm 1998, trong công trình Quan hệ di truyền của dân cư Trung Quốc, J.Y. Chu và đồng nghiệp công bố khám phá chấn động: "Người hiện đại Homo sapiens xuất hiện đầu tiên ở Đông Phi 180.000 năm trước. 60.000 năm trước, theo ven biển Ấn Độ họ di cư tới Việt Nam. Nghỉ lại ở đây 10.000 năm sau đó người từ Việt Nam lan tỏa ra các đảo Đông Nam Á, sang Ấn Độ. Khoảng 40.000 năm trước, khi khí hậu ấm lên, họ từ Việt Nam đi lên chiếm lĩnh đất Trung Hoa và 30.000 năm trước qua eo Bering chinh phục châu Mỹ…" [5]

Những nghiên cứu di truyền học và phát hiện khảo cổ mới cho thấy: 20.000 năm trước, người Lạc Việt ở Động Người Tiên tỉnh Giang Tây làm ra đồ gốm đầu tiên và 12.400 năm trước thuần hóa thành công cây lúa. 9.000 năm trước, người Việt từ Nam Dương Tử đem búa đá Hòa Bình cùng giống lúa, giống kê, giống gà, giống chó lên xây dựng văn hóa nông nghiệp lúa nước ở Giả Hồ tỉnh Hà Nam. 7.000 năm trước, người Việt xây dựng văn hóa Ngưỡng Thiều. Tại vùng khí hậu cận sa mạc không trồng được lúa, kê trở thành cây lương thực chủ lực… Cho tới 3000 năm TCN, người Lạc Việt là chủ nhân của Hoa lục. Tại nơi có nước thì trồng lúa, tới nơi khô hạn thì trồng kê! Khi kê là lương thực chính thì người trồng nó phải ăn cháo, ăn bánh. Cũng trong điều kiện bán sa mạc, người Việt sáng tạo nhà nửa nổi nửa chìm giúp chống nóng mùa hè, chống lạnh mùa đông và tránh cả những cơn bão cát. Chính tại Giả Hồ 9000 năm trước, người Việt chế ra những chữ viết đầu tiên mà một số còn được dùng tới ngày nay. Cũng tại Giả Hồ, khảo cổ học tìm thấy những ống sáo làm bằng xương chim Hạc… Ít ai ngờ được rằng, những bộ tộc Tần dũng mãnh vốn là người Lạc Việt trồng lúa. Khi di cư tới thảo nguyên phía Tây thì chuyển sang du mục. Chữ tượng hình khai sinh từ Giả Hồ dần trưởng thành ở Bán Pha, Cảm Tang, Lương Chử, An Dương… được dùng trong thờ cúng, bói toán.

Cuộc sống cứ yên bình diễn ra như thế cho tới năm 2698 TCN, khi những bộ lạc du mục Mông Cổ do Hiên Viên thị lãnh đạo, đánh chiếm vùng trung du Hoàng Hà, lập nhà nước Hoàng Đế. Chiến thắng quân sự nhưng do văn hóa kém phát triển và số dân ít, người Mông Cổ sớm bị cộng đồng Lạc Việt đông đảo đồng hóa cả về máu huyết lẫn văn hóa. Lớp con lai Mông-Việt ra đời, được gọi là Hoa Hạ, dần nắm giữ vai trò lãnh đạo xã hội. Nhưng đó cũng là quá trình người Hoa Hạ chuyển hóa thành người Việt trong các triều đại: Nghiêu, Thuấn, Hạ, Thương, Chu, tạo nên thời Hoàng kim của lịch sử phương Đông. Năm 1300 TCN, khi chiếm đất An Dương Hà Nam của người Việt, nhà Ân học được chữ Giáp cốt và phát triển lên khiến các vương triều Trung Hoa lần đầu tiên có chữ. Do vậy mà chữ Việt là chủ thể tạo nên chữ viết Trung Hoa.[6] Nhưng từ cuối thời Hán, Trung Quốc loạn lạc, nhiều triệu người từ Tây Bắc du nhập, đem văn minh du mục trùm lên xã hội Trung Hoa, khiến văn hóa Trung Quốc ngày một khác với văn hóa gốc Việt...

Do thiếu cập nhật tri thức thế giới, Giáo sư Vượng bám riết vào những hiểu biết sai lầm của đầu thế kỷ XX. Cho rằng Hoa, Việt là hai chủng tộc có nguồn gốc khác nhau nên ông cố tình chứng minh hai nền văn hóa Hoa-Việt khác nhau một cách khiên cưỡng. Người Việt ăn cơm, xôi, dùng đũa. Người Hoa ăn bánh, cháo. Người Việt dùng nỏ, dung rìu. Người Hoa dùng cung hai cánh và qua. Người Việt dùng cồng, trống, khèn – người Hoa dùng chuông, khánh, tiêu… chỉ là những biểu hiện hình thức, bên ngoài, không thuộc về bản chất. Trong khi đó văn hóa là cái sâu thẳm bên trong hồn người thì không thấy ông đề cập. Đọc Nhiệt đới buồn của Claude Levi-Strauss và hiểu vai trò của văn hóa đá mới nhưng ông không nhận ra, tác giả có phát hiện quan trọng: "Người dân bản địa Caduevo ở Bắc Canada có thói quen coi trọng phụ nữ và sự hài hòa giữa các yếu tố khác nhau của tự nhiên, giống như người ở miền Nam Trung Quốc."[7] Đấy mới chính là văn hóa, là bản thể của dân cư nông nghiệp lúa nước Việt tộc. Theo Giáo sư Kim Định thì đó là tinh thần Việt Nho. Cái đặc trưng sâu thẳm ấy từ Việt Nam được đưa lên Nam Hoàng Hà, tạo thành nền văn hóa Trong Nguồn-Thái Sơn của người Việt. Rồi sau đó theo chân người di cư sang châu Mỹ, làm nên bản sắc văn hóa của người Maya, Aztex… Những năm 1970, Giáo sư Kim Định đưa ra thuyết: do làm chủ Hoa lục trước, người Việt đã xây dựng ở đây nền văn hóa nông nghiệp rực rỡ mà căn cốt là tinh thần Việt Nho. Sau đó người Hán xâm lăng, chiếm đất đai cùng văn hóa của người Việt. Một mặt nâng Việt Nho thành kinh điển, mặt khác làm sa đọa Việt Nho nguyên thủy thành Hán nho, Tống nho…. Tiếc là những khám phá tuyệt vời như vậy không được phản ánh trong các công trình của Giáo sư Vượng!

Giáo sư Trần Quốc Vượng cũng đã sai khi viết: *"Cho tới trước khi Trung Quốc bành trướng xuống vùng lưu vực Trường Giang, thì Việt Nam và Trung Quốc là khác nhau trên căn bản:*

Vậy cái khác nhau (dị, thù, theo ngôn từ Nguyễn Trãi) là có trước, cái giống nhau là có sau." Không, không phải vậy! Đúng như lời truyền ngôn trong dân gian: *Hoa Việt đồng văn đồng chủng*. Cùng chủng tộc cùng văn hóa nên giống nhau từ gốc, từ khởi thủy. Những cái "khác nhau" trong bảng thống kê công phu của vị giáo sư chỉ là sự thích ứng của một cộng đồng người trước hoàn cảnh tự nhiên khác nhau. Khi cường điệu lên, cho đó là khác biệt văn hóa là sự ngộ nhận đáng tiếc. Nếu có sự khác nhau thực sự thì đó là điều mà Khổng Tử chỉ ra: *"Khoan nhu dĩ giáo, bất báo vô đạo, nam phương chi cường dã, quân tử cư chi. Nhậm kim cách, tử nhi bất yếm, bắc phương chi cường dã, nhi cường giả cư chi."* Nhưng hình như, 2500 năm sau, cái "khác nhau thuộc về bản thể" ấy cũng không còn nữa khi người phương Nam mắc tội tày đình với người Chăm, người Khmer và ngay cả với đồng bào của mình, không chỉ trong những cuộc chiến tranh dai dẳng mà ngay trong hòa bình với thời đen tối Cải cách ruộng đất!

Vào thập kỷ 1970, nhờ khai quật khảo cổ, khoa học đưa ra những phát hiện chấn động về lịch sử phương Đông. Sang những năm 1990, khi di truyền học vào cuộc, khám phá nguồn gốc thực sự của loài người cùng cuộc di cư của người tiền sử về phương Đông đã mở ra chương mới của cuốn sử các dân tộc châu Á… Không hiểu sao những thông tin quý giá ấy không đến được với học giả hàng đầu Việt Nam?! Việc Giáo sư, Nhà giáo Nhân dân Trần Quốc Vượng, cỗ "máy cái"của ngành Sử, cho đến cuối đời vẫn khư khư ôm những tri thức lạc hậu để sản xuất ra hàng nghìn cán bộ (sao) chép và dạy sử quả là tai họa cho dân tộc.

Sài gòn, tháng Tám 2018

* Trần Quốc Vượng. *Đôi điều về văn hóa Việt Nam trong sự đối sánh với văn hóa Trung Quốc* https://nghiencuulichsu.com/2014/09/19/doi-dieu-ve-van-hoa-viet-nam-trong-su-doi-sanh-voi-van-hoa-trung-quoc/

Tài liệu tham khảo:

1. *"Từ khảo cổ đến văn hóa. GS Trần Quốc Vượng mạn đàm với BBC"*. Bài đăng trên Đông tác.net (Eastern culture.net) số ra ngày 12.3.2007

https://www.bbc.com/vietnamese/programmes/story/.../interviewweek112005.shtml

2. Wilheim G. Solheim H. Ph. D: *New light on Forgotten Past*. National Geographic Vol 1339 N 3. 3. 1971.

3. Stephen Oppenheimer: *Eden in the East: the Drowned Continent of Southeast Asia*- Phoenix London 1998. Nhà xuất bản Lao Động 2006.

4. S. W. Ballinger et al: *Southeast Asian mitochondrial DNA Analysis reveals genetic continuity of ancient Mongoloid migration.* Genetic 1992 N. 130 p.139-45

5. J.Y. Chu et al: *Genetic relationship of populations in China*. Proc. Natl. Acad. Sci.USA 1998 N. 95 p. 11763-11768.

6. Hà Văn Thùy. *Góp phần nhận thức lại lịch sử văn hóa Việt*. NXB Hội Nhà văn, 2016.

7. Claude Lévi-Strauss . *Nhiệt đới buồn*. NXB Tri thức, 2009.

LỜI AI ĐIẾU CHO MỘT THỜI "TỨ TRỤ"

Giáo sư Phan Huy Lê đã thành người thiên cổ.

Những lời tiếc thương có cánh của người thân, bè bạn và học trò tiễn đưa ông về nơi an nghỉ cuối cùng.

Nhà nước đã dành cho ông sự vinh danh cao nhất mà một công bộc có được.

Bây giờ xin được nói đôi lời.

*

Năm 1952 học xong chương trình phổ thông chín năm, "chàng tuổi trẻ vốn dòng hào kiệt" Phan Huy Lê từ biệt quê Hà Tĩnh ra Thanh Hóa học chương trình Dự bị đại học. Tại đây ông gặp Đinh Xuân Lâm, Hà Văn Tấn và Trần Quốc Vượng. Người phụ trách Đoàn Thanh niên Dân chủ và cũng là cán bộ tổ chức nhà trường nói với bốn tân sinh viên: "Các đồng chí chọn Ban nào?" Nghe trình bày xong, anh cán bộ tổ chức lên tiếng:

- Các đồng chí đều học giỏi nên chọn các ngành khoa học tự nhiên là phải. Trong khi đó, nhiệm vụ quan trọng nhất của trường lúc này là đào tạo đội ngũ cán bộ khoa học xã hội cho nước Việt Nam mới nhằm thay thế lớp học giả cũ, là sản phẩm của chế độ thực dân phong kiến. Khoa học tự nhiên không mang tính giai cấp nên ai có khả năng cũng làm được. Còn khoa học xã hội không chỉ cần giỏi mà còn cần điều quan trọng hơn là lập trường giai cấp công nông thật vững vàng. Tổ chức đã nghiên cứu kỹ và chọn các đồng chí để đào tạo thành những hạt giống công nông của nền khoa học xã hội mới… [1] Vậy là theo yêu cầu của Tổ chức, cả bốn chàng vào học Ban Sử.

Sau hai năm học chủ yếu về ban đêm để tránh những trận oanh kích của máy bay Pháp, năm 1954, miền Bắc được giải phóng, Phan Huy Lê về Đại học Sư phạm Hà Nội. Năm 1956 khi Đại học Tổng hợp Hà Nội thành lập, ông được chuyển sang làm trợ giảng cho thầy Đào Duy Anh. Năm 1958, trong cơn bão Nhân văn Giai phẩm, theo chân Nguyễn Mạnh Tường, Trương Tửu, Trần Đức Thảo, Đào Duy Anh bị bứng khỏi môi trường đại học. Cánh đồng đại học hoàn toàn trống vắng. Không có trâu bắt bò đi đẫm. Chàng trai trẻ 24 tuổi Phan Huy Lê bỗng nhiên trở thành sếp của Khoa Sử, ngồi vào cái nghế còn ấm hơi Giáo sư Trần Đức Thảo, sau cuộc đấu tố, bị một sinh viên bắt trói dẫn đi! Sống ở trung tâm cơn bão lốc kinh hoàng lúc đó, Phan Huy Lê biết mình thật tốt số. Trong khi những bạn bè cùng trang lứa thuộc "thành phần lớp trên" phải "cải tạo" bằng việc quai búa đập đá trên công trường đường sắt Hà Nội-Lào Cai hay cày cuốc trong những nông trường thì mình được ưu ái tới tận cùng. Tuy nhiên, chàng tuổi trẻ cũng nhận ra cái éo le trong cương vị của mình. Thật trớ trêu, người được coi là "hạt giống đỏ" công nông lại sinh ra từ một gốc "phong kiến" thâm căn cố đế. Không chỉ vậy, người anh trai Phan Huy Quát lại là yếu nhân của chính quyền Sài Gòn thù địch. Hơn ai hết, Phan Huy Lê hiểu cái thế trên lưng cọp của mình. Không được sa sẩy dù chỉ một bước! Cách tốt nhất là ngoan ngoãn theo dẫn lối đưa đường của lãnh đạo. Không chỉ Phan Huy Lê mà cả Đinh Xuân Lâm, Hà Văn Tấn, Trần Quốc Vượng cùng chung định mệnh. Trong khi dần dần tạo dựng huyền thoại "tứ trụ" Lâm Lê Tấn Vượng thì những chàng trai tập tọng làm sử cũng được dẫn dắt ngày một rời xa khoa học lịch sử đích thực.

Cho đến năm 1960, lịch sử Việt Nam là một dòng chảy nhất quán từ Nhà nước Xích Quỷ xuyên suốt tới Triệu Đinh Lý

Trần và nhà Nguyễn với công khai phá miền Nam, thống nhất đất nước. Nhưng từ đây, để khẳng định vị thế của Đảng Lao động Việt Nam, lịch sử phải thay đổi, phải khác với quan điểm của "bọn sử gia phong kiến tư sản phản động"! Trước hết, nhà Nguyễn bị tước mọi công lao, mang tội lớn để mất nước. Gia Long là kẻ cõng rắn cắn gà nhà! Tiếp đó, để chống quan điểm viết sử "phản dân tộc" của Lê Văn Hưu, Ngô Sỹ Liên, Triệu Đà bị vạch mặt chỉ trán là giặc xâm lược. Nhà Triệu và nước Nam Việt bị xóa khỏi chính sử. Vào thập kỷ 1970, từ những phát hiện khảo cổ về thời đại Hùng Vương, Nhà nước Xích Quỷ cùng các vị tổ Kinh Dương Vương, Lạc Long Quân bị loại bỏ. Từ 4000 năm văn hiến, Sử Việt chỉ còn lại 2700 năm! Lịch sử Đảng Cộng sản Việt Nam trùm lấp lịch sử dân tộc! Cái được gọi là Lịch sử Việt Nam xa dần quy chuẩn của khoa học lịch sử nhân loại, trở thành một công cụ tuyên truyền. Ở Khoa Sử Đại học Tổng hợp Hà Nội người ta nói thẳng với sinh viên: "Chúng ta học Sử nhưng nội dung chủ yếu là tuyên huấn. Nay mai ra trường, các anh chị sẽ là những cán bộ tuyên huấn!"

Sau hơn nửa thế kỷ thống trị của tứ trụ Lâm Lê Tấn Vượng, sử học Việt Nam hoàn toàn trở thành công cụ tuyên truyền mà đỉnh cao là cuốn Lịch sử Việt Nam 15 tập của Viện Sử học. Để khách quan, xin bạn đọc suy ngẫm những dòng sau của một học giả từng là giảng viên Đại học Văn khoa Sài Gòn, hiện đang sống ở Hoa Kỳ:

"Bộ sách nguyên là dự án lớn do Viện Sử Học thuộc Viện Hàn Lâm Khoa Học Xã Hội trong nước chủ trì từ năm 2002, toàn bộ 15 quyển nặng 24kg, dày 9,084 trang, với một tập thể tác giả 30 người gồm 24 tiến sĩ, 3 thạc sĩ, và 3 nghiên cứu viên. Tất cả 30 người này là cán bộ của Viện Sử Học, cũng có nghĩa là các công chức mà nhiệm vụ là viết sử theo sự chỉ đạo của Trung Ương Đảng Cộng Sản Việt Nam. Do đó, họ không viết trong tư cách của những sử gia. Nên biết rằng Viện Sử Học nói riêng, hay Viện Hàn Lâm Khoa Học Xã Hội nói chung, là những cơ quan lý thuyết của Trung Ương Đảng Cộng Sản Việt Nam."

"… Quan niệm viết sử của Viện Sử Học Hà Nội là nhằm phục vụ chính trị, khác với quan niệm viết sử của Thế Giới Tự Do Dân Chủ là trình bầy lại quá khứ y như nó đã xảy ra. Sử của Viện Sử Học Hà Nội, vì thế, có thể là những sự kiện quá khứ, mà cũng có thể là những câu chuyện dựng lên tùy nhu cầu chính trị. Hay sự kiện lịch sử có thể biên soạn dài ngắn khác nhau là tùy chủ đích chính trị." "Phương pháp viết sử của Viện Sử Học Hà Nội là biên soạn sao cho đúng với lý thuyết Cộng Sản quốc tế."

"Phương pháp viết thông sử của thế giới văn minh là tiêu hóa những ý kiến hay những giả thuyết và nhận định về những sự kiện lịch sử của các tác giả trước đó rồi tổng hợp thành sử. Những trang sử tổng hợp rất súc tích ấy không có khoảng trống cho sự trích dẫn từ những trang chuyên sử của người khác, lại càng không có phần cho ý kiến người này hay giả thuyết của người kia hay nhận định của người nọ. Nếu cần, những chi tiết kể trên chỉ đưa vào phần chú thích hay cước chú, mà không dông dài trong phần chính văn. Tiếc thay, đó lại chính là cách viết của nhiều tập thể tác giả bộ chính sử của Nhà nước này. Dở hai tập Tập 2 và Tập 4, độc giả phải đọc những đoạn dài trích dẫn sách xưa.

"Trang 31 trong Tập 4 chép lại ba trang 41, 42, và 43 của sách Phủ Biên Tạp Lục cộng với hai trang 238 và 239 của sách Toàn Thư. Đến trang 41 thì tác giả chép lại bốn trang 36, 37, 38, và 39 của sách Đại Nam Thực Lục Tiền Biên. Trang 83 thì chép lại bốn trang 36, 37, 38, và 39 của sách Lịch Triều Hiến Chương Loại Chí cộng với hai trang 417 và 418 của sách Cương Mục. Và trang 119 thì chép lại ba trang 148, 150, và 151 của sách Phủ Biên Tạp Lúc. Cứ chép như thế suốt ba Chương I, II, và III từ trang 23 đến trang 165 trong Tập 4! Thật không có dáng vẻ gì của một công trình tổng hợp lịch sử, mà chỉ là sự sao chép lười biếng các sách sử cổ xưa!"

"Sự phân bố các tập sách không hợp lý. Tập thể ban biên soạn bộ Lịch Sử Việt Nam này, vì đặt trọng tâm bộ sách vào một đảng chính trị thay vì lịch sử của một dân tộc, nên đã bó rọ các thời Thượng Cổ và Bắc Thuộc làm một (Tập 1, 671 trang) để dành khung cảnh bao la cho lịch sử Đảng, 5 năm cũng thành một tập như Tập 10: Từ Năm 1945 Đến Năm 1950 (627 trang) và Tập 11: Từ Năm 1951 Đến Năm 1954 (499 trang).""Chín (9) quyển đầu với 5,904 trang là phần thông sử ghi chép quá khứ dân Việt trong mấy ngàn năm. Sáu (6) quyển sau với 3,180 trang là lịch sử Đảng Cộng Sản Việt Nam từ năm 1945 đến năm 2000."

"Qua những nhận định trên, bộ Lịch Sử Việt Nam 15 quyển mới phát hành này không có dáng vẻ của một công trình tổng hợp lịch sử, từ cách biên soạn mất quân bình đến việc xóa nhoà ranh giới giữa thời sự và lịch sử." [2]

Những nhận xét trên là trung thực, công bằng nhưng không phải là ý kiến cá biệt. Rất nhiều trí thức trong nước cũng nhận thấy như vậy. Càng đông hơn là đại đa số dân chúng cảm nhận rằng, cái mà họ phải học, phải đọc không phải là Sử Việt bởi lẽ trong đó thiếu vắng Hồn thiêng dân tộc. Khi đánh mất hồn dân tộc, Sử không còn là Sử nữa! Không chỉ cuốn này mà đại công trình Quốc Sử 30 tập với kinh phí 200 tỷ (có người nói 300?) của Hội Sử học do Giáo sư Phan Huy Lê tổng chủ biên cũng còn rất nhiều vấn đề phải bàn, khiến người viết bài này phải hơn một lần trao đổi với ông.[3]

Việc ra đi của Giáo sư, Nhà giáo Nhân dân Phan Huy Lê, trên thực tế đã khép lại thời thống trị của "tứ trụ". Nhiều người biết thế nào là "tứ trụ" nhưng không mấy ai hiểu cái nguyên do nảy sinh hiện tượng dị thường này. Đó là sản phẩm đẻ non đái ép sau đại họa Nhân văn-Giai phẩm. Nếu đất nước yên hàn, với những bậc thầy uyên bác, đầy bản lĩnh như Hoàng Xuân Hãn, Nguyễn Mạnh Tường, Trương Tửu, Trần Đức Thảo… trên bục giảng thì không ai có thể làm biến dạng khoa học lịch sử Việt Nam. Và chắc chắn không có cửa cho mấy anh chàng chưa đủ trình độ tú tài nhảy lên hàng "trụ" với cột?

Mặc dù những lời tụng ca của lớp lớp học trò, mặc dù sự

vinh danh tột cùng với công thần tiêu biểu, những người "tiên thiên hạ chi ưu nhi ưu" không ai có thể yên lòng với di sản mà "tứ trụ" để lại. Không phải lịch sử mà đó chỉ là đống tài liệu giáo điều xơ cứng ngu dân, phản tộc. Đi qua chương trình này, tuổi trẻ Việt Nam trở nên tối tăm vong bản, tin rằng tổ tiên mình là người vượn "đi thẳng", rằng tiếng Việt mượn 70% từ ngôn ngữ Hán, người Việt không có chữ viết, rằng văn hóa Việt là sự bắt chước ("tiếp biến") từ văn hóa Tàu! Họ cũng không biết tới Quốc Tổ Kinh Dương Vương và nhà nước Xích Quỷ, coi người khai sáng lịch sử dân tộc Triệu Đà là giặc xâm lược…

Ai? Ai là người dám đứng lên, đủ tâm đủ trí dọn đống xà bần khổng lồ mà "tứ trụ" để lại, giải phóng mặt bằng, xây dựng KHOA HỌC LỊCH SỬ ĐÍCH THỰC CỦA DÂN TỘC VIỆT?

Sài Gòn, Mùa Thu năm Mậu Tuất.

Tài liệu tham khảo:

1. Lời học giả Cao Xuân Hạo kể với người viết năm 1998.

2. Giáo sư Trần Anh Tuấn: *Về bộ lịch sử Việt Nam 15 tập của Viện Sử học Việt Nam.*

https://nhatbaovanhoa.com/a6404/ve-bo-lich-su-viet-nam-15-tap-cua-vien-su-hoc-ha-noi (truy cập 30.6.2018)

3. Hà Văn Thùy. *Trao đổi với Giáo sư Phan Huy Lê về Sử Việt*

http://thuyhavan.blogspot.com/2017/04/trao-oi-voi-gs-phan-huy-le-ve-su-viet.html

4. Hà Văn Thùy. *Trao đổi tiếp với Giáo sư Phan Huy Lê về Sử Việt*

http://thuyhavan.blogspot.com/2018/07/trao-oi-tiep-voi-gs-phan-huy-le-ve-su_9.html

KIÊU NGẠO và SỤP ĐỔ

(Suy ngẫm về thuyết *Tiền sử người Việt* của G.s Trần Quốc Vượng)

Cuốn Lịch sử Việt Nam, nhà xuất bản Giáo dục ấn hành năm 2012, Giáo sư Phan Huy Lê chủ biên, Giáo sư Trần Quốc Vượng viết chương I ***Thời Tiền sử trên lãnh thổ Việt Nam***. Trong ba trang 19, 20, 21, tác giả dẫn tài liệu mang tính "giáo khoa thư" của thế giới về lịch sử hình thành loài người theo học thuyết Darwin. Tiếp đó ông trình bày quá trình tiến hóa của Người vượn ở Đông Nam Á bắt đầu bằng Eugene Dubois năm 1887 tại Sumatra đến Franz Weidenreich năm 1937 với người Bắc Kinh. Là người theo Thuyết Đa vùng của nguồn gốc loài người (Multiregional hypothesis), ông thừa nhận: "Đối với châu Á, Homo erectus Chu Khẩu Điếm được coi là cội nguồn của đại chủng Mongoloid, còn Homo erectus Java thì tiến hóa qua dạng người Ngandong để trở thành Australoid. Sau đó loại hình Mongoloid dần dần đẩy lùi người Australoid ở Đông Nam Á. Còn ở châu Âu thì Homo erectus phát triển qua người Neanderthal để trở thành tổ tiên của người châu Âu hiện đại." Kết thúc phần này, ông viết: "Trong những năm gần đây, các nhà sinh học phân tử đã sử dụng phương pháp nghiên cứu DNA trong đó loại gen di truyền sinh học xác định sự biến đổi của DNA với một tốc độ không đổi, tạo ra một loại "đồng hồ phân tử"... Với phương pháp này, các nhà nghiên cứu kết luận rằng tất cả các con người hiện đại đều sinh ra từ một tổ tiên chung ở châu Phi trong khoảng 200.000 năm trước. *Tuy nhiên, tư liệu hóa thạch người dường như lại không ủng hộ cho quan điểm một trung tâm phát sinh người duy nhất này."*

Về Người vượn trên đất Việt Nam, tác giả cho rằng: "Người vượn đầu tiên xuất hiện ở Việt Nam vào khoảng nửa triệu năm cách ngày nay. Chúng ta có thể xem đây cũng là *thời điểm mở đầu* cho lịch sử Việt Nam… Cho đến nay vẫn *chưa tìm thấy công cụ lao động* của người vượn Thẩm Khuyên. Trong một số di tích được xem là niên đại Sơ kỳ đá cũ Việt Nam lại không có tài liệu địa tầng, không có di cốt người và động vật. Tuy nhiên vẫn có ý kiến muốn liên hệ chúng với di tích Người vượn Thẩm Khuyên và xem đó là giai đoạn "thái cổ" ở Việt Nam, tương đương với Người vượn Bắc Kinh (Sinanthropus pekinensis) và Người vượn Java (Pitecanthropus)."

"Lịch sử tiến hóa liên tục từ Người vượn đến Người khôn ngoan (Homo sapiens) giai đoạn sớm và sau đó là Người khôn ngoan giai đoạn muộn tại Việt Nam còn được phát hiện ở các địa danh Thẩm Ồm (Nghệ An) và Hang Hùm (Yên Bái). Những người khai quật Thẩm Ồm định niên đại cho các hóa thạch phát hiện ở đây là từ 140.000 đến 250.000 năm cách nay (trang 28)."

Ba trang sách toát lên ba điều:

1. Đó là lối viết của bài nghiên cứu mà không phải bút pháp dùng cho sách sử. Đối với sử gia, mọi bàn luận chỉ diễn ra bên ngoài còn trong tác phẩm phải là những kết luận xác thực.

2. Một phong cách tư biện chủ quan không dựa trên cơ sở khoa học: "*chưa tìm thấy công cụ lao động, không có tài liệu địa tầng, không có di cốt người và động vật*" vẫn suy đoán chúng thuộc Người vượn Thẩm Khuyên rồi đưa vào chính sử!

3. Tài liệu tác giả dẫn ra quá cũ nên lạc hậu so với thực tế khoa học. Đúng là giai đoạn đầu nghiên cứu nguồn gốc loài người, khoa học đi qua những bước như vậy. Tuy nhiên, ở thập niên 1970 thế kỷ XX khảo cổ học phát hiện sự thật khác. Đó là, 250.000 năm trước, người Đứng thẳng Homo erectus tuyệt diệt

trên đất liền châu Á. Cốt sọ Ngandong 200.000 năm tuổi là dấu vết cuối cùng của Người đứng thẳng trên các đảo Đông Nam Á (1). Trong khi đó, những cốt sọ người hiện đại Homo sapiens xuất hiện rất muộn: tại Hang Niah 39.000 năm và xưa nhất là bộ xương người Lưu Giang Quảng Tây 68.000 tuổi! Như vậy, trên địa bàn châu Á, *Người đứng thẳng cuối cùng sống cách Người hiện đại đầu tiên hơn 130 năm*, khiến cho ít nhất *hơn trăm năm châu Á vắng bóng người!* Thực tế này đã phủ nhận việc Người đứng thẳng Homo erectus chuyển hóa thành người hiện đại Homo sapiens trên đất châu Á. Đó chính là chiếc đinh đầu tiên đóng xuống quan tài Thuyết Đa vùng của nguồn gốc loài người.

Tuy nhiên, sự việc chưa dừng ở đấy. Ngày 29 tháng Chín năm 1998, sau nhiều năm làm việc với Dự án *Đa dạng di truyền dân cư Trung Quốc*, bằng tài trợ của Quỹ phát triển Khoa học tự nhiên Trung Quốc, J.Y.Chu Đại học Texas và cộng sự công bố trên tạp chí Kỷ yếu Viện Hàn lâm Quốc gia Hoa Kỳ (PNAS) thông tin gây chấn động: "*Người hiện đại Homo sapiens xuất hiện đầu tiên ở châu Phi 160-180.000 năm trước và 70.000 năm trước theo ven biển Ấn Độ Dương tới Việt Nam.*" (2) Sang đầu thế kỷ XXI, Spencer Wells của Hội Địa lý Quốc gia Hoa Kỳ (3) rồi Stephen Oppenheimer của Đại học Oxford (4) công bố những nghiên cứu không chỉ ủng hộ kết luận của J.Y. Chu mà còn cụ thể, xác thực hơn, khẳng định nguồn gốc châu Phi của loài người. Cũng thời gian này, nghiên cứu di truyền học xác nhận, trong bộ gen con người ngày nay chỉ có từ 1 đến 2% gen của Người đứng thẳng. Điều này chứng tỏ, Người đứng thẳng chỉ là họ hàng xa mà không phải tổ tiên chúng ta. Hệ quả tất nhiên là: không có chuyện chuyển hóa từ loài Homo erectus sang Homo sapiens! Những khám phá trên là những cái đinh cuối cùng đóng xuống quan tài Thuyết Nhiều vùng. Tiếc rằng do không cập nhật thông tin, tới năm 2005, trong công văn phản đối Tiến sỹ Marc Oxenham của Đại học Quốc gia Úc cho rằng "nông nghiệp được đưa từ phía Bắc xuống," Giáo sư Trần Quốc Vượng vẫn khẳng định: "Việt Nam ủng hộ thuyết Nhiều vùng."(5)

Trong khi đó, tiếp cận thông tin về cuộc du hành của di dân châu Phi tới Việt Nam, năm 2001, Giáo sư Nguyễn Văn Tuấn, Tiến sỹ Nguyễn Đức Hiệp và Luật sư Cung Đình Thanh công bố những nghiên cứu đầu tiên về đề tài con người từ châu Phi di cư tới Việt Nam trên tạp chí Tư tưởng ở Australia. Đầu năm 2005, kết hợp thông tin từ công trình của J.Y. Chu và nhiều tư liệu khác, Hà Văn Thùy viết và công bố trên BBC tiếng Việt chuyên luận *Tìm lại cội nguồn tổ tiên cội nguồn văn hóa.* Tiếp đó, cho in *Tìm lại cội nguồn văn hóa Việt* (NXB Văn học, 2006), *Hành trình tìm lại cội nguồn* (NXB Văn học, 2008), *Tìm cội nguồn qua di truyền học* (Văn học, 2011). Từ chứng cứ vững chắc của di truyền và khảo cổ học, những cuốn sách cho thấy: 70.000 năm trước, người Homo sapiens từ châu Phi di cư tới Việt Nam. Sau khi tăng nhân số, người từ Việt Nam đi ra chiếm lĩnh thế giới, làm nên phần lớn nhân loại. Người Việt đi lên Hoa lục, làm nên dân cư và văn hoá Trung Quốc. Tiếng Việt là chủ thể của tiếng nói Trung Hoa. Chữ Việt là chủ thể làm nên chữ viết Trung Hoa... Điều này khẳng định: *Lịch sử Việt Nam được bắt đầu từ 70.000 năm trước!*

Tiếc rằng Giáo sư Vượng qua đời hơi sớm nên không được biết tới lịch sử vĩ đại của dòng giống mình. Nhưng không hiểu tại sao, cộng sự của giáo sư không chỉ cho in những trang sách quá đát của ông vào năm 2012 mà thậm chí tới năm 2017, Giáo sư Phan Huy Lê còn cả quyết: *"Thời tiền sử của người Việt Nam kéo dài tới 800.000 năm trước!"* (6) Dù là thuyết *một vùng* hay *nhiều vùng* thì đó cũng là của phương Tây. Việc gì phải "kiên định giữ gìn" để đến nỗi "bảo hoàng hơn vua?!" Một tiểu tiết nhưng không thể không nói vì nó bộc lộ sự thiếu chuẩn mực tri thức. Trong sách của mình, Giáo sư Vượng gọi Homo erectus là *Người đi thẳng*! Nhân học thế giới không hề có thuật ngữ vô nghĩa như vậy! Liệu có *Người đi ngang* không? Nhân học gọi Homo erectus là *người đứng thẳng* (standing upright man), là người đi bằng hai chân, để phân biệt với những hominin đi bốn chân. Tiếc rằng sai lầm đó lại được sao chép tràn lan trong nhiều bộ sách sử, khiến học thuật Việt Nam lạc lõng trước thế giới!

Tôi tự hỏi, vì sao vị giáo sư mà mình kính trọng lại có những lầm lẫn đáng tiếc như vậy? Phải chăng, ngoài việc thiếu tri thức cơ bản về sinh học còn nguyên nhân quan trọng là sự chủ quan do bệnh kiêu ngạo cộng sản? Khi nghe thế giới nói người Homo sapiens xuất hiện 200.000 năm trước ở châu Phi, đáng lẽ phải tìm mọi cách để kiểm chứng thông tin mới, thì ông lại tự bằng lòng vì lý do quá ư tư biện: *"Tuy nhiên, tư liệu hóa thạch người dường như lại không ủng hộ cho quan điểm một trung tâm phát sinh người duy nhất này."* Người có kiến thức cơ bản về di truyền học sẽ không nói như vậy. Bởi lẽ, hồ sơ hóa thạch là chắp vá và không hoàn hảo. Số đo sọ (metric) chỉ thể hiện những tính trạng bên ngoài - *phenotype*. Còn gen phản ánh những yếu tố bên trong, thuộc về bản thể chủng loại - *genotype*. Vì vậy thông tin của gen là quyết định. Do chủ quan, bất cẩn, giáo sư Vượng dễ dàng và đơn giản bỏ qua khám phá mang tính cách mạng của thế giới, để tự giam mình trong tri thức đã bị thải loại. Sự bất cẩn của ông thầy đầu đàn dẫn giới sử học Việt Nam lạc đường. Không chỉ là nền tảng của cuốn sách này, "công trình" của Giáo sư Vượng còn đặt cơ sở cho cuốn sách 15 tập của Viện Sử học và cả "cuốc sử" 35 tập của Hội Sử học sắp ra đời! Lịch sử là hoạt động xã hội của cộng đồng người trong quá khứ. Một khi nhận thức sai về chủ thể của lịch sử thì mọi sách lịch sử viết ra đều vô giá trị.

Với sự thật về người Việt được khám phá như vậy, cái gọi là *Thời Tiền sử trên lãnh thổ Việt Nam* do Giáo sư Trần Quốc Vượng dóng dựng đã sụp đổ. Trong lịch sử của mọi quốc gia, thời Tiền sử là nền tảng. Một khi nền móng sụp đổ sẽ dẫn tới tàn hủy cả một nền sử học!

Sài Gòn, khai bút năm Canh Tý

Tài liệu tham khảo:

1. Đó là thông tin từ thế kỷ XX. Nhưng tài liệu mới nhất vào tháng 12 năm 2019 cho thấy, tuổi của sọ Ngandong từ 117.000 tới 108.000 năm trước.

"Tuổi của sọ Ngandong cũng cho thấy mạnh mẽ rằng Homo erectus có thể đã bị tuyệt chủng, ít nhất là ở Indonesia, rất lâu trước khi loài của chúng ta đến được nơi này. Các nhà thám hiểm Homo sapiens phiêu lưu nhất có lẽ ở đâu đó quanh Levant hoặc Bán đảo Ả Rập vào thời điểm đó và đã không đến được các hòn đảo ở Đông Nam Á cho đến khoảng 73.000 năm trước."

The last days of Homo erectus

https://arstechnica.com/science/2019/12/the-last-days-of-homo-erectus/

2. Y.J. Chu et al. *Genetic relationship of populations in China* https://www.pnas.org/content/95/20/11763.short

3. Spencer Wells. *The Journey of Man: A Genetic Odyssey* ... - Amazon.com

https://www.amazon.com › Journey-Man-Genetic-Odyssey

4. Stephen Oppenheimer. *THE PEOPLING OF THE WORLD - HUMANKIND'S GLOBAL IMIGRATION*

http://www.bradshawfoundation.com/stephenoppenheimer/index.php

5. BBC Vietnamese. https://www.bbc.com › story › 2005/03 › interviewweek112005

6. Trang Thông tin của Ban Tuyên giáo Trung ương ngày 22.2 năm 2017 (http://www.tuyengiao.vn/Home/khoahoc/97096/Giao-su-Phan-Huy-Le-Nhan-thuc-ve-lich-su-can-toan-bo-va-toan-dien)

GHÉ NHÌN "CỬA SỔ" DANH SƯ HÀ VĂN TẤN

Đã nhiều người viết về Nguyễn Văn Huyên nhưng dường như ở bài *Nhà bác học Nguyễn Văn Huyên với văn hóa Việt Nam,* ta gặp một chân dung nhân vật đầy đủ, chân thực và sâu sắc hơn cả. Mang phẩm chất của một bút ký văn học, bài viết khắc họa rõ nét không chỉ một Nguyễn Văn Huyên bác học với những công trình mở đầu về khoa học nhân văn Việt Nam mà còn cho thấy một Nguyễn Văn Huyên – con người trong cõi nhân sinh. Chính vì vậy, trong tâm tưởng của tôi, vị bộ trưởng lâu đời (*Vườn ta Huyên cỗi, Nho già*) trở nên gần gũi. Cũng có nhiều người viết về học giả Hoàng Xuân Hãn nhưng bài *Người mở đường mãi mãi ở vị trí dẫn đầu* cho thấy một tình cảm chân thành, nồng ấm như tình cha con giữa hai thế hệ học giả, nên những trang viết làm lòng ta ấm lại.

Dù đã đọc, đã suy ngẫm về Lê Văn Hưu và Ngô Sỹ Liên nhưng hai sử gia Trung đại với tôi cứ mờ mờ nhân ảnh. Chính là qua bài *Hệ thống giá trị của Lê Văn Hưu và bối cảnh văn hóa xã hội* và *Một vài suy nghĩ tản mạn về Ngô Sỹ Liên*, khi Hà Văn Tấn đi sâu phân tích hành trạng của hai vị, ta thấy bóng dáng của họ hiện lên trên nền của một thời đại lịch sử. Hiểu họ và thêm kính trọng họ. Những trang viết về Đình, Chùa Việt Nam là những khảo cứu công phu, đưa tới cho người đọc những hiểu biết chưa có trước đó. Ta cảm ơn ông về điều này.

Cuốn sách có tên *Cửa sổ lịch sử văn hóa Việt Nam,* vậy theo lẽ tự nhiên, tác giả muốn nói với ta điều cốt yếu về lịch sử văn hóa dân tộc. Suy nghĩ như vậy, tôi hào hứng đọc bài thuộc loại "đinh" trong cuốn sách: *Mấy suy nghĩ về lịch sử Việt Nam và tư tưởng Việt Nam*, mong tìm được cái thần của vị "đại sư thiên tài"- theo xưng tụng từ học trò của ông, về vấn đề mà mình hằng quan tâm. Nhưng rồi sớm thất vọng. Trước hết là ở cấu trúc thiếu chuẩn mực. Một bài viết ngắn về lịch sử văn hóa Việt mà tác giả (như chính ông đã thấy) lại lan man sa đà về tư tưởng người Hán, người Ấn. Ai đó nói: "Phẩm chất của nhà khoa học thể hiện trước hết ở cấu trúc (structure) tác phẩm." Không chỉ vậy, chính cái sự lan man này lại phản chủ khi làm lộ ra gót chân Achilles của tác giả:

"*Chẳng hạn, ta có thể thấy người Hán cổ không ưa đặt các vấn đề bản thể luận mà chú ý trước hết các vấn đề nhân sinh quan. Tất nhiên, một vài tư tưởng thô sơ về bản chất thế giới cũng có thể tìm thấy trong Chu dịch, trong Hồng phạm (Thượng thư) hay trong Thủy địa (Quản Tử)" ... Có lẽ phải chờ đến huyền học Ngụy Tấn mới đạt được các vấn đề bản thể luận như "quý vô luận" của Vương Bật thế kỷ thứ 3. Đến đây, ta mới gặp các cặp phạm trù hữu và vô, bản và mạt, chất và dụng. Nhưng tôi ngờ rằng các nhà tư tưởng Trung Quốc thời kỳ này đã chịu ảnh hưởng tư tưởng Bát Nhã của Phật giáo, qua các kinh được dịch và phổ biến bấy giờ. Mãi về sau, các vấn đề bản thể luận mới được trình bày trong Tống Nho, đặc biệt là ở Chu Hy với "lý", "khí" và "thái cực." Nhưng với Chu Hy thì ảnh hưởng của Phật giáo đã quá rõ ràng. Cái hình ảnh "trăng dọi muôn sông"(nguyệt ấn vạn xuyên) mà Chu Hy thích dùng đẻ ví với "thái cực"thì chính như Chu Hy thừa nhận, ông đã mượn của họ Thích, tức của Phật giáo. Điều đáng chú ý là đối với Chu Hy thì "thái cực" rốt cuộc cũng là thuộc tính của đạo đức (Thái cực chi thiên địa nhân thiện chí hảo để biểu đức). Tình hình đó khiến ta nghĩ rằng, dường như mỗi khi người Hán bàn đến các vấn đề bản thể luận là lúc đó, ít nhiều chịu ảnh hưởng của người Ấn.*"

Có đúng vậy không? Câu trả lời dứt khoát: Không! Từ xa xưa người Trung Quốc (*thực ra là người Việt*) đã rất quan tâm tới bản thể. Trong ngôi mộ 6500 tuổi được khai quật năm 1987 tại trấn Bộc Dương Hà Nam đã thấy quan niệm trời tròn đất vuông, Nhị thập bát tú trên bầu trời, cùng 24 tiết khí trong năm… thể hiện sự hoàn chỉnh của Dịch lý. Dịch lý là gì nếu không phải là sự khái quát hóa về bản thể vũ trụ? Đó là nguyên lý Âm-Dương: Âm Dương là hai mặt thống nhất và đối lập (unit dual) trong mọi sự vật và hiện tượng. *Trong Dương có Âm, trong Âm có Dương. Vô cực nhi thái cực. Thái cực sinh lưỡng nghi. Lưỡng nghi sinh tứ tượng. Tứ tương sinh bát quái. Bát quái sinh càn khôn vạn vật…* là gì nếu không phải quá trình hình thành vũ trụ? *Tham thiên lưỡng địa nhi ỷ số* chính là phản ánh nhận thức về cấu tạo vật chất của người Trung Quốc. Dựa vào mách bảo này của kinh Dịch mà năm 1957, chàng trai trẻ Dương Chấn Ninh ẵm giải Nobel vật lý khi đề xuất: phân rã hạt nhân sẽ cho ra ba phần vật chất dương và hai phần vật chất âm! Người Trung Quốc cũng từ lâu khám phá ra Ngũ Hành tương sinh, tương khắc. Ngũ hành là thành tố cấu tạo nên vũ trụ và cũng là nguyên lý vận hành của vũ trụ. Cũng phải kể đến Lão Tử. *Nhất Âm nhất Dương chị vị đạo*: Âm và Dương làm nên vũ trụ. *Đạo khả đạo phi thường đạo, danh khả danh phi thường danh*: khám phá vũ trụ được tạo thành từ sóng và hạt chẳng phải là siêu bản thể sao? Làm sao hiểu được tư tưởng Trung Hoa khi không nắm được những điều cơ bản này?

Trong khi khái quát: "*Muốn tìm hiểu đặc điểm của tư tưởng Việt Nam, cần phải tìm hiểu đặc điểm của lịch sử Việt Nam.*" Hà Văn Tấn đưa ra phác đồ của lịch sử Việt Nam như sau: "*Vào giai đoạn cuối của văn minh Sông Hồng, một nhà nước đã hình thành trên cơ sở văn hóa Đông Sơn rực rỡ. Từ tình hình hiểu biết hiện nay, tôi tin rằng, văn hóa Đông Sơn là một nền văn minh có chữ viết mặc dầu đến nay chưa đọc được thứ chữ đó. Nhà nước đã có nhưng mới chỉ là phôi thai. Kết cấu cộng đồng nguyên thủy vẫn chưa tan vỡ hết. Nếu có thì giờ, ta chắc là quốc gia đó cũng sẽ phát triển theo quy luật, nghĩa là giai cấp sẽ phân hóa sâu sắc và triệt để, sự phân công lao động xã hội sẽ được đẩy mạnh, chế độ tư hữu sẽ phát triển và cộng đồng nguyên thủy sẽ bị phá hủy hết, may mắn lắm là còn những tàn dư. Nhưng chính vào lúc các quá trình đó mới bắt đầu thì người Hán xâm lược rồi đặt ách nô dịch hơn nghìn năm. Thế là lịch sử Việt Nam không còn đi theo con đường bình thường nữa."*

Có sự thật là, từ thập kỷ 1960, lịch sử Việt Nam bị gẫy khúc. Để khẳng định "tính ưu việt" của chế độ, nhà nước Việt Nam quyết định xóa bỏ chương trình lịch sử "tư sản phản động" của Hoàng Xuân Hãn để thay bằng một lịch sử mới, "Dân tộc, Khoa học, Đại chúng." Gánh nặng nghìn cân được đặt lên vai bốn chàng đầu xanh tuổi trẻ. Khi những bậc thầy uyên bác của văn hóa dân tộc như Hoàng Xuân Hãn, Nguyễn Mạnh Tường, Trần Đức Thảo, Trương Tửu… bị loại khỏi văn đàn thì mấy anh chàng chưa đủ học vấn tú tài với mớ kiến thức duy vật lịch sử sống sít vừa được "chuyên tu", bỗng dưng trở thành "trụ cột khai sáng" nền sử học xã hội chủ nghĩa! Khi *tiền bất kiến cổ nhân* còn ở dưới là lũ học trò mặt trắng, người ta mặc sức tung hoành!

Phác đồ lịch sử trên chính là sản phẩm của "tứ trụ." Sau khi lên án tác giả Đại Việt sử ký toàn thư là *theo quan điểm tư sản phản dân tộc,* "bộ tứ" đã quẳng Tổ Kinh Dương Vương và nhà nước Xích Quỷ khỏi chính sử, xén bỏ 2000 năm huyền thoại lung linh, để lịch sử dân tộc chỉ còn 2700 năm! Thử hỏi, một dân tộc với lịch sử vừa ngắn ngủi vừa xáo động như vậy có thể nảy sinh được tư tưởng gì? Trong khi quyết đoán như thế, các vị hồn nhiên không ngờ rằng, 700 năm TCN, đồng bằng sông Hồng đang nằm dưới biển nước! Xóa bỏ Xích Quỷ huyền thoại, quý vị hư cấu ra một nhà nước Văn Lang của thủy phủ Long vương còn siêu thực hơn! Lịch sử Việt Nam mà quý vị tạo dựng, trên ý nghĩa nào đó cũng là sự kéo dài của nền sử do các học giả thực dân Viễn Đông Bác cổ khởi thảo. Một nền sử học dựa trên hệ quy chiếu "*Người Hán từ phía Tây xâm nhập Nam Hoàng Hà, tạo nên văn minh Hoa Hạ. Sau đó mang văn minh Hoa Hạ đồng hóa các sắc dân bán khai phía Nam.*" Là nhà khảo cổ nghiệp dư với phương tiện thô sơ, Hà Văn Tấn chỉ có thể đào bới hời hợt cái bề ngoài của lịch sử văn hóa Việt để rồi đưa ra kết luận nông nổi. Cũng như mọi sử gia thế kỷ XX, hỳ hục viết về người Hán, người Hoa Hạ, người Việt, người Kinh… nhưng kỳ thực quý vị chẳng biết người Hán là ai, người Việt là ai?! Do vậy lịch sử của quý vị là lịch sử nói mò. *Nền sử học không ADN (1)* đó đã bị thế kỷ XXI chôn vùi khi mở ra sự thật hùng vĩ: 70.000 năm trước, người Khôn ngoan Homo sapiens từ châu Phi di cư tới Việt Nam. 40.000 năm trước, người từ Việt Nam đi lên khai phá Hoa lục, xây dựng nền văn minh nông nghiệp rực rỡ. 7000 năm cách nay, tại miền Trung Hoàng Hà, người Việt cổ kết hợp với người Mông Cổ sống du mục ở bờ Bắc, sinh ra *người Việt hiện đại* mã di truyền Mongoloid phương Nam (South Mongoloid). Một dòng của lớp người Việt này ở lại lưu vực Hoàng Hà, về sau được gọi là người Hán, chủ thể dân cư Trung Quốc (*trong bài, người viết dùng danh xưng "người Trung Quốc" là do thói quen. Thực ra đó cũng là người Việt)*. Một dòng khác di cư về phương nam, chuyển hóa di truyền dân cư Việt Nam sang chủng Mongoloid phương Nam. Sự hình thành của con người như vậy đã dẫn tới thực tế: *người Việt là chủ thể của dân cư Đông Á.* Người Hán là con cháu của người Việt nên *Tiếng Việt là chủ thể của ngôn ngữ Trung Hoa. Người Việt hoàn chỉnh Giáp cốt văn 2000 năm trước khi sinh ra người Hán nên chữ Việt là chủ thể làm nên chữ viết Trung Hoa. Văn hóa Việt là chủ thể làm nên văn hóa phương Đông…(2)* Đáng tiếc là quý vị đã ở ngoài vùng phủ sóng của lịch sử vĩ đại này!

Có thể điểm bài *Sự hòa hợp các giá trị tinh thần châu Á một cái nhìn từ Việt Nam,* tham luận trong Hội thảo Quan hệ châu Á, New Delhi, 1987. Cũ mèm như bao người đi trước, Hà Văn Tấn không hề đưa ra được chút gì của tinh thần Việt Nam mà chỉ chăm chăm nhại lại những điều "biết rồi, khổ lắm…" ảnh hưởng tiếp biến của Trung-Ấn. Không thể ngờ, một phần tư thế kỷ sau, năm 2012, một cô gái trẻ người Mỹ gốc Việt chôn vùi sự nghiệp vĩ đại của danh sư khi dõng dạc tuyên bố: "*Việt cổ, cái nôi của văn minh châu Á.*"(3)

Không trách Hà Văn Tấn mà ta thương cảm ông vì lẽ 20 năm sống tiềm sinh nên về phương diện tri thức, ông vẫn là người của thế kỷ XX. Cố nhiên, ông không biết tới những biến đổi động trời như vậy. Nhưng một sự thực không thể phủ nhận, là phần chủ lưu trong những gì ông đem tâm huyết "khai sáng" suốt nửa thế kỷ đã trở thành quá đát. Những tri thức đó đã được khai tử từ ngày 29 tháng 9 năm 1998, khi tạp chí Kỷ yếu Viện Hàn lâm quốc gia Hoa Kỳ công bố tin chấn động: "*Người hiện đại Homo sapiens xuất hiện đầu tiên tại Đông Phi khoảng 160 – 180.000 năm trước. 60.000 năm trước, người từ châu Phi theo bờ biển Ấn Độ Dương di cư tới Việt Nam. Nghỉ lại đây 10.000 năm, 50.000 năm trước, người từ Việt Nam lan tỏa ra các đảo Đông Nam Á và chiếm lĩnh Ấn Độ. 40.000 năm trước nhờ khí hậu được cải thiện, đi lên Hoa lục và 30.000 năm trước vượt eo Bering chinh phục châu Mỹ.*"(4) Tiếc là, do vô minh, tới cuối thập kỷ thứ hai của thế kỷ XXI, người ta vẫn trân trọng trưng ra những điều xưa cũ gây ô nhiễm văn đàn.

Giáo sư, Nhà giáo Nhân dân Hà Văn Tấn, người cuối cùng trong "tứ trụ" đã về cõi vĩnh hằng. Hiếm khi nào ngôn từ tiếng Việt được vận dụng lên hết "cỡ thợ mộc" để tụng ca một nhà khoa học như vậy. Âm hưởng chủ đạo của dàn hợp xướng là giọng trầm của đám học trò thành danh, mũ cao áo chùng đang ngự trị nền sử học quốc doanh. Nhưng sao như văng vẳng bên tai âm thanh kinh dị: "sự nghiệp của thầy *không chỉ to lớn mà còn mang tính chất nền tảng, kinh điển*" (Vũ Minh Giang). Nếu thật vậy thì đó là thảm họa không chỉ cho giới sử học mà của cả dân tộc Việt!

Sài Gòn, 12. 2019

* Tập chuyên luận của Hà Văn Tấn: *Cửa sổ lịch sử văn hóa Việt Nam*. NXB Khoa học xã hội, 2019

Tài liệu tham khảo:

1. Hà Văn Thùy. *Lịch sử phương Đông và nền sử học không ADN*. http://www.vanhoahoc.edu.vn/nghien-cuu/van-hoa-the-gioi/vh-phuong-dong-nhung-van-de-chung/2921-ha-van-thuy-lich-su-phuong-dong-va-nen-su-hoc-khong-adn.html

2. Hà Văn Thùy. *Góp phần nhận thức lại lịch sử văn hóa Việt* (NXB Hội Nhà văn, 2016)

3. Tao Babe. *Ancient Việt: Cradle of Asian Civilization.*

https://taobabe.wordpress.com › ancient-viet-cradle-of-asian

4. J.Y Chu et al. *Genetic Relationship of Population in China*. https://www.ncbi.nlm.nih.gov › pmc › articles › PMC21714

XÁC ĐỊNH LẠI NGUỒN GỐC AN DƯƠNG VƯƠNG

Cho đến nay, giới nghiên cứu quan tâm tới Sử học nước nhà đồng thuận rằng, Âu Lạc là nhà nước đầu tiên của người Việt từ thời có sử. Tuy nhiên cũng cho đến nay, chúng ta chưa thống nhất về nguồn gốc của An dương Vương, người sáng lập nhà nước Âu Lạc, tạo ra khoảng tối trong lịch sử. Hiện tồn tại hai quan điểm khác nhau:

I. AN DƯỜNG VƯƠNG NGƯỜI NƯỚC THỤC

Một số nhà nghiên cứu cho rằng An Dương Vương là người nước Thục. Sau đây là những ý kiến tiêu biểu.

1. Từ sách Trăm Việt trên vùng định mệnh (1):

Trăm Việt Trên Vùng Định Mệnh là khảo cứu công phu của tác giả Phạm Việt Châu. Nội dung sách nhiều vấn đề còn phải bàn lại, nhưng về nguồn gốc An Dương Vương, có những điều đáng chú ý:

- Dân Ba và dân Thục đều thuộc chủng Thái (Sử Ký Tư Mã Thiên gọi là Nhung, Địch). Thái hay Tày là tên có từ thế kỷ 13 khi bị Hoa tộc lấn đất dữ dội, họ phải bỏ xứ mà Nam thiên xuống các vùng phía Nam như Miến Điện, Vân Nam, Lào, Xiêm, Bắc Việt. Trước đó họ tự gọi là Âu. Chi Âu cùng với chi Lạc trong huyền thoại cha Lạc Long, mẹ Âu Cơ đẻ Trăm Trứng.

- Chi Âu còn giữ được phần đất ở Vân Nam gọi là Nam Chiếu, lấy thành Đại Lý làm kinh đô nên cũng gọi là nước Đại Lý. Về nguồn gốc tập thể Thái của vương quốc Đại Lý, có người cho là "từ nhóm Bách Việt sinh tụ chủ yếu ở miền nam sông Dương Tử, thiên di theo hướng tây nam vào miền Vân Nam..." vào khoảng thiên kỷ thứ nhất trước Công nguyên. Thật ra thì từ trước, vùng Vân Nam cũng vốn đã có những bộ tộc Bách Việt sống rải rác nhưng chỉ sau khi đế quốc Nam Việt bị Hán thôn tính thì vùng này mới quy tụ đông đảo. Vì người Thái chẳng ai đâu xa lạ, chính là bộ tộc Lý thuộc nhóm Âu Việt ở Quảng Tây trong đế quốc Nam Việt cũ. Họ bỏ quê hương đi vì không chịu sống dưới sự đô hộ của người Hán và cũng bởi thế mới tự xưng là Thái, có nghĩa là tự do, là thoát khỏi.

- Tả Truyện chép sau khi bị Tư Mã Thác đem quân Tần chiếm nước Thục thì dân Thục bỏ xứ chạy sang nước Ba nhưng không ở lại đó vì nước Ba cũng đã bị Tần chiếm rồi. Họ nhờ đường nước Ba để sang nước Sở. Nước Sở là địa bàn của Việt tộc nhưng đã Hoa hóa nhiều rồi, bởi thế dân Thục không có ở lại đất Sở mà họ di cư xuống miền Nam, vượt Ngũ Lĩnh xuống Quý Châu. Đất Quý Châu là đất núi non, khí hậu xấu mà nghèo, nên họ không ở đó. Họ lại đi xuống nữa đến vùng Quảng Tây. Quảng Tây, Quảng Đông cũng là địa bàn của người Thái sinh sống. Đám người Thục di tản đó ở lại Quảng Tây, ngày xưa gọi là Tây Âu. Có một nơi gọi là Đông Âu, ngày nay là tỉnh Giang Tây cũng là địa bàn của chi Âu tức Thái.

2. Từ sách Nguồn gốc Mã Lai của dân tộc Việt Nam (2):

Nguồn gốc Mã Lai của dân tộc Việt Nam của Bình Nguyên Lộc là chuyên khảo sâu về lịch sử văn hóa Đông Nam Á. Bằng ngôn ngữ học so sánh, tác giả phát hiện mối quan hệ gần gũi giữa các sắc dân trong vùng, đưa ra những lý giải có giá trị.

- Người Ba Thục sống trên vùng cao nguyên có sông Dương Tử chảy qua tưới cho đất thêm màu mỡ. Họ đã tiến bộ, văn minh lắm. "Nước Thục rất văn minh, ít lắm cũng bằng

Trung Hoa vào thuở đó và có vài nét, họ hơn hẳn Trung Hoa, vì thuở đó, họ đã biết nghề sơn mài, còn Trung Hoa thì chưa."

- Vua Thục và một số quan lại triều đình cũng như hoàng gia bị Tư Mã Thác giết thì cũng có một số hoàng thân quốc thích, binh tướng cùng dân chúng chạy thoát xuống phương Nam, trong đó có thái tử con vua Thục, mới sanh hoặc một bà phi nào đó đang mang thai.

- Tả Truyện có chép đám di cư tỵ nạn này bị nước Sở đón đánh tại Hồ Nam là đất Nam Sở. Đó là tài liệu cổ nhất về con vua Thục di cư nhưng ít ai để ý tới. Họ chọn đường Hồ Nam cho dễ đi. Nhưng gặp người Tàu lai Việt ở đó là Sở, khác giống, họ bị đánh bật ra, mà dùng con đường khó đi hơn, là đường Quí Châu.

- Đám di cư Ba Thục này từ Quí Châu xuống Quảng Tây (Tây Âu), được ít lâu thì Tần Thủy Hoàng gồm thâu lục quốc rồi cho tướng Đồ Thư đem năm mươi vạn (500 ngàn) quân xuống chiếm đất Lĩnh Nam. Đồ Thư chiếm Quảng Đông (Nam Hải) dễ dàng và đặt bản doanh tại Phiên Ngung gần thành phố Quảng Châu ngày nay.

- Theo Hoài Nam Tử thì trong lúc tù trưởng Trạch Hu Tống bị hại, nhóm Tây Âu vô chủ thì người kiệt tuấn được dân Tây Âu cử ra lãnh đạo công cuộc chống Tần là Thục Phán vào khoảng năm 219 đến 207 trước Công Nguyên. Đám vong quốc Ba Thục bị quân Tần chiếm nước, mới xuống định cư ở Tây Âu chưa được bao lâu thì quân Tần lại theo bén gót đánh phá. Dân Ba Thục đang căm giận mất nước thì nay có dịp mặt đối mặt với kẻ thù, ắt hẳn mọi người đều liều chết cùng dân Tây Âu đánh giết quân Tần. Thục Phán, con của Thục vương vừa mới mất, được dân Ba Thục cử lên nối ngôi (vua lưu vong) và với tinh thần dũng cảm, nhiều mưu mô nên cũng được dân Tây Âu đồng lòng tôn xưng làm thủ lãnh.

- Thủy Kinh Chú viết: "Về sau, con vua nước Thục cầm đầu ba vạn quân, đến diệt Lạc Vương, Lạc Hầu và chế phục tất cả các Lạc Tướng rồi con vua nước Thục tự xưng An Dương Vương. Đó là đất Âu Lạc vậy."

3. Giáo sư Nguyễn Đăng Thục:

Trong bài Bốn nghìn năm văn hiến (3), Giáo sư Nguyễn Đăng Thục đưa ra những nhận định khá thuyết phục.

Theo "Hoa dương quốc chí" q.3, Thục chí:

Nước Thục giao thông với bên ngoài rất phát đạt. Sự giao thông ấy lấy Điền (Vân Nam) và đất Kiềm làm chủ yếu, mà sự mở mang đất Vân Nam lại hướng vào nước Thục làm trọng tâm để buôn bán mậu dịch. Vân Nam với Bắc Việt liền tiếp với nhau, từ thời cổ xưa hai miền giao thông rất thịnh, cho nên thời cổ sự giao thông giữa Tứ Xuyên với Bắc Việt chắc hẳn là tấp nập. Bấy giờ miền hạ lưu sông Trường Giang chưa có ảnh hưởng khai hóa của Hán tộc, mãi đến thời Chiến quốc (dân mà người Hán gọi là man di) phía Tây trong vùng Tứ Xuyên – Bắc Việt, và "Tây nam di ở Điền, Kiềm (Vân Nam, Quý Châu ngày nay), nước Tần, nước Sở đang đua tranh vũ lực để thôn tính, kết quả là vua nước Sở Trang Kiêu làm vua Điền (Vân Nam). Nước Tần chiếm lấy nước Ba, nước Thục, nước Kiềm tức Quý Châu."

Lã Sĩ Bằng trong "Bắc thuộc thời kỳ đích Việt Nam" suy diễn sử kiện trên đây như sau:

"Xét về việc vua Thục bị ở đất Vũ Dương, ngày nay là Bái Sơn vị trí ở phía nam Thành Đô, trên bờ sông Manh khoảng giữa đến Bàng hương núi Bạch Lộc ngày nay ở đâu thì không thể tìm xét, chỉ nên hiểu là ở phía nam núi Bành, thế nhân vì quân Tần từ phía bắc xuống miền Nam, tập đoàn người Thục chống đối quân Tần bị thua mà hướng phương Nam để thoát lui vậy. Từ đấy về sau 59 năm có lịch sử đích thực là vua Thục Phán làm vua Việt. Chúng ta có thể suy định rằng vua Thục bị bại ở Vũ Dương, quan Tướng, Phó, Thái tử đều chết ở núi Bạch Lộc, sau đấy đảng vua Thục còn lại mới suy tôn con hay cháu nhà vua lên tiếp tục chạy về phương Nam, theo hạ lưu sông Manh tiến vào khu đất tiếp giáp giữa Qúy Châu và Vân Nam thuộc phạm vi thế lực người Sở… Nhưng khu đất giao tiếp giữa Quý Châu (Kiềm) và Vân Nam (Điền) thời Hán là Trường Kha là đất thuỷ lão nghèo nàn. Thục vốn là nước Thiên phủ, người Thục khó ở lâu tại đất ấy được, và thế lực quân Tần đang rất mạnh, dòng dõi vua Thục hết hy vọng khôi phục lại đất cũ mới tìm phát triển về phương Nam tiến vào đất bình nguyên Bắc Việt, khí hậu ôn hòa, nông sản phì nhiêu, cùng với Hùng Vương tranh chiến, nhiều phen thất bại đến đời Chu Bảo Vương năm 518 (tr.cn 257) mới chinh phục được Văn Lang."

"Từ Chu Thuận Tĩnh làm vua 5 năm (316 tr. Tây nguyên) nước Thục mất về nước Tần, cho đến Chu Báo làm vua 58 năm (257 tr. Tây nguyên) An Dương Vương là Thục Phán xưng vua ở Việt Nam, thời gian cách nhau là 59 năm. Trong khoảng thời gian ấy, người dân nước Thục chịu sự áp bách của thế lực quân sự nhà Tần, tập đoàn chống đối quân Tần dần dần đi xuống phương Nam đi vào bắc bộ Việt nam, cùng với vua Hùng Vương nước Văn Lang đánh nhau tranh dành. Lúc đầu vì thế lực còn yếu, luôn luôn bị thua, mãi sau mới chinh phục được. Và việc An Dương Vương từ nước Thục đi vào nước Việt, thì sách sử xưa của Tầu và Việt đều không ghi chép lịch trình tiến triển, nhưng cuộc chiến tranh giữa nước Tần và nước Thục có thể tìm thấy dấu vết ở cuộc thiên di về phương Nam của tập đoàn vương thất nước Thục chống đối với nhà Tần."

"Sự hiện diện của Bách bộc do Thục An Dương Vương với tập đoàn nhà Thục từ Tứ Xuyên đi xuống qua Qúy Châu và Vân Nam phía Tây Bắc Việt ngày nay mà di tích là kiểu thành Cổ Loa vốn của nước Ba Thục."

II. AN DƯƠNG VƯƠNG NGƯỜI TÀY CAO BẰNG

Chúng tôi xin dẫn ra đây khảo cứu của GS.TS Nguyễn Quang Ngọc đại diện cho khuynh hướng này:

Năm 1963, với việc Tạp chí Nghiên cứu lịch sử công bố truyền thuyết "Cẩu chủa cheng vùa" (Chín chúa tranh vua) của người Tày ở Cao Bằng, nhiều vấn đề về nguồn gốc Thục Phán - An Dương Vương đã dần dần được sáng tỏ. Theo truyền thuyết này thì Thục Phán là con Thục Chế, vua nước Nam Cương gồm 10 xứ mường, trong đó, một xứ mường trung tâm là nơi vua ở, còn 9 xứ mường xung quanh do chín chúa mường cai trị. Lãnh thổ của nước Nam Cương thuộc vào khoảng Cao Bằng và vùng nam Quảng Tây (Trung Quốc) ngày nay. Thục Chế mất, Thục Phán lên làm vua, tuy còn nhỏ tuổi nhưng đã dùng mưu trí quy phục được cả chín chúa mường, xây dựng nước Nam Cương hùng mạnh. Sau đó, Thục Phán đã lãnh đạo bộ tộc đánh thắng Văn Lang, hợp nhất lãnh thổ, lập ra nước Âu Lạc. Truyền thuyết về Chín chúa tranh vua còn được minh chứng bằng các di tích, di vật và địa danh cụ thể như Tổng Lằn (xã Thịnh Vượng, huyện Nguyên Bình), Tổng Chúp, Khau Lừa, cây đa cổ thụ ở Cao Bình, đôi guốc đá khổng lồ ở bản Thành… (các xã Hưng Đạo và Bế Triều, huyện Hoà An, Cao Bằng)

Sau khi truyền thuyết trên được công bố, nhiều nhà nghiên cứu đã hướng về Cao Bằng để tìm quê hương Thục Phán và hầu như cho đến nay đều tin rằng Thục Phán là thủ lĩnh một liên minh bộ lạc người Tây Âu (hay người Tày cổ) ở vùng núi phía bắc Bắc Bộ (Việt Nam) và nam Quảng Tây (Trung Quốc), mà trung tâm là Cao Bằng.

Năm 214 TCN, quân Tần đã áp sát địa bàn Tây Âu và Lạc Việt. Cao Bằng - trung tâm của nước Nam Cương của Thục Phán đã trở thành tuyến đầu của cuộc kháng chiến chống Tần của cả hai bộ tộc Tây Âu, Lạc Việt. Theo sách Hoài Nam tử thì: "Trong ba năm [quân Tần] không cởi giáp dãn nỏ. Giám Lộc không có đường chở lương, lại lấy binh lính đào cừ cho thông đường lương để đánh nhau với người Việt. Giết được quân trưởng Tây Âu là Dịch Hu Tống". Vẫn theo sách Hoài Nam tử, lúc đó trước thế mạnh của quân Tần "người Việt vào rừng ở với cầm thú, không chịu để cho quân Tần bắt. Họ cùng nhau đặt người kiệt tuấn lên làm tướng để ban đêm ra đánh nhau với quân Tần". Người kiệt tuấn đó không phải ai khác mà chính là Thục Phán. Việc cả Âu Việt và Lạc Việt đều thống nhất cử Thục Phán làm người chỉ huy chung đã phản ánh sự trưởng thành của tinh thần yêu nước, của ý chí đoàn kết quyết tâm bảo vệ lãnh thổ. Người Việt tổ chức các trận đánh lớn liên tiếp tiêu diệt sinh lực địch, đại phá quân Tần, giết chết chủ tướng Tần là Đồ Thư, buộc nhà Tần phải bãi binh. Đây là thắng lợi oanh liệt đầu tiên của dân tộc Việt Nam ta chống lại hoạ xâm lược và nô dịch của kẻ thù phương Bắc. Sau khi kháng chiến kết thúc thắng lợi, trong điều kiện cộng đồng cư dân Lạc Việt - Tây Âu đã hình thành và uy tín của Thục Phán ngày càng cao, Thục Phán đã quyết định thay thế Hùng Vương, tự xưng là An Dương Vương, lập ra nước Âu Lạc. Tên nước Âu Lạc bao gồm hai thành tố là Âu (Tây Âu/ Âu Việt) và Lạc (Lạc Việt), phản ánh sự liên kết của hai nhóm người Lạc Việt và Tây Âu. Trong triều vua Thục vẫn có Lạc hầu và các địa phương vẫn do Lạc tướng cai quản - nghĩa là trên căn bản nhà nước Âu Lạc vẫn được tổ chức theo mô hình nhà nước Văn Lang của Hùng Vương. Lãnh thổ nước Âu Lạc cũng được mở rộng trên cơ sở sáp nhập hai vùng lãnh thổ Văn Lang và Nam Cương. Trong quá trình thành lập nước Âu Lạc chắc chắn không tránh khỏi những mâu thuẫn, thậm chí là cả những xung đột, chống đối như sách (Đại) Việt sử lược và một số thần tích, truyền thuyết dân gian phản ánh. Tuy nhiên phải thấy rõ một thực tế là nước Âu Lạc ra đời trong hào quang chiến thắng, sự thành lập nước Âu Lạc gắn liền với thắng lợi vang dội của cuộc kháng chiến chống Tần do Thục Phán lãnh đạo chứ hoàn toàn không phải là một cuộc chiến tranh thôn tính. Vì vậy, nước Âu Lạc là một bước phát triển mới, kế tục và cao hơn nước Văn Lang. Nước Âu Lạc chỉ tồn tại trong khoảng thời gian không đầy 30 năm (từ năm 208 đến năm 179 tr CN), nhưng cũng đã có những đóng góp đặc biệt to lớn vào trong tiến trình phát triển của lịch sử đất nước. (4)

III. Ý KIẾN CHÚNG TÔI

Theo truyền thống, nhà nghiên cứu Việt Nam rất chắt chiu tôn trọng mỗi dòng mỗi chữ trong cổ thư Trung Hoa viết về đất nước mình. Nhưng không hiểu sao, trong trường hợp của An Dương Vương lại không như vậy? Như trên đã dẫn, những cuốn sử quan trọng của Trung Quốc cũng như Việt Nam như Sử ký, Hoài Nam tử, Tả truyện, Thủy kinh chú, Hoa Dương quốc chí… đều nói rằng: Thục Phán người nước Thục. Có sách còn nói rõ quá trình chạy trốn của triều đình Thục lưu vong và tính toán thời gian từ trận đánh cuối cùng ở Bách Lộc tới khi An Dương Vương lên ngôi, tưởng như không còn gì hợp lý hơn! Nhưng vì sao nguồn tư liệu quý giá này bị bỏ qua? Trong khi đó, tất cả những tác giả hàng đầu của Sử học Việt Nam đồng thuận đưa ra một kết luận đẹp nhưng mong manh, thiếu thuyết phục: An Dương Vương người Tày Cao Bằng!

Chúng tôi thấy rằng, từ các tư liệu thành văn hiện có, hoàn toàn đủ cơ sở xác nhận An Dương Vương là người nước Thục. Có người lấy cớ, cả Trung Quốc lẫn Việt Nam đều không có họ Thục để phản bác. Tuy nhiên, việc lấy họ theo tên đất vốn là tập tục phương Đông. Không quan tâm tới Chế và Phán họ gì. Nhưng biết là người Thục nên người Văn Lang lấy chữ Thục làm họ của những người này. Vấn đề còn lại phải bàn tiếp: người Thục là ai? Nhiều người, trong đó có những học giả hàng đầu của chúng ta, theo định kiến từ xa xưa, cho rằng: Thục là đất Trung Quốc nên người Thục là người Trung Quốc! Có thể thấy ở đây ẩn hiện của bóng ma dân tộc chủ nghĩa: Thục Phán người Trung Quốc nên ông không thể là vua của Âu Lạc. Do vậy, cố bắt ông thành người Tày Cao Bằng!

Tuy nhiên, những tác giả như Bình Nguyên Lộc, Phạm Việt Châu, Nguyễn Đăng Thục… thì thực chứng hơn, dựa vào nơi phát tích, vào mối quan hệ thân tộc với những cộng đồng dân cư gần gũi cho rằng người Thục là một dòng Lạc Việt từ xa xưa sống ở Nam Trung Quốc. Tiếc rằng ý kiến này không được thừa nhận.

Rất mừng là sang thế kỷ mới, nhờ di truyền học đọc được cuốn thiên thư ADN ghi trong máu huyết dân cư châu Á, vấn đề được sáng tỏ:

- Khoảng 40.000 năm trước, người Lạc Việt chủng Indonesian [mã di truyền M122 thuộc Haplogroup O1 (Y-DNA)] (5) từ vùng núi Bắc Bộ đi lên khai phá Hoa lục theo con đường Ba Thục, tới tận Nam Hoàng Hà, trở thành chủ nhân đồng bằng Trong Nguồn (nay là Trung Nguyên). Cộng đồng Lạc Việt này về sau được gọi là Tày-Thái. Cùng thời gian Kinh Dương Vương lập nước Xích Quỷ thì nơi đây ra đời nước Ba Thục cổ. Người Ba Thục xây dựng nền văn minh đá mới rực rỡ: 25.000 năm trước có mặt ở Động Người Tiên (Quảng Tây). 20.000 năm trước, làm ra đồ gốm đầu tiên của nhân loại. Và 12.400 năm trước thuần hóa thành công lúa nước. 6.000 năm trước sáng tạo chữ tượng hình Cảm Tang khắc trên xương, trên đá.

- Năm 2.698 TCN, người Mông Cổ đánh vào Trác Lộc, chiếm một phần đồng bằng Trong Nguồn. Một bộ phận người Việt sống trong vương quốc Hoàng Đế. Có người con gái Thái làm nguyên phi của Đế Khốc, sinh ra tổ nhà Thương và nhà Chu. Ở vùng đất còn lại, người Việt kiên quyết kháng chiến, giữ gìn độc lập. Trong đó có nhà nước Ba Thục mà sử sách Trung Hoa gọi là Tây nhung. Khoảng 1600 năm TCN, nước Ba Thục của Tàm Tùng xuất hiện, với nền văn minh rực rỡ là tòa thành vững chãi, bức tượng đồng lớn nhất thế giới và những đồ thờ đồng thau tinh xảo. Nay là di chỉ văn hóa Gò Ba Sao nổi tiếng. Tại đây cũng phát hiện hàng chục xác voi châu Á, được đưa từ Việt Nam tới.(6)

Năm 316 TCN nhà Tần chiếm nước Thục, mở đầu cuộc trốn chạy của triều đình lưu vong nhà Thục. Có thể giải thích thời kỳ lịch sử này như sau: Trong lúc chạy trốn cuộc tàn sát, đoàn người lưu vong chạy về Nam, theo con đường xa xưa tổ tiên đã đi lên và cũng là con đường thương mại nối Bắc Việt Nam và Ba Thục. 500-700 km không phải không thể vượt qua với đoàn quan quân đi tìm đường sống. Tới Văn Lang, đoàn người lưu vong gặp lại đất gốc của tổ tiên từ xa xưa, gặp đồng bào cùng huyết thống, tiếng nói và văn hóa. Trước đồng bào tị nạn trở về, vua Hùng không thể đối xử nhẫn tâm. Trên thực tế, cũng không thể trục xuất một đoàn quan quân đã cùng đường nên đành chấp nhận cho ở nhờ. Những rắc rối phát sinh. Không chỉ với nhà vua mà còn với những tù trưởng khu vực. Đoàn người của Thục Chế bằng mọi cách tăng cường thế lực. Những tranh chấp nảy sinh. Cuối cùng Thục Phán thu phục được các bộ tộc khác ở vùng núi Bắc Bộ, Vân Nam, Quảng Tây, lập nhà nước Nam Cương. Đó là điều không có trong cổ thư Trung Hoa nhưng tồn tại nơi ký ức cộng đồng thành truyền thuyết "Chín chúa tranh vua."

Rồi từ đây Thục Phán lãnh đạo nhà nước Nam Cương cùng dân Văn Lang đánh quân Tần, diệt Đồ Thư. Sau đó thôn tính Văn Lang thành lập Âu Lạc. Thục Phán người nước Thục nhưng đã trở thành thủ lĩnh nước Nam Cương nên việc chiếm Văn Lang không còn là xâm lăng mà trở thành cuộc sáp nhập hai tiểu quốc của người Việt thành nhà nước thống nhất.

Chúng tôi cho rằng, cách lý giải như vậy thỏa đáng hơn cả. Kết luận này cũng khám phá xu hướng phát triển của dân tộc Việt Nam: Những nhân tài, người hiền Lạc Việt từ Hoa lục trở về góp trí tuệ và công sức phát triển đất nước Việt Nam. Mở đầu là Lạc Long Quân, Hùng Vương. Tiếp theo là An Dương Vương, Triệu Vũ Đế rồi Lý Bôn, nhà Lý, nhà Trần. Khám phá trên cũng cho thấy thành quả của phương cách viết sử kết hợp giữa cổ thư với truyền thuyết và tài liệu điền dã. Do nước ta có chữ muộn, lại bị ngoại bang chiếm đóng thời gian dài nên ghi chép lịch sử rất hạn chế. Trong khi nhiều sự kiện lịch sử vẫn để lại dấu vết trên thực địa hoặc đi vào những câu truyện lan truyền trong dân gian. Từ thế kỷ trước, do ảnh hưởng của quan niệm phương Tây, quá coi trọng văn tự trong khi bài bác truyền thuyết, huyền thoại nên học giả người Việt ngại việc tìm hiểu thực địa cũng như sử dụng truyền thuyết. Việc dùng truyền thuyết Chín chúa tranh vua kết hợp cổ thư và khảo sát thực địa để khám phá nguồn gốc của An Dương Vương là kinh nghiệm hay để tiếp tục làm rõ nhiều sự kiện còn bí ẩn của lịch sử Việt Nam.

Sài Gòn 12.6.17

Tài liệu tham khảo:

1.Phạm Việt Châu. *Trăm Việt trên vùng định mệnh*

https://phamthientho.wordpress.com/2015/09/03/tram-viet-tren-vung-dinh-menh-pham-viet-chau/

2. Bình Nguyên Lộc. *Nguồn gốc Mã lai của dân tộc Việt Nam.*

http://www.vanhoahoc.vn/nghien-cuu/thu-vien-so-sach-anh-video/tu-sach-van-hoa-hoc/787-binh-nguyen-loc-nguon-goc-ma-lai-cua-dan-toc-vn-1.html

3. Nguyễn Đăng Thục. *Bốn nghìn năm văn hiến* http://newvietart.com/index4.327.html

4. Nguyễn Quang Ngọc. *Vấn đề nguồn gốc của Thục Phán và sự thành lập nước Âu Lạc:* (http://repository.vnu.edu.vn/bitstream/VNU_123/237/1/Nguyen%20Quang%20Ngoc.pdf)

5. The free encyclopedia - Liangzhu culture: "Một phân tích năm 2007 của DNA phục hồi từ người vẫn còn ở địa điểm khảo cổ của người tiền sử trên sông Dương Tử cho thấy tần số cao của Haplogroup O1 (Y-DNA) trong văn hóa Lương Chử, liên kết chúng với dân cư văn hóa Austronesian và Tai-Kadai." Dân cư Việt cổ thuộc Haplogroup O1 (Y-DNA). Người Tày-Thái thuộc Lạc Việt (chủng Indonesian), mang mã di truyền M122.

6. Hao Sun et al. *Autosomal STRs Provide Genetic Evidence for the Hypothesis That Tai People Originate from Southern China.*

http://journals.plos.org/plosone/article?id=10.1371/journal.pone.0060822

In the southern origin hypothesis, many Chinese ethnologists [5], [6], [13] believe that today's Tai people migrated from southern China and that they share a recent common ancestor, which named "Yue" people, with other Tai-Kadai speakers who lived in southern China, such as the Zhuang and the Mulao.

"Trong giả thuyết nguồn gốc miền Nam, nhiều nhà nghiên cứu dân tộc học Trung Quốc [5], [6], [13] tin rằng người Thái hiện nay di cư từ miền Nam Trung Quốc và họ chia sẻ một tổ tiên gần đây, có tên "Yue" (Việt), cùng với những người nói tiếng Tày-Thái sống ở miền nam Trung Quốc, chẳng hạn như Zhuang và Mulao."

NHÌN LẠI VIỆC ĐÁNH GIÁ TRIỆU ĐÀ VÀ NƯỚC NAM VIỆT

Từ thời có Sử, các nhà nước quân chủ Việt Nam đều ghi công Triệu Đà và thừa nhận Nam Việt là triều đại chính thống của Việt Nam. Dù ở cuối thế kỷ XVIII Ngô Thì Sỹ có lên tiếng bài bác, cho Triệu Đà có tội đưa nước ta vào vòng nô lệ phương Bắc thì sử nhà Nguyễn vẫn ghi nhà Triệu là tiền triều. Quan niệm này được tiếp tục trong Việt Nam sử lược của Trần Trọng Kim rồi Bài ca Việt Minh của Hồ Chí Minh xuất bản tại Cao Bằng năm 1942 với hai câu thơ: *Triệu Đà là vị hiền quân. Quốc danh Nam Việt trị dân năm đời.* Năm 1945, Chương trình Phổ thông Trung học của Chính phủ Trần Trọng Kim cũng coi nhà Triệu mở đầu cho lịch sử Việt Nam.

Tuy nhiên, từ sau năm 1960, các nhà làm sử miền Bắc có cách nhìn khác hẳn, coi Triệu Đà là giặc ngoại xâm và xóa bỏ nhà Triệu khỏi sử Việt. Người đề xuất quan điểm này là sử gia Đào Duy Anh trong cuốn Lịch sử cổ đại Việt Nam xuất bản năm 1957.

Học giả Đào Duy Anh có công lớn gầy dựng trí tuệ và lịch sử Việt Nam. Do vậy mà việc đề xuất của ông được Viện sỹ Nguyễn Khánh Toàn, Ủy viên Trung ương Đảng Lao động Việt Nam, Chủ nhiệm Ủy ban Khoa học xã hội chấp nhận. Từ đó, phủ nhận Triệu Đà và nước Nam Việt trở thành quan điểm chính thống của Nhà nước Việt Nam Dân chủ Cộng hòa, được phản ánh trong các bộ thông sử quốc gia, được đưa vào chương trình giáo dục phổ thông và đại học.

Sách Lịch sử Việt Nam, tập 1 (1971), công trình tập thể của những nhà viết sử hàng đầu Việt Nam, được biên soạn dưới sự chỉ đạo trực tiếp của Ủy ban Khoa học xã hội Việt Nam viết về Triệu Đà như sau:

"Triệu Đà biết rằng không thể thắng được Âu Lạc về quân sự nên rút về núi Vũ Ninh, xin hòa với An Dương Vương. Hắn sai con trai là Trọng Thủy sang hàng phục An Dương Vương, xưng thần mà thờ. An Dương Vương gả con gái là Mị Châu cho Trọng Thủy. Trọng Thủy ở gửi rể bên nước Âu Lạc. Đấy chính là mưu mẹo mà Triệu Đà dùng để chiếm nước Âu Lạc. Trong những năm ở gửi rể, Trọng Thủy đã dò xét tình hình Âu Lạc, học phép chế nỏ và phá nỏ của người Âu Lạc rồi trốn về nước báo cho Triệu Đà. Kết hợp lực lượng quân sự và mưu mẹo gián điệp, lần này Triệu Đà thôn tính được nước Âu Lạc. An Dương Vương thua trận, phải nhảy xuống biển tự vẫn."

Trong lời giới thiệu cuốn Đại Việt Sử Ký Toàn Thư (in năm 2000), Giáo sư Phan Huy Lê cho rằng: "Việc Lê Văn Hưu, Ngô Sĩ Liên coi nhà Triệu là một vương triều chính thống của Việt Nam là một sai lầm nghiêm trọng." Ông khẳng định "Nam Việt là một nước cát cứ của một tập đoàn phong kiến, không phải là nước của người Việt Nam." "Việc Triệu Đà đặt tên nước là Nam Việt (tỏ ý muốn phục hưng nước cũ của người Việt) cũng như việc Triệu Đà tự xưng là "Man Di đại trưởng lão phu," lấy vợ Việt, theo tục Việt... chỉ là các thủ đoạn mị dân Việt. Việc Triệu Đà chống Tần chống Hán cũng chỉ nhằm thỏa mãn mộng bá vương của riêng mình... Nhưng nhiều sử gia phong kiến đã không nhận ra bộ mặt cát cứ, xâm lược của nhà Triệu và ngộ nhận coi nhà Triệu là một triều đại của Việt Nam." Tố Hữu làm thơ gọi họ Triệu là "giặc", phê phán My Châu làm mất nước:

Tôi kể ngày xưa chuyện Mỵ Châu,
Trái tim lầm chỗ để trên đầu.

Nỏ thần vô ý trao tay giặc,
Nên nỗi cơ đồ đắm bể sâu.

60 năm sau phán quyết trên, nay ta thử xét xem vì sao học giả họ Đào lại có ý tưởng như vậy. Và quan niệm của ông có phù hợp với sự thật lịch sử?

Những dòng lên án Triệu Đà đã xuất hiện từ năm 1947 trong tài liệu in ronéo của Đào Duy Anh khi ông hoạt động trong Chi hội văn nghệ Liên khu IV ở Thanh Hóa. Công bố năm 1957 chỉ là sự tiếp tục quá trình tư duy nhất quán. Dựa vào quan điểm Macxit đương thời, tác giả đưa ra những lời kết án nặng nề chưa từng có với vẻ đầy tự tin:

"... Các sử thần nhà Lê, kế tục phương pháp và quan điểm của Lê Văn Hưu ở thời Trần (quan điểm lịch sử phản dân tộc) không thấy rằng Triệu Đà làm vua nước Nam Việt ở miền Quảng Đông, Quảng Tây, đối với nước Âu Lạc mà nghỉ xâm lược, chỉ là một tên giặc cướp nước chứ không phải là một đế vương chính thống. Mãi đến cuối đời Lê mới thấy có một nhà sử học là Ngô Thì Sĩ, tác giả sách Việt sử tiêu án, phản đối việc cho họ Triệu tiếp nối quốc thống của An Dương Vương. Có lẽ do ảnh hưởng của ý kiến ấy cho nên sách Khâm định Việt sử thông giám cương mục của triều Nguyễn không chép riêng nhà Triệu làm một kỷ chính thống nữa, nhưng vẫn cứ chép cả lịch sử nhà Triệu vào phạm vi quốc sử nước ta. Các nhà sử học tư sản của ta cũng chịu ảnh hưởng của quan điểm phản dân tộc ấy, cho nên Việt Nam sử lược của Trần Trọng Kim cũng chép kỹ càng về lịch sử nhà Triệu, và Những trang sử vẻ vang của Nguyễn Lân thì biểu dương Lữ Gia là trung thần của nhà Triệu, là vị anh hùng dân tộc đầu tiên của chúng ta. Đối với dân tộc ta thì Triệu Đà là giặc cướp nước, mà lịch sử của nhà Triệu ở nước Nam Việt không thể nằm trong phạm vi của lịch sử Việt Nam." [1]

Tuy nhiên, khi ghép tội Triệu Đà, ông Đào Duy Anh không đưa ra chứng lý gì mới hơn so với Ngô Thì Sỹ mà chỉ là những quy chụp: "giặc cướp nước", "các nhà sử học tư sản" rồi "quan điểm lịch sử phản dân tộc!"

Sự thật là, dù Triệu Đà có xâm lược Âu Lạc đi nữa thì Nam Việt vẫn là nhà nước của người Âu Lạc. Bởi lẽ, dưới hai viên điển sứ thay mặt nhà vua thì người cai trị trực tiếp Âu Lạc vẫn là những lạc hầu, lạc tướng người Việt, cai trị theo luật Việt. Đó là sự thực vì khi chiếm nước ta, Mã Viện phát hiện: "Luật Giao Chỉ có 10 điều khác với luật nhà Hán." Ta cũng thấy, đó là thời thái bình thịnh trị từng được các thư tịch Trung Hoa ca ngợi. Thực tế là, suốt trong thời gian cai trị Nam Việt, ngoài việc may mắn thắng cuộc chiến tranh của Lâm Lư hầu thì bằng mọi cách, khi cương khi nhu trong đối ngoại, Triệu Đà giữ được mối quan hệ yên bình với nhà Hán, tránh được chiến tranh, không mất một tấc đất. Cháu ông là Triệu Muội vẫn giữ vững độc lập, vẫn xưng đế. Triều đại do Triệu Đà xây dựng, sau 97 năm tồn tại, bị hủy diệt bằng cuộc xâm lăng tàn bạo của nhà Hán. Chống trả cuộc xâm lăng là toàn dân Nam Việt trong đó có nhân dân Âu Lạc mà ngọn cờ đầu là Thừa tướng Lữ Gia! Sự bi thảm của cuộc chiến ấy ngày nay ta còn thấy trong đống xương ở hang Cắc Cớ Chùa Thầy!

Một điều không thể không bàn tới là di sản do Nam Việt để lại. Ta từng biết, từ Nam Dương Tử trở xuống là đất của nhà nước Xích Quỷ-Văn Lang. Nhưng hai quốc gia này chỉ tồn tại trong truyền thuyết. Khi Nam Việt xuất hiện, mới có một thực thể nhà nước của người Việt. Nhờ sự tồn tại Nam Việt 100 năm với chính sự tốt đẹp, người dân hạnh phúc mà tinh thần quốc gia-dân tộc của người Việt được định hình. Bằng chứng là vào năm 39, khi hai Bà Trưng khởi nghĩa ở vùng Phú Thọ thì toàn bộ dân Nam Việt xưa nổi lên theo. Cho đến nay còn có hơn 200 nơi thờ Vua Bà ở Nam Trung Quốc!

Những chứng cứ trên cho thấy, Nam Việt là quốc gia độc lập của người Lạc Việt. Do vậy, theo nguyên lý duy vật lịch sử, dù Triệu Đà có là ai chăng nữa thì qua sự chuyển hóa biện chứng, ông cũng không còn là cá nhân mình mà thuộc về khối quần chúng nhân dân Nam Việt. Đấy là sự chuyển hóa tự nhiên của biện chứng lịch sử, biến một kẻ ngoại tộc mang ý đồ cát cứ thành lãnh tụ của quốc gia độc lập! Việc chỉ căn cứ vào xuất thân của Triệu Đà - như một sự nhất thành bất biến - rồi lên án nặng nề đồng thời xóa bỏ cả một thời đại trong lịch sử dân tộc, thể hiện quan điểm duy tâm chủ quan. Đó còn là sự xa rời thực tế lịch sử, không nhìn thấy lòng sùng kính của người dân Việt đối với nhà Triệu – chính là tấm gương trung thực phản ánh lịch sử. Tại sao một nhân dân đã từng đặt gọi vua là "vua quỷ", "vua lợn" lại tôn xưng Triệu Đà như Nghiêu Thuấn? Đó còn là sự xúc phạm nhẫn tâm với hồn thiêng của hàng vạn người hy sinh để bảo vệ Nam Việt!

Sau 60 năm nhìn lại, ta thấy Lê Văn Hưu, Ngô Sỹ Liên, Trần Trọng Kim, Hồ Chí Minh, Hoàng Xuân Hãn… đã đúng. Bởi lẽ họ hiểu rằng Sử không chỉ là những dòng chữ trên sách vở mà trước hết, là hồn của dân tộc. Là những người nhân chi sơ tính bản thiện nên các vị đó thấm đượm trong lương tri hồn thiêng của dân tộc Việt.

Cho Triệu Đà là giặc cướp nước, chứng tỏ ông Đào Duy Anh kết tội Triệu Đà chỉ vì nghĩ Triệu là người Hán! Nhận định của ông Phan Huy Lê: "Việc Triệu Đà đặt tên nước là Nam Việt (tỏ ý muốn phục hưng nước cũ của người Việt) cũng như việc Triệu Đà tự xưng là "Man Di đại trưởng lão phu", lấy vợ Việt, theo tục Việt... chỉ là các thủ đoạn mị dân Việt. Việc Triệu Đà chống Tần chống Hán cũng chỉ nhằm thỏa mãn mộng bá vương của riêng mình…" hoàn toàn là suy diễn chủ quan, vô sở cứ.

Thực tế cho thấy, 60 năm qua, một quyết định sai lầm đã làm suy bại dòng họ hiển hách. Sau Triệu Vũ Đế, Triệu Văn Đế, có anh hùng Triệu Thị Trinh, Triệu Quốc Đạt rồi Triệu Quang Phục… Nhưng nay họ Triệu còn gì? Khi đề xướng Hội thảo khoa học *Vai trò nhà Triệu trong lịch sử Việt Nam*, chúng tôi tìm hiểu hiện tình của họ Triệu thì quả là đáng lo ngại. Không có Ban Liên lạc dòng họ Triệu trên mạng thông tin. Không doanh nhân tên tuổi. Nhân sỹ nổi bật của dòng họ chỉ là ba nhà văn, trong đó duy nhất nhà văn Triệu Xuân ở cấp quốc gia! Còn tinh thần thì sao? Một ông bạn già đồng hương của tôi rất bức xúc về việc này, nói chuyện với người con rể họ Triệu, được trả lời: "Thôi bố ơi, chuyện lâu rồi, cho qua đi!" Nghe đâu đó có người than thở: "Nếu không mang họ Triệu thì đời tôi đã khác!" Một nhà văn, sau khi đọc kế hoạch Hội thảo và tài liệu chúng tôi gửi, thì đáp lại: "Tôi hoàn toàn tán thành khảo cứu của anh. Nhưng không thể giúp gì cho kế hoạch của anh được!" Đến khi chúng tôi đề nghị: "Không cần anh đóng góp vật chất. Chỉ xin anh viết về ba đời điền chủ nhà anh trên đất Miền Tây, những tư liệu rất quý về họ Triệu ở Nam Bộ…" Anh không trả lời! Một ông bạn già của tôi, tới đền Thánh Mẫu hỏi âm sự của dòng họ. Theo đề nghị của tôi, ông hỏi về họ Triệu, thì được trả lời: "Cụ Triệu Đà người Việt đấy, không phải Hán đâu, bị oan đấy. Oan mà không gỡ được!" May sao, Đất Nước vẫn chưa hết người nhiệt tâm. Cuốn Kỷ yếu Hội thảo Nhà Triệu 450 trang đã có giấy phép, in với tiền túi của những người trực tiếp viết bài và làm sách!

Sau 60 năm nhìn lại, việc trục xuất nhà Triệu khỏi sử Việt đưa tới những hệ lụy nghiêm trọng:

1. Tước bỏ tư cách thừa kế của người Việt Nam với quá khứ đại tộc Việt. Từ những phát hiện của di truyền học đầu thế kỷ XXI cho thấy, người Việt không chỉ sinh sống lâu đời ở Nam Dương Tử mà hàng vạn năm trước là chủ nhân của toàn bộ đất Trung Hoa. Trên đất này, đại tộc Việt đã làm nên những nền văn hóa rực rỡ. Nam Việt nhà Triệu chính là cái cuống nhau nối lịch sử xa xăm của đại tộc Việt với Việt Nam hôm nay.

2. Tước bỏ vai trò chủ nhân của tộc Việt đối với ngôn ngữ gốc mà người Trung Hoa đang sử dụng hiện nay. Trong tám phương ngữ được xác định trên đất Trung Hoa thì tiếng Việt Quảng Đông được coi là ngôn ngữ gốc. Trong khi đó, nguồn cội của ngôn ngữ Quảng Đông chính là ngôn ngữ vùng Thanh-Nghệ, trung tâm của người Việt khoảng 50.000 năm trước.

3. Tước bỏ vai trò sáng tạo chữ Giáp cốt của người Việt. Chữ Giáp cốt được phát hiện đầu tiên vào thời nhà Ân ở Hà Nam. Nhưng khảo cổ học xác định rằng tại văn hóa Giả Hồ

9.000 năm trước đã có ký tự hình vẽ trên yếm rùa. Cuối năm 2011, tại di chỉ Cảm Tang tỉnh Quảng Tây phát hiện ký tự tượng hình khắc trên xẻng đá có tuổi 4000 tới 6000 năm. Những ký tự kiểu Giáp cốt này xuất hiện trước khi người Hoa Hạ ra đời. Do vậy nó hoàn toàn là sản phẩm sáng tạo của người Việt.

4. Tước bỏ mối liên hệ huyết thống và văn hóa của người Việt Nam với những bộ tộc người Việt đang sống trên đất Trung Hoa. Những khám phá lịch sử cho thấy, trước cuộc xâm lăng của Tần Thủy Hoàng thì phần lớn đất Trung Hoa do người Việt làm chủ: Thục và Ba phía tây nam; Ngô, Sở, Việt ở trung tâm và phía đông; Văn Lang phía nam. Do cuộc xâm lăng của Tần Thủy Hoàng, phần lớn đất đai và dân cư Việt bị sáp nhập vào đế chế Tần. Trong phần đất bị chiếm, đại bộ phận người Việt bị Hán hóa. Tuy nhiên, có không ít nhóm Việt không chịu đồng hóa, đã lui sâu vào cư trú trong vùng rừng núi. Lâu dần, từ người Lạc Việt - tộc đa số trong dân cư, họ bị thiểu số hóa. Đến nay, những nhóm người như tộc Thủy, Bố Y ở Quý Châu vẫn giữ nhiều nét văn hóa Việt cổ, có thể nói đó là nền văn hóa Việt hóa thạch. Nếu nghiên cứu văn hóa của những tộc người bà con này, chắc chắn sẽ khám phá lại nhiều điều quý giá của văn hóa Việt cổ. Đặc biệt tộc Thủy với 340.000 người vẫn giữ được sách Thủy (Thủy thư - 水书) viết bằng chữ Thủy (Thủy tự), loại chữ tượng hình gần gũi Giáp cốt văn nhưng hành văn theo cách nói xuôi của người Việt, một loại văn tự hóa thạch sống, được Trung Quốc coi là bảo vật.

5. Mất quyền thừa kế với truyền thống văn hóa Nam Việt.

Sáp nhập đất đai và dân cư Âu Lạc, Nam Việt thành quốc gia lớn trong khu vực. Trái với quan niệm phổ biến cho đến nay là Triệu Đà dùng kế sách "nội đế ngoại vương" (bên trong xưng đế nhưng đối với nhà Hán thì xưng vương), suốt đời mình, Triệu Đà xưng danh hiệu Triệu Vũ Đế và cháu ông cũng xưng đế. Bằng chứng là chiếc ấn bằng vàng, kích thước 310 x 310 mm (lớn hơn mọi con ấn của vua Hán) khắc bốn chữ Văn Đế hành tỷ (文帝行璽) tìm thấy trong lăng mộ Triệu Văn Đế. Sau khi phát hiện lăng mộ, người Trung Hoa đã lập khu trưng bày di tích này với khoảng 2.500 hiện vật đặc sắc, trong đó phần lớn thuộc văn hóa Việt. Do coi đây là của người Trung Hoa nên giới sử học Việt Nam chưa hề có nghiên cứu nào về di chỉ văn hóa quan trọng này.

Nhưng câu chuyện chưa hết bởi lẽ Triệu Đà chưa bao giờ là người Hán! Gán cho ông thuộc tộc Hán là lầm lẫn lớn của lịch sử! Hôm nay tôi sẽ làm sáng tỏ nỗi oan 2000 năm này!

Theo truyền thuyết, thủy tổ các đời quân chủ nước Triệu là Bá Ích, từng làm quan ở nước Ngu, được phong ấp Doanh, từ đó hậu duệ Bá Ích lấy họ Doanh. Đến cuối đời Thương, hậu duệ Bá Ích là Phi Liêm cùng với con trai trưởng là Ác Lai phò tá Thương Trụ chống lại Chu Vũ vương nên đều bị giết. Con cháu Phi Liêm ly tán, phân thành hai dòng chính. Một nhánh lưu lạc đến Khuyển Khâu, đến đời Phi Tử thì được nhà Chu phong cho ấp Tần làm phụ dung, hình thành thủy tổ nước Tần. Người con thứ của Phi Liêm là Quý Thắng di chuyển đến Hoàng Hà định cư. Con Quý Thắng là Mạnh Tăng sống vào thời Chu Thành Vương. Mạnh Tăng sinh Hành Phụ, Hành Phụ sinh Tạo Phụ. Tạo Phụ do lập không ít công trạng nên được Chu Mục Vương phong làm đại phu, lấy Triệu Thành làm thực ấp, từ đó mang họ Triệu, hình thành thủy tổ nước Triệu. Hậu duệ 6 đời Tạo Phụ là Yêm Phụ có danh hiệu là Công Trọng sống vào thời Chu Tuyên Vương, Yêm Phụ sinh Thúc Đới.

Thời kỳ Tấn Văn hầu, Thúc Đới di cư tới nước Tấn. Cháu 5 đời của Thúc Đới là Triệu Túc lập công lớn được Tấn Hiến Công thưởng cho đất Cảnh, Triệu Túc sinh Cộng Mạnh, Cộng Mạnh sinh Triệu Thôi. Năm 656 TCN, Triệu Thôi từng theo công tử Trùng Nhĩ lưu vong ra khỏi Tấn. Sau này Trùng Nhĩ trở thành Tấn Văn công của Tấn thì Triệu Thôi trở thành trọng thần. Con cháu Triệu Thuẫn các đời đều nắm trọng quyền, dần phát triển thế lực của gia tộc họ Triệu thành một trong Lục khanh.

Tới thời Tấn Xuất công thì quyền lực thực tế nằm trong tay các trọng thần như Trí Bá, Triệu Tương tử, Hàn Khang tử và

Ngụy Hoàn tử. Sử gọi là Tứ khanh. Năm 456 TCN, Tứ khanh đuổi Tấn Xuất công đi để lập Cơ Kiêu, tức Tấn Ai công. Năm 454 TCN, Trí Bá hợp cùng hai nhà Hàn, Ngụy tấn công Tấn Dương (nay ở phía nam quận Tấn Nguyên, Thái Nguyên, tỉnh Sơn Tây). Triệu Tương tử giữ vững thành trì. Sau đó liên hợp với chính hai nhà Hàn, Ngụy diệt Trí Bá. Năm 453 TCN, ba nhà Hàn, Triệu, Ngụy chia nhau vùng đất của họ Trí.

Năm 437 TCN, Tấn Ai công chết. Con là Cơ Liễu (Tấn U công) kế nghiệp. Nước Tấn khi đó thực chất đã bị phân chia giữa 3 thế gia là Hàn, Triệu và Ngụy. U công không có quyền lực gì đối với 3 nhà này.

Năm 403 TCN, vua Chu Uy Liệt vương phải chính thức công nhận sự tồn tại của nước Triệu cùng với Hàn, Ngụy bên cạnh nước Tấn như là các nước chư hầu của nhà Chu, đánh dấu sự khởi đầu của thời kỳ Chiến Quốc.[2]

Bản tộc phả trên cho thấy họ Triệu là một dòng của bộ tộc Tần. Vậy người Tần là ai?

Rất mừng là sang kỷ nguyên mới, nhờ di truyền học đọc được cuốn thiên thư ADN ghi trong máu huyết dân cư Việt Nam cũng như Trung Quốc, vấn đề được sáng tỏ:

- Khoảng 40.000 năm trước, người Lạc Việt chủng Indonesian [mã di truyền M122 thuộc Haplogroup O1 (Y-DNA)] [3,4,5] từ vùng núi Bắc Bộ đi lên khai phá Hoa lục theo con đường Ba Thục, tới tận Nam Hoàng Hà, trở thành chủ nhân đồng bằng Trong Nguồn (nay là Trung Nguyên). Cộng đồng Lạc Việt này về sau được gọi là Tày-Thái. Cùng thời gian Kinh Dương Vương lập nước Xích Quỷ thì nơi đây ra đời nước Ba Thục cổ.

Tổ tiên Thục Phán là người Lạc Việt từ Việt Nam đi lên đất Ba Thục. Dòng Thái của Thục Phán cư trú trên đất Tần trở thành người Tần. Vậy, cũng như Thục Phán, Tần Thủy Hoàng là người Việt. Nửa thế kỷ trước, trong cuốn Việt lý tố nguyên, Giáo sư Lương Kim Định viết rằng "bộ lạc Tần vốn là dân nông nghiệp Việt tộc nhưng khi di lên cao nguyên phía Tây, do thổ nhưỡng và khí hậu nên chuyển sang du mục, trở thành bộ lạc dũng mãnh." Do ông không dẫn nguồn để tra cứu nên tôi không dám tin. Nay thì tìm ra sự thật. Một nhánh của họ Doanh đi lên Nam Hoàng Hà, vào nước Tấn, được phong Triệu thành, cải sang họ Triệu rồi dựng nên nước Triệu. Cố nhiên, Triệu cũng là một tiểu quốc của người Việt. Do vậy, Triệu Đà là người Việt.

Cũng như Thục Phán người Lạc Việt do hoạn nạn chạy về Văn Lang, trở thành lãnh tụ nước Nam Cương chống lại nhà Tần rồi sáp nhập với Văn Lang lập nhà nước Âu Lạc; Triệu Đà người Việt, năm 20 tuổi, nước Triệu bị Tần chiếm, ông xung lính nhà Tần xuống đánh Lĩnh Nam. Khi nhà Tần suy bại, ông lập nước Nam Việt rồi sáp nhập Âu Lạc thành quốc gia lớn mạnh, tồn tại gần trăm năm. Như vậy, Triệu Đà không hề là giặc xâm lược mà có công lớn lập nên nhà nước Nam Việt của người Lạc Việt ở phía Nam Dương Tử.

Đáng tiếc là do ngộ nhận, người ta đã kết tội oan Triệu Đà rồi xóa bỏ Nam Việt khỏi sử Việt. Để mất những mối liên hệ với Nam Việt không chỉ là nỗi đau của người Việt Nam, nước cuối cùng của Bách Việt còn độc lập và giữ được cương thổ. Nguy hại hơn, nó cắt đứt mối liên hệ với quá khứ, khiến cội nguồn, lịch sử và văn hóa Việt Nam trở nên chông chênh trên không chằng, dưới không rễ! Tuy là chuyện của quá khứ nhưng lịch sự luôn gắn bó mật thiết với cuộc sống hiện tại. Những quyết định không thỏa đáng về lịch sử đưa tới những di họa khó lường. Việc nhận định sai về cội nguồn tổ tiên dẫn chúng ta lâm vào tấn kịch bi hài của kẻ bỏ mồ cha khóc đống mối. Một dân tộc còn ngộ nhận về gốc gác chưa thể là dân tộc trưởng thành!

Đã tới lúc khôi phục vị trí nhà Triệu cùng nước Nam Việt trong lịch sử dân tộc! Giải oan cho dòng họ Triệu không chỉ ở dương thế mà cả trong cõi tâm linh!

Sài Gòn, tháng Sáu, 2017

Tài liệu tham khảo:

1. Đào Duy Anh. *Lịch sử cổ đại Việt Nam*. NXB Văn hóa thông tin. H, 2005, tr. 93-94)

2. 趙國 http://zh.wikipedia.org/zh/%E8%B5%B5%E5%9B%BD

3. Hà Văn Thùy. *Góp phần nhận thức lại lịch sử văn hóa Việt*. (NXB Hội Nhà văn. H, 2016).

4.The free encyclopedia - Liangzhu culture: "Một phân tích năm 2007 của DNA phục hồi từ người vẫn còn ở địa điểm khảo cổ của người tiền sử trên sông Dương Tử cho thấy tần số cao của Haplogroup O1 (Y-DNA) trong văn hóa Lương Chử, liên kết chúng với dân cư văn hóa Austronesian và Tai-Kadai." Dân cư Việt cổ thuộc Haplogroup O1 (Y-DNA). Người Tày-Thái thuộc tộc Lạc Việt (chủng Indonesian), mang mã di truyền M122.

5. Hao Sun et al. *Autosomal STRs Provide Genetic Evidence for the Hypothesis That Tai People Originate from Southern China.*

In the southern origin hypothesis, many Chinese ethnologists [5], [6], [13] believe that today's Tai people migrated from southern China and that they share a recent common ancestor, which named "Yue" people, with other Tai-Kadai speakers who lived in southern China, such as the Zhuang and the Mulao.

(Trong giả thuyết "nguồn gốc miền Nam", nhiều nhà nghiên cứu dân tộc học Trung Quốc [5], [6], [13] tin rằng người Thái hiện nay di cư từ miền nam Trung Quốc và họ chia sẻ một tổ tiên gần đây, có tên "Yue" (Việt), cùng với những người nói tiếng Tày-Thái sống ở miền nam Trung Quốc, chẳng hạn như Zhuang và Mulao.)

http://journals.plos.org/plosone/article?id=10.1371/journal.pone.0060822

NGÔI NHÀ XÂY TRÊN MÓNG TẠM

(Đọc sách *Có 500 Năm Như Thế*)

Khó mà nói gì về một cuốn sách, vừa sinh ra đã được tặng giải sách hay rồi mới bốn tuổi được tái bản tới ba lần. Trên bìa của nó in những lời có cánh của những học giả danh tiếng. Khen ư? Khác nào khen phò mã tốt áo! Chê ư? Chắc sẽ thêm một lần mang tiếng ghen ăn ghét ở!

Công bằng phải nhận rằng, là dân tay ngang, nhưng do tâm huyết với lịch sử, đặc biệt là quê hương Quảng Nôm của mình, ông Hồ Trung Tú đã có gan lao vào chốn học thuật gai góc mà các bậc thầy, các đàn anh tránh né. Đóng góp của ông là lần đầu tiên tập hợp được lượng tư liệu phong phú nhất liên quan tới đề tài, trong đó đặc biệt giá trị là những tư liệu điền dã mà chỉ những người bám trụ cả đời như ông mới may mắn có được. Có thể nói, để viết cuốn sách, tác giả đã vắt kiệt tư liệu cùng tâm huyết của mình, điều đáng trân trọng trong tình trạng học thuật chợ chiều hiện nay.

Tuy nhiên, cũng phải thấy sự thật là, khi bắt tay viết sách, tác giả chưa có được bề sâu văn hóa cần thiết để có thể giải quyết công việc một cách căn để. Với đề tài đầy bí ẩn và nhạy cảm này, chỉ tri thức của 500 năm là không đủ. Điều tiên quyết, cái sống còn cho công việc là phải biết, trước 500 năm đó là gì? Vì chỉ khi minh thị vấn đề này mới có thể nói chuyện có 500 năm như thế! Rất tiếc là khoa học nhân văn thế kỷ XX của tác giả không có tri thức này, còn những phát hiện của thế kỷ mới thì ông chưa cập nhật! Chính vì thế, công trình của ông rơi vào tình trạng tiên thiên bất túc. Bàn về cuộc tranh chấp Việt Chàm nhưng tác giả thực sự chưa biết Việt là ai, Chàm là ai? Đâu là văn hóa Chàm, đâu là văn hóa Việt? Làm một công trình phương ngữ học nhưng rõ ràng, nguồn gốc của các phương ngữ Việt ông không nắm được! Nói về cuộc đụng độ văn minh Ấn Độ-China nhưng ông chưa hiểu thực chất Ấn Độ, Trung Hoa là gì?!

Do vậy, công trình của ông giống ngôi nhà xây trên móng tạm.

Xin cung cấp một vài suy nghĩ hầu mong có thể bổ ích chút nào cho khảo cứu của ông.

1. Việt là ai? Chăm là ai?

Không riêng ông Hồ Trung Tú, đến nay nhiều học giả vẫn cho rằng người Việt và người Chăm là hai dân tộc (race, nation) khác nhau. Đấy là sai lầm lớn dẫn tới hệ lụy nghiêm trọng là không thể giải quyết dứt điểm những vấn đề thuộc về dân cư, văn hóa khu vực. Vì vậy, trước hết cần làm rõ chuyện này.

Nhân chủng học thế kỷ trước và di truyền học thế kỷ này xác nhận: suốt thời đồ đá, dân cư Việt Nam gồm hai chủng Indonesian và Melanesian, cùng thuộc loại hình Australoid. Nhưng sang thời đồ đồng, người Mongoloid phương Nam xuất hiện và trở thành chủ thể dân cư Việt Nam. Người Australoid biến mất. Như vậy là, từ khoảng 2000 năm TCN, trên đất Việt Nam chỉ còn duy nhất chủng người Mongoloid phương Nam. Điều này có nghĩa là, trên đất Việt Nam chỉ có *duy nhất dân tộc Việt* cùng chung văn hóa và tiếng nói, gồm các *sắc dân* (ethnicity) Mèo, Thái, Mán, Mường, Chăm, Khmer, Bana, Êđê… Do hoàn cảnh lịch sử, thời xa xưa chưa có đồng bằng sông Hồng và đồng bằng miền Trung nên người Mèo, Thái, Mán, Mường… sống tập trung từ miền Trung lên phía Bắc. Người Chăm, Khmer, Bana, Êđê… từ Nam Trung Bộ xuống phía Nam, chủ yếu dựa vào những đồi thấp và thung lũng của dải Trường Sơn.

Khoảng 500 năm TCN đồng bằng sông Hồng được bồi tụ. Người Mường từ miền Trung kéo ra, người Tày, Thái, Dao, Mán, Mường từ trung du, miền núi Bắc Bộ kéo xuống, người từ phương Bắc trở về. Cùng nòi giống, văn hóa và tiếng nói, những dòng người hòa hợp với nhau trên châu thổ trẻ đang khai phá, sinh ra người Kinh – ban đầu là người đồng bằng, sau với nghĩa người kẻ chợ. Do ưu thế của môi trường sống và văn hóa, người Kinh trở thành sắc dân đa số và tiến bộ của cộng đồng dân tộc Việt. Có thể sớm hơn ít nhiều, tại đồng bằng miền Trung cũng diễn ra hiện tượng tương tự: người Kinh miền Trung ra đời.

Cho đến thiên niên kỷ đầu Trước Công nguyên, từ Nam Dương Tử qua Đông Dương tới Mã Lai, Nam Dương là một cộng đồng thống nhất về huyết thống, tiếng nói và văn hóa do các vua Hùng thống lĩnh về mặt tinh thần. Người ta cho rằng, trống Đông Sơn ở Tây Nguyên, Mã Lai, Indonesia, Mianmar là quyền trượng mà các vua Hùng trao cho thủ lĩnh khu vực.

Khi bị Bắc thuộc, một lằn ranh hành chính lập ra ngăn cách Việt Nam với phia Nam. Do mất liên hệ với trung tâm Văn Lang, các thủ lĩnh vùng xưng vương, lập các vương quốc Phù Nam, Lâm Ấp, Chân Lạp… Mối quan hệ truyền thống của người Việt từ xa xưa bị ngăn cách. Rồi sau đó, để lấp khoảng trống văn hóa, người phía Nam tiếp thu văn hóa Ấn.

Việc nhà Trần quản trị hai châu Ô, Rí từ năm 1306 là sự nối lại quan hệ cộng đồng tộc Việt từ xa xưa. Cuộc giằng co 500 năm trên đất Quảng Nam mà xưa nay cho là cuộc tranh chấp Việt Chàm, thực ra, về bản chất, đó là việc người Kinh hòa huyết với người Chăm để thực hiện Kinh hóa sắc dân Chăm về di truyền và ngôn ngữ. Đó là quá trình hình thành của dân Quảng Nam.

Như vậy là, lịch sử Quảng Nam được hình thành trên đất Việt với người Việt và văn hóa Việt. Ở nhà sàn, mặc váy (xà rông), búi tó, ăn trầu, xăm mình… không chỉ của sắc tộc Chăm mà đó là văn hóa của người Việt từ Nam Dương Tử, qua Đông

Dương tới tận Mã Lai Đa Đảo. Xin hỏi nhà văn Hồ Trung Tú: nếu Bắc Bộ không có nhà sàn thì câu tục ngữ *trâu gõ mõ, chó leo thang* là của xứ nào? Ai từng tế sống vợ: *Bà đi đâu vội bấy để lão vất va vất vưởng, búi tóc củ hành, buông quần lá tọa*...? Còn câu ca dao *Kẻ thì mớ bảy mớ ba/ Người thì áo rách như là áo tơi* nói với ta điều gì? Phải chăng cái váy nhiều tầng của đàn bà Chăm chính là trang phục "mớ bảy mớ ba" xa xưa của phụ nữ Bắc Bộ? Chỉ căn cứ vào vài hiện tượng đơn lẻ bề ngoài mà vội quy kết thành *khác biệt dân tộc* sao tránh khỏi khiên cưỡng?!

2. Các phương ngữ Việt hình thành như thế nào?

Theo quan niệm truyền thống, các học giả cho rằng, người Việt (Kinh) xuất hiện ở đồng bằng sông Hồng rồi di cư tới miền Trung, sau đó vào Nam đã tạo ra ba phương ngữ: phương ngữ Bắc Bộ, phương ngữ miền Trung và phương ngữ phía Nam. Nhưng sang thế kỷ này, khi đi tới tận cùng cội nguồn tộc Việt, mới nhận ra sự việc không phải vậy. Thanh Nghệ Tĩnh chính là nơi tổ tiên chúng ta định cư đầu tiên. Vì vậy, phương ngữ Thanh Nghệ là phương ngữ gốc của tộc Việt

Khi châu thổ sông Hồng hình thành, người Thanh Nghệ đi ra, góp phần làm nên con người và tiếng nơi này. Do sống chung với nhiều sắc dân khác và cũng do thời gian hình thành quá dài nên tiếng nói Bắc Bộ xa dần ngữ âm Việt cổ. Tuy nhiên, vùng đất cổ Sơn Tây lưu dấu ấn tiếng Việt cổ rất rõ do dân tụ cư lâu đời. Tiếng nói người miền ven biển Nam Định, Thái Bình khá nặng lại có nhiều từ Việt cổ vì một bộ phận dân nơi đây từ xứ Nghệ theo Dinh điền sứ Nguyễn Công Trứ ra lập nghiệp vào giữa thế kỷ XIX.

Khi Nam tiến, người miền Trung đem tiếng việt cổ vào Nam: Tiếng miền Trung chia cho cả Bắc và Nam. Năm 1977 vào Rách Giá, tôi ngạc nhiên khi bắt gặp vùng ngôn ngữ lạ. Sống ở Tây Nam Bộ nhiều năm, tôi nhận ra đó là dấu vết từ vựng và cả ngữ âm tiếng Việt cổ miền Trung trong giọng nói bà con địa phương. Điều này có thể giúp trả lời thắc mắc của tác giả: Tại sao con lợn, bắp ngô ở ngoài Bắc lại biến thành con heo, trái bắp ở trong Nam? (trang 140, lần in đầu). Lý do đơn giản vì không phải từ gốc đồng bằng Bắc Bộ mà là gốc miền Trung. Ta còn gặp nhiều nhiều hiện tượng "chia gia tài ngôn ngữ" thú vị:

Trung	Bắc	Nam
sắc/bén	sắc	bén
Khổ/đau	khổ	đau
Lười/biếng	lười	biếng
Lợn/heo	lợn	heo (tuy vậy vẫn không bỏ được bánh da lợn)
Ngô/bắp	ngô	bắp

3. Về chuyện đụng độ văn hóa Ấn Độ-China

Cho rằng văn hóa Việt là sản phẩm của cuộc đụng độ giữa hai nền văn hóa Ấn Đô-China là ý tưởng của các học giả Viễn Đông Bác cổ. Nhưng thực tế cho thấy, cả người đề xuất ý tưởng này lẫn những người ăn theo nói leo chẳng hề biết Ấn Độ là gì, Trung Hoa là gì! Trong khi thực tế, văn hóa Trung Hoa hình thành trên cơ sở văn hóa Việt. Khoảng 50.000 năm trước, người Lạc Việt (Indonesian) từ Việt Nam di cư tới Ấn Độ, sau này được gọi là người Dravidian, làm nên nền văn hóa nông nghiệp sông Indus rực rỡ. Khoảng 2.000 năm TCN, người du mục Arien từ Ba Tư xâm lăng Ấn Độ, tiêu diệt và bắt người Dravidian làm nô lệ rồi áp đặt văn minh Bà La Môn. 500 năm TCN, hoàng tử Tất Đạt Đa người Dravidian, do thấm nhuần văn hóa nhân bản Việt tộc, sáng lập Phật giáo. Khoảng thế kỷ V-VI Phật giáo Ấn Độ du nhập đất Chăm. Là tôn giáo dựa trên nhân bản Việt tộc nên Phật giáo hòa vào xã hội Chăm một cách tự nhiên. Tới thế kỷ XII, sau khi trục xuất Phật giáo, Ấn Độ chuyển sang Ấn giáo với kinh Upanishad. Tuy nhiên, so với Bà la môn, Ấn Độ giáo nhân bản hơn: sự phân biệt đẳng cấp bớt khốc liệt, chế độ nô lệ bớt gay gắt. Người Chăm tiếp thu tôn giáo này trên cơ sở đạo Phật.

Do văn hóa Trung Hoa hình thành trên cơ sở văn hóa Việt nên từ xa xưa người Việt nhận thức rằng Hoa Việt đồng văn đồng chủng vì vậy ở đồng bằng sông Hồng việc chống đối văn hóa Trung Hoa không phải xu hướng chủ đạo mà chỉ là chống lại những yếu tố du mục dị biệt do kẻ thống trị áp đặt. Còn ở đất Quảng Nôm xa lơ xa lắc không hề có bóng dáng quan lính Trung Hoa và ngay cả nhà Nho rồi chữ Nho cũng hiếm, vậy thì làm sao nơi này có chuyện đụng độ văn hóa Hoa Việt? Phải chăng nói về sự đụng độ văn hóa Ấn Độ-China trên đất Quảng là tưởng tượng?

4. Về việc hình thành tiếng nói Quảng Nam.

Muốn bàn việc hình thành tiếng nói Quảng Nam, trước hết phải bàn tới chuyện hình thành người Quảng Nam. Xin trở lại một chút về quá khứ. Cho đến hơn 2.000 năm TCN, người từ Nam miền Trung trở về Nam là người Việt chủng Melanesian. Khi gặp gỡ người Mongoloid phương Nam từ Trung Quốc trở về, hai dòng người hòa huyết sinh ra lớp người có ngoại hình khác đôi chút với người phía Bắc như da ngăm đen, tóc xoăn, vóc dáng thấp hơn. Nhân chủng học gọi là dạng *Indonesian hiện đại của chủng Mongoloid phương Nam*. Tiếng nói là tiếng Việt cổ, thuộc nhánh Melanesian, là nguồn gốc của ngôn ngữ Mã Lai-Đa đảo. (Cho đến nay, các học giả của chúng ta vẫn theo nhận thức cũ, cho rằng, người Chăm là dân Mã Lai-Đa Đảo, từ các đảo ngoài khơi du nhập. Nhưng thực tế, Chăm là hậu duệ người Melanesian sinh ra tại Việt Nam 70.000 năm trước, là tổ tiên của người Malayopolyneisian). Cho tới đầu Công nguyên, trên đất miền Trung, những sắc dân Việt sống hòa đồng. Nhưng khi người Trung Hoa chiếm đóng, đã tạo ra ranh giới hành chính phân chia cộng đồng Việt thành hai quốc gia. Sau hơn 1000 năm bị ngăn cách về hành chính, tiếng Chăm chắc chắn có biến đổi. Trong khi đó, người miền Trung và tiếng miền Trung đất Việt cũng được Kinh hóa. Người ta lầm tưởng Việt và Chăm là hai dân tộc (race, nation). Khi nhà Trần quản lý đất châu Ô, châu Rí, quan lại người Việt do không hiểu phong tục địa phương, lại tiêm nhiễm cách nhìn kỳ thị chủng tộc của phương Bắc nên coi người Chăm là ngoại tộc, man di. Vì đất Quảng là cửa mở duy nhất của con đường Nam tiến nên thường xuyên xảy ra cuộc tranh chấp Kinh-Chiêm khốc liệt, gây nên những bất bình, khổ đau cho hai bên, mà người Chăm phải gánh chịu phần nặng nề.

Lịch sử đã làm xong công việc của nó. Nhưng đánh giá thế nào còn do sự hiểu biết cũng như thái độ nhân văn của mỗi sử gia.

Tôi cho rằng, *hình thành người Quảng Nam là quá trình chuyển hóa một bộ phận người Chăm thành sắc tộc Kinh*. Ông Hồ Trung Tú cho rằng, tiếng Quảng Nam hình thành do người đàn bà chăm nói tiếng Việt. Thiết nghĩ, đó là một nguyên nhân nhưng không phải là cơ bản. Bởi lẽ, tiếng Chăm là tiếng Việt cổ nên tiếng nói vẫn gần gũi tiếng Kinh miền Trung từ nền tảng. Và như vậy, tiếng Quảng Nam là kết quả của sự chuyển hóa tiếng Chăm thành tiếng Kinh đất Quảng.

Cho rằng tiếng Quảng Nam đơn thuần do người Chăm nói tiếng Việt mà thành có gì đó không ổn. Bởi lẽ, nếu đó là sự thật thì phải có những vùng Chăm khác nói tiếng Việt như người Quảng Nam. Nhưng không hề có trường hợp thứ hai như vậy. Về nguyên lý, tiếng Chăm nơi đây cũng là ngôn ngữ chung của cộng đồng Chăm, không khác tiếng Chăm Ninh Thuận, Bình Thuận, thậm chí của người Chăm Indonesia. Vậy vì sao người Quảng Nam có tiếng nói khác biệt đến thế? Điều này dẫn tới giả định, người Chăm đất Quảng Nam có giọng nói riêng của mình. Theo thiển nghĩ, đó chỉ có thể là sản phẩm địa phương, hình thành do khí trời, do mạch đất, do nguồn nước, cái mà dân gian gọi là *thổ ngơi* đặc biệt của xứ Quảng. Khi chuyển sang nói tiếng Kinh đã nói như vậy!

Một câu hỏi đặt ra: tiếng nói từ Quảng Ngãi trở vào được hình thành như thế nào? Đó là tiếng miền Trung theo bước di dân. Do hoàn cảnh lịch sử, những cuộc di dân sau này thuận lợi hơn, đưa người miền Trung, người Quảng Nam vào Bình Định, Phú Yên. Rồi từ đây chiếm lĩnh đất Đồng Nai. Do con đường vào Nam khai thông và đất phía nam mở ra mênh mông nên di dân không còn phải như thời trước, giành đất với người Chăm. Bởi vậy, các làng Chăm hầu như giữ được cuộc sống truyền thống của mình. Nhờ đó, người di cư vẫn giữ tiếng nói miền Trung. Tuy nhiên, theo thời gian âm sắc miền Trung cũng nhạt dần.

5. Kết luận

Nói cho cùng, văn hóa, lịch sử là sản phẩm hoạt động xã hội của con người. Một khi chưa biết đích xác chủ nhân của nền văn hóa hay lịch sử thì mọi chuyện bàn về nó chỉ là ăn ốc nói mò. Thế kỷ trước, để tìm nguồn gốc con người, khoa học dựa vào cốt sọ, hòn đá, mảnh gốm rồi tiếng nói của các tộc người… Kết quả thu được không chỉ rất hạn chế mà còn dẫn tới những sai lầm nghiêm trọng. 15 năm nay, nhiều cơ quan khoa học hàng đầu thế giới đưa ra hàng tấn cứ liệu di truyền học xác nhận không chỉ nguồn gốc người Việt mà cả nguồn gốc con gà, con chó, con lợn do người Việt thuần hóa đầu tiên trên thế giới. Không những thế, chỉ với 195 đôla gửi cho National Geographic cùng với mẫu tóc, người ta có thể biết chính xác tổ tiên mình hàng nghìn hàng vạn năm trước! Lạ là vì sao nhà nghiên cứu Hồ Trung Tú không biết tới điều này mà chỉ rị mọ quanh những tài liệu thế kỷ XX không chỉ cũ kỹ mà còn sai lầm, khiến cho công trình của ông không những không giải quyết căn cơ vấn đề mà còn kéo học thuật lùi lại tới nửa thế kỷ.

10. 10. 2015

TB.

Tôi gửi bài viết tới nhà văn Hồ Trung Tú để xin ông nhận xét và được ông trả lời như sau:

"Cảm ơn anh đã bỏ công đọc và viết bài, nhưng tôi thấy hình như anh chưa hiểu vấn đề.

- Anh đã đẩy vấn đề đi quá xa, đến vài ngàn năm trước

trong khi tôi chỉ khoanh chuyện gì xảy ra ở Quảng Nam trong giai đoạn 1306-1802

- Chuyện gì xảy ra trong giai đoạn đó? Dĩ nhiên đó là mối quan hệ Cham-Việt. Chăm là gì Việt là gì? Tôi thấy không cần cần phải lùi lại vài ngàn năm để biết Cham là gì hoặc Việt là gì. Tôi chỉ dựa trên sử liệu vì dụ như Chế Bồng Nga - Trần Nhân Tông để biết đó là hai dân tộc khác nhau, hai vương quyền khác nhau, hai ngôn ngữ khác nhau, hai văn hóa khác nhau. Và điều quan trọng nhất cần được mổ xẻ là chuyện gì xảy ra khi hai dân tộc khác nhau đó ở cạnh nhau, các làng da báo xen kẽ nhau suốt 500 năm đó để dấu vết gì trong tâm hồn người Quảng Nam?

- Việc biến âm trước sau gì cũng phải làm nhưng bây giờ là không thể vì ta chưa biết được người Chàm lúc đó ở Quảng Nam có nói cùng ngôn ngữ với người Chàm ở Ninh Thuận nay không. Và chúng ta cũng chưa biết thứ tiếng Việt và người Chàm học, tiếp thu để nói là thứ tiếng Việt gì, có giống nay không. Nhiều người ở Viện ngôn ngữ nói không. Đó là chưa nói tiếng Việt mà người Chàm tiếp thu là tiếng Việt của vùng Thái Bình Hưng Yên hay tiếng Việt vùng Thanh Hóa. Còn nếu tiếp thu tiếng Việt vùng Nghệ Tĩnh thì sẽ càng khác nữa.

- Vì các làng Chàm nói tiếng Việt sớm muộn khác nhau nên ta có giọng miền Trung khác nhau từ Quảng Nam vào Quảng Ngãi, Bình Định, Phú Yên. Nếu Quảng Nam nói tiếng Việt từ 1306 thì tiếng Việt chỉ xuất hiện ở Phú Yên sau 1650. Và dấu vết lịch sử đó để trên giọng nói khác nhau cùng vùng Trung Trung Bộ này.

- Lập luận của anh về chỗ phủ định cách nhìn cuộc va chạm hai nền văn minh, tôi không hiểu tại sao anh đẩy vấn đề đi xa để làm gì vậy. Cụ thể, và có thật là trong các thế kỷ 14-17 đó ở Quảng Nam có hai dân tộc, bất kể họ có nguồn gốc xa xưa thế nào, nhưng cụ thể và sự thật là họ nói hai ngôn ngữ, theo hai tôn giáo khác nhau, bảo vệ các chuẩn mực văn hóa khác nhau, áo quần khác nhau (Ghi chép của Nguyễn Trái nói dân ở đây sống

lẫn với người Man) và Quảng Nam được gọi là tỉnh Kẻ Chàm. Sự khác nhau đó có xung đột hay không, như bên thì thờ bò bên thì ăn bò thì cả làng mở hội. (Nó cấm dân ta mổ thịt - chiếu bình Chiêm) Tôi nghĩ là xung đột gay gắt.

- Trong hai lần xuất bản sau tôi có nói nhiều về vấn đề giọng nói. Nếu anh cho là do thổ nhưỡng, phong thổ môi trường thì có lẽ nên mới các nhà hóa học vào cuộc xem chất gì như Sắt, đồng, kém, hay vi lượng nào đó tác động lên giọng nói... chứ chuyện này thì tôi tin các nhà ngôn ngữ khi họ nói: Một ngôn ngữ biến đổi là do một cộng đồng ngôn ngữ nào đó đã từ ngôn ngữ của mình để nói một ngôn ngữ khác.

Tôi biết, anh đang tâm huyết vấn đề đi tìm nguồn gốc dân tộc Việt, nên mới lấy cuốn sách này làm cớ để nói những điều anh tâm huyết nhưng tôi nghĩ anh nhầm chỗ rồi. Nói thật, việc truy tìm nguồn gốc dân tộc Việt nó khá lý thú, điều này tôi cũng đang đâm đầu vào, và tên sách của tôi có thể sẽ là: "Có 1.000 năm như thế" . Hi.... Quả thật có rất nhiều vấn đề lý thú, trong đó tôi hy vọng sẽ giải mã được giọng nói Khu 4 (Nam Thanh Hóa đến hải Vân), tại sao lại có vùng phương ngữ lạ như vậy.

Sẽ gửi tặng anh bản in lần thứ ba, nếu anh chưa có. Xin anh lại địa chỉ.

Mong có dịp gặp anh" (10. 10.2015)

TRAO ĐỔI VỚI ÔNG TRẦN TRỌNG DƯƠNG VỀ BÀI
"Keith Weller Taylor: Hành trình của một sử gia"

Trong số ra ngày 26.5.2015*, tạp chí Tia Sáng đăng trang trọng bài "Keith Weller Taylor: Hành trình của một sử gia" của TS Trần Trọng Dương. Sau khi cho rằng "Keith Weller Taylor được coi là một trong những nhà Việt Nam học ngoại quốc nổi tiếng nhất ở Việt Nam cũng như trong giới học thuật quốc tế," tác giả nhận định: "Sự nghiệp của K.W. Taylor được đánh dấu bằng hai mốc chính: giai đoạn đầu là cuốn Việt Nam khai quốc (The Birth of Vietnam), giai đoạn sau là Một lịch sử của người Việt (A History of the Vietnamese)."

Ông viết: "Taylor được biết đến chủ yếu qua chuyên luận nổi tiếng The Birth of Vietnam (Berkeley: University of California Press, 1983), nghiên cứu về lịch sử Việt Nam từ thế kỷ III TCN đến thế kỷ X SCN. Đó là một công trình tham khảo về quá trình đấu tranh cho sự tồn tại và độc lập của người Việt chống lại người láng giềng phương Bắc. Nhưng chuyên luận này, theo tôi, chỉ có giá trị chủ yếu ở phương diện: nó là một kênh truyền tải tiếng nói của các nhận thức lịch sử ở trong nước [Việt Nam] đến với giới học thuật quốc tế thông qua lăng kính khúc xạ mang tên K.W. Taylor." Và kết luận:

"Nói chung, với cuốn The Birth of Vietnam (1983), Taylor đã mất gần 400 trang viết, để chứng minh cho một định đề có sẵn: truyền thống Việt Nam được xây dựng bởi một dân tộc thống nhất, một quốc gia thống nhất suốt từ giai đoạn thế kỷ X trở về trước cho đến thế kỷ X, và từ thế kỷ X đến thế kỷ XX.".

Về cuốn A History of The Vietnamese, Trần Trọng Dương cho rằng: "Trong cuốn sách mới này, ông chỉ dành vỏn vẹn 30 trang, để xóa bỏ hết những gì đã viết trong gần 400 trang của cuốn The Birth of Vietnam. Ông lấy An Dương Vương làm vị vua khởi đầu của lịch sử, và gần như đã không đề cập gì đến những huyền thoại Kinh Dương Vương, Lạc Long Quân - Âu Cơ (bọc trăm trứng), Sơn Tinh - Thủy Tinh, Tản Viên, Chử Đồng Tử,... nữa. Cả khái niệm "Bách Việt" do người Hán sáng tạo để áp đặt/nô dịch tinh thần những cộng đồng dân cư khác Hán ở Phương Nam, đến đây cũng đã bị loại thải. Cái quan niệm của chủ nghĩa huyết thống tập thể, rằng "tất cả những người có cùng quốc tịch (bất kể thuộc về dân tộc nào) đều là những người cùng huyết thống, là cùng một bọc sinh ra, là đồng bào, anh em cốt nhục"..., đến đây, cũng đã được cho vào quên lãng." Và "Ông cũng nói rõ rằng, những gì mà các sử thần thời Trần và Lê sơ đã làm khi biên soạn những bộ sử đầu tiên của người Việt là cắt dán, lắp ghép các nguồn tư liệu Hán văn cho phù hợp với sự tưởng tượng về quá khứ và tổ tiên của mình, nhằm tạo ra lịch sử của phương Nam trong thế đối chọi với lịch sử của phương Bắc. Sử Tàu dài bao nhiêu sử Việt nhiều từng ấy, họ có gì thì ta có đó. Với cách làm như vậy, phần lớn sử thần Nho gia thời trung đại đã mắc bẫy các sử thần Nho gia Trung Hoa, bằng cách kéo nhập lịch sử Việt Nam "đồng nguyên" [cùng một gốc] với lịch sử Trung Quốc".

Bài viết của Trần Trọng Dương đã làm xuất hiện bên cạnh những bản văn lịch sử một bản văn thẩm định công trình lịch sử. Một câu hỏi nảy sinh: giá trị của những bản văn này như thế nào?

Trong cuộc sống, nhiều khi yêu quái ở lộn với người nên người ta phải dùng kính chiếu yêu để phân biệt thực giả. Ở đây, tấm kính chiếu yêu chính là sự thực lịch sử từng diễn ra trên đất Việt.

Bỏ qua quan niệm sai lầm của thế kỷ XX, thế kỷ XXI vẽ ra bức tranh toàn cảnh lịch sử Việt Nam và phương Đông với những nét chính sau:

- Việt Nam là nơi phát tích của mọi dân tộc châu Á. Vì vậy, người Việt Nam không chỉ có lịch sử 4000 năm mà còn là hậu duệ của tổ tiên từ 70.000 năm trước. Dân bản địa trên đất Việt Nam cùng một nguồn gốc, thuộc chủng Mongoloid phương Nam.

- Từ 40.000 năm trước, người Việt đi lên khai phá Trung Hoa, xây dựng nơi đây nền văn hóa nông nghiệp rực rỡ. Người Việt là chủ thể tạo nên dân cư Trung Quốc. Tiếng Việt là chủ thể tạo nên ngôn ngữ Trung Hoa. Chữ tượng hình do người Việt sáng tạo, là chủ thể làm nên chữ viết Trung Hoa. Do những biến động của lịch sử, người Việt từ đất Trung Hoa lan tỏa xuống Đông Nam Á. Người di cư mang theo văn hóa cùng những truyền thuyết gốc của người Việt tới nơi cư trú. Truyền thuyết đó cũng được giữ lại nơi những người Việt bám trụ quê hương vùng Nam Dương Tử hôm nay.

- Là nơi phát tích của tộc Việt, Việt Nam cũng là mảnh đất cuối cùng người Việt giữ được độc lập, tự chủ để bảo tồn văn hóa gốc của người Việt.

Soi vào tấm kính chiếu yếu này, ta thấy, các cuốn chính sử Việt Nam từ thời Trần tới thời Việt Nam dân chủ cộng hòa đã chính xác khi khẳng định dân tộc Việt Nam là khối thống nhất, cùng nguồn gốc và có lịch sử lâu dài.

The birth of Vietnam của Keith weller Taylor thực chất là một bản chuyển ngữ sang tiếng Anh của cuốn thông sử Việt Nam nên về cơ bản đã trung thành với tư tưởng chủ đạo của sử Việt. Đó là phẩm chất quan trọng nhất của cuốn sách. Phủ định nội dung cuốn The Birth of Vietnam nên A Hirtory of the Vietnamese mắc sai lầm thê thảm. Nó không chỉ hủy hoại sự nghiệp của một sử gia mà còn hủy hoại luôn nền Việt học nước Mỹ hiện đại khi người trẻ học theo thầy, mù quáng lao vào con đường xuyên tạc lịch sử dân tộc Việt!

Thực tế học thuật cho thấy, bình sử khó hơn viết sử. Bởi lẽ bình sử là người tự đặt mình ở một đỉnh cao trí tuệ rồi phán xét nhà viết sử. Với một bài bình sử đảo điên phản bác cái đúng, ủng hộ tán dương cái sai thì còn gì để nói về nhà bình sử? Chẳng những thế, trong bài viết còn không ít những lời đại ngôn khó chấp nhận.

Xin hỏi: "Keith Weller Taylor được coi là một trong những nhà Việt Nam học ngoại quốc nổi tiếng nhất ở Việt Nam" thì "nổi tiếng" vì cái nỗi gì? Không thể vì The Birth of Vietnam. Với nhà nghiên cứu người Việt, cuốn sách nhỏ của cô bé Li Tana còn giá trị hơn nhiều. Phải chăng nổi tiếng bởi A History of The Vietnamese? Với một cuốn sách xuyên tạc lịch sử Việt, xúc phạm dân tộc Việt đến vậy thì sự nổi tiếng ở đây chỉ là sự nổi tiếng của Herostratos – kẻ đốt đền!

Xin hỏi thế nào là: *cần nhìn nhận ông cũng như những gì ông viết từ góc độ thân phận con người?* Lịch sử là lịch sử, nó có chân lý của riêng nó. Sao lại có cái gọi là thân phận con người ở đây? Tác giả muốn đề cập thân phận nào? Phải chăng thân phận của con người tự nguyện ném mình vào cuộc chiến tranh phi luân rồi thất vọng đau đớn khi ôm đầu máu trở về trong tiếng rủa nguyền của hàng triệu người Mỹ? Một thân phận như thế cũng đáng quan tâm! Nhưng sao không nghĩ tới thân phận của cả một dân tộc từng ngàn năm mất nước, chỉ trông về Núi Thái Sông Nguồn với Kinh Dương Vương, Lạc Long Quân như ngôi sao Bắc Đẩu le lói phía trời xa để tìm về nguồn cội? Dù là huyền thoại thì một huyền thoại nuôi sống tâm hồn cả một dân tộc trong hàng nghìn năm đen tối cũng đáng được trân trọng! Có nhân bản không, có cận nhân tình không khi cực kỳ chủ quan, với vốn tri thức nông cạn lại tự cho mình là ông trời ban phát chân lý (dỏm), đưa tay giật bỏ ngôi sao le lói đó rồi dí vào mặt những con người đang đau khổ "sự thật" phũ phàng: "Kinh Dương Vương chỉ là sản phẩm diễn xướng từ văn hóa Tàu?!" Cùng là huyền thoại nhưng Kinh Dương Vương, Lạc Long Quân còn gần với sự thật hơn Thái Dương thần nữ! Hãy tới đường phố Tokyo rồi nói lớn: "Quý vị lầm rồi, chẳng làm gì có Thái Dương thần nữ cả!" để xem người Nhật trả lời ra sao?!

Sài Gòn, 7. 2015

CÓ NHỮNG ĐIỀU GIÁO SƯ NGÔ BẢO CHÂU CHƯA BIẾT

Đọc bài *GS Ngô Bảo Châu bàn về yêu nước* trên BBC, giữa chừng thấy chán nên tôi bỏ. Nhưng rồi nhà thơ Đỗ Minh Tuấn chuyển lại với lời nhắn gửi: "Ngô Bảo Châu nói trên BBC là văn hóa Bắc Kỳ là bản sao thu nhỏ của văn hóa Trung Hoa... nhưng lại thiếu hiểu biết về văn hóa Việt. Anh viết phản biện đi..." Tôi đọc lại và "bật ngửa" vì những dòng sau:

- Hoá ra cái điểm Việt Nam thân thương không hề là trái tim của nhân loại. Nó nằm ở nơi cùng trời cuối đất.

- Có lẽ vì đất nước của chúng ta nằm ở nơi cùng trời cuối đất mà trong gần hai ngàn năm, nó hầu như nằm bên rìa sự phát triển của văn minh của nhân loại.

- Người di dân hầu hết cũng đến từ Trung hoa. Trước khi người Pháp xâm chiếm Việt Nam, văn minh Trung Hoa là hệ quy chiếu duy nhất của người dân đồng bằng Bắc Bộ.

- Cuộc sống bây giờ đã khác nhiều. Ngay cả những thanh niên nông thôn mà tôi gặp ở sân bay Narita, dù có lẽ họ không có một hệ quy chiếu nào khác ngoài một bộ ứng xử của người nhà quê, mà nền tảng lý luận dường như là một dạng tối giản của văn minh Trung Hoa.

- Cảm giác quan tâm đó đến từ đâu, nếu không phải là khát vọng có ở trong mỗi chúng ta, khát vọng thoát ra khỏi thân

phận của một nơi cùng trời cuối đất, gắn vào thế giới bằng một sợi dây lơ lửng buộc vào Trung hoa, thoát ra khỏi cái khung chật chội của Khổng giáo.

Bài viết ngắn này xin bàn với Giáo sư đôi điều:

1. Giáo sư đứng ở chỗ nào để nói rằng đất nước chúng ta nằm ở nơi cuối đất cùng trời? Nếu tôi không lầm thì đó là cách nhìn của những nhà thực dân Bồ Đào Nha, Tây Ban Nha thế kỷ XVII. Xuất phát từ quan niệm Âu trung – châu Âu là trung tâm phát sinh văn hóa nhân loại, họ cho rằng người da trắng có sứ mệnh khai hóa các dân tộc man mọi phương Đông. Đến lượt mình, suốt nửa đầu thế kỷ XX, các học giả người Pháp của Viễn Đông Bác Cổ cố công chứng minh chủ nghĩa Hoa tâm: Trung Hoa là trung tâm phát sinh con người và văn hóa châu Á. Đông Nam Á là vùng trũng của lịch sử, không sáng tạo được bất cứ điều gì cho gia tài văn hóa nhân loại. Lớp lớp người Việt được dạy như thế và tin như thế!

Nhưng sang thế kỷ này, khoa học nhân loại khám phá sự thực khác hẳn: 70.000 năm trước, con người từ châu Phi theo ven biển Ấn Độ di cư tới Việt Nam. Tại đây, sau 20.000 năm chung sống, họ hòa huyết sinh ra người Lạc Việt. Sau đó người Lạc Việt lan tỏa ra các đảo Đông Nam Á, chiếm lĩnh tiểu lục địa Ấn Độ, lên khai phá đất Trung Hoa rồi sang chiếm lĩnh châu Mỹ. Từ khảo sát 5.000 chiếc răng hóa thạch tìm thấy ở châu Âu, khoa học xác nhận: 40.000 năm trước, người Việt cổ từ Đông Á đi qua Trung Á tới châu Âu. Tại đây, họ hòa huyết với người Europid vừa từ Trung Đông lên, sinh ra người Europian da đen, là tổ tiên người châu Âu. Trong huyết mạch người châu Âu hiện nay có phần không nhỏ dòng máu Lạc Việt! Không chỉ vậy, ngôn ngữ Lạc Việt cũng để lại vô số di duệ trong tiếng Anh: Water là biến âm của Nác; Sand là biến âm của Sạn; People là biến âm của Bí Bầu = người… Khoa học cũng chứng minh rằng, không chỉ văn hóa đá mới Hòa Bình mà người Việt còn mang giống cây trồng, vật nuôi cùng tư tưởng nông nghiệp tới phương Tây. Một sự thực được khám phá: Núi Đọ xứ Thanh là nơi phát tích của phần lớn loài người sống ngoài châu Phi...

2. Phải chăng "Người di dân hầu hết cũng đến từ Trung hoa. Trước khi người Pháp xâm chiếm Việt Nam, văn minh Trung Hoa là hệ quy chiếu duy nhất của người dân đồng bằng Bắc Bộ."?

Ý tưởng này không mới vì cũng như bao thế hệ người Việt khác, nó được dạy từ những nhà Tây học. Nhưng sang thế kỷ này, khoa học cho thấy một sự thực trái ngược. Do từ 40.000 năm trước, người Lạc Việt là chủ nhân của Hoa lục nên 93% dân cư Trung Quốc hiện nay là con cháu của người Lạc Việt. Dù mang tên Hoa Hạ hay Hán, họ cũng là hậu duệ của người Việt cổ. Từ năm 1992, di truyền học phát hiện: người Việt Nam có chỉ số đa dạng sinh học cao nhất trong dân cư châu Á. Điều này có nghĩa, tổ tiên người Việt xưa là tổ tiên các dân tộc châu Á! Không chỉ vậy, khoa học cũng khám phá: tiếng Việt là chủ thể tạo nên tiếng Trung Hoa. Chữ tượng hình Giáp cốt văn là do người Lạc Việt sáng tạo. Mọi thành tựu rực rỡ của văn hóa Trung Hoa như kinh Thi, kinh Thư, kinh Dịch… là của người Việt! Tuy nhiên, do sự trớ trêu của lịch sử, Việt Nam bị xâm lăng mất đất, bị chiếm đoạt văn hóa, lịch sử nên ngộ nhận là mình học nhờ đọc mướn từ Trung Hoa!

3. Gặp những cậu thanh niên xứ Nghệ nhếch nhác ở đất người, cũng như nhiều người khác, Giáo sư Ngô Bảo Châu không hề ngờ rằng, họ là hậu duệ của những người định cư sớm nhất trên đất Việt Nam. Cái thứ tiếng nói trọ trẹ khó nghe của họ chính là dấu vết của ngôn ngữ Lạc Việt gốc, chẳng những làm nên tiếng nói Việt Nam mà còn là tiếng nói ban đầu của hơn một nghìn triệu người Trung Quốc hôm nay. Điều không dễ thấy là trong tâm hồn họ tiềm ẩn những yếu tố nhân chi sơ của văn hóa Việt…

Không trách Giáo sư vì những điều nói trên còn quá mới mẻ, chỉ được khám phá gần đây. Mong rằng khi biết được sự thật này, Giáo sư sẽ có suy nghĩ chín chắn hơn về con người và đất nước Việt Nam.

BỘ GIÁO DỤC KHÔNG HIỂU CHỨC NĂNG CỦA MÔN SỬ

Ngay khi đưa ra chủ trương "tích hợp" môn Sử, ý tưởng của Bộ Giáo dục bị xã hội phản ứng mãnh liệt. Tuy nhiên, những ý kiến phản biện, dù nhiều, dù kiên quyết dường như cũng chưa đủ thuyết phục. Sở dĩ có chuyện này là do cả Bộ Giáo dục cũng như người phản biện chưa hiểu chức năng của môn sử.

Ngày trước, các cụ quen gọi việc đi học của học trò là *học chữ*. Nhưng từ năm 1954, khi chính quyền về tay công nông thì việc học được gọi là *học văn hóa*. Cùng với nó là mục khai *trình độ văn hóa* trong lý lịch.

Tuy nhiên, nhìn vào nội dung chương trình với những môn chính Toán, Lý, Hóa, Sinh, Văn, Sử, Địa, ta hiểu thực chất việc học của học trò phổ thông là *học những môn khoa học cơ bản*. Khoa học cơ bản là những môn học gốc, không chỉ cung cấp tri thức cơ bản mà còn thông qua đó giúp người học có phương pháp tư duy khoa học. Nhờ vốn kiến thức cơ bản cùng phương pháp tư duy, khi ra đời, người thanh niên có khả năng vận dụng kiến thức cơ bản vào cuốc sống.

Nền giáo dục Việt Nam dạy khoa học cơ bản ở bậc phổ thông là được thừa hưởng từ văn minh phương Tây. Nền giáo dục do người Pháp sáng lập cũng để lại cho chúng ta Trường Đại học Tổng hợp Hà Nội, một trung tâm giảng dạy và nghiên cứu khoa học cơ bản. Từ giữa thế kỷ XX, nhờ nền khoa học cơ bản mạnh của Liên Xô, Hà Nội trở thành trung tâm khoa học cơ bản hàng đầu của Đông Nam Á. Đại học Tổng hợp Hà Nội có hai chức năng: đào tạo cán bộ nghiên cứu khoa học cơ bản và người dạy khoa học cơ bản có trình độ cao cho bậc đại học. Thực tế cho thấy, hầu hết sinh viên Đại học Tổng hợp Hà Nội đã thực hiện xuất sắc hai chức năng này.

Sử là môn khoa học cơ bản thuộc khoa học nhân văn. Nhiệm vụ của môn Sử bậc phổ thông là cung cấp cho học trò những tri thức lịch sử cơ bản của Việt Nam và thế giới. Từ đó giúp thế hệ trẻ hiểu dân tộc và nhân loại, một điều kiện cần có để làm người. Khi ra đời, có vốn liếng tối thiểu để giao tiếp với đồng bào cũng như người nước ngoài. Cố nhiên có một số người sẽ từ kiến thức này đi sâu vào chuyên môn, thành những sử gia.

Do là môn khoa học cơ bản nên nó có chương trình riêng, xuyên suốt bậc phổ thông theo một hệ thống khoa học để giúp người học nắm được lịch sử dân tộc cũng như nhân loại. Đồng thời cũng được dạy về phương pháp luận lịch sử giúp cho việc nhìn nhận lịch sử một cách khoa học. Vì vậy, cũng như Toán, Lý… môn Sử không thể dạy "tích hợp." Nếu dạy sử theo kiểu "tích hợp," học sinh do không nắm được quy luật phát triển của lịch sử nên thụ động tiếp nhận từng mảnh kiến thức vụn một cách chắp vá. Từ đó không thể có cái nhìn sâu và toàn diện khi đánh giá những sự kiện lịch sử. Những con người như thế sẽ trở nên tiên thiên bất túc trước cuộc đời.

Đó là nói chung, nói về nguyên lý. Riêng về môn sử Việt Nam, sự việc lại nghiêm trọng hơn. Thế kỷ XX, các sử gia người Pháp dạy chúng ta rằng: "Con người xuất hiện tại Nam Thiên Sơn, du nhập Trung Quốc rồi từ Trung Quốc vào Việt Nam. Vì vậy, người Việt do người Hán đồng hóa mà thành. Văn hóa Việt Nam chỉ là bắt chước văn hóa Trung Hoa. Tiếng Việt vay mượn tới 70% từ ngôn ngữ Hán…" Chúng ta đã học, tin và dạy nhau như vậy. Nhưng sang thế kỷ này, do đọc cuốn "thiên thư" ADN ghi trong máu huyết dân cư châu Á, di truyền học khám phá: "70.000 năm trước, người từ châu Phi theo ven biển Nam Á đặt chân tới Việt Nam, rồi người từ Việt Nam di cư ra khắp các đảo Đông Nam Á, sang Ấn Độ, chinh phục châu Mỹ. Từ 40000 năm trước lên khai phá đất Trung Hoa, người Việt đã xây dựng ở đây nền văn hóa nông nghiệp rực rỡ… " Do vậy, cuốn sử Việt Nam cũng như phương Đông phải viết lại..

Là một môn khoa học cơ bản nên Sử luôn là môn học độc lập. Bằng việc "tích hợp" môn Sử một cách phản giáo dục, phải chăng người ta muốn biến cái bộ của ông Phạm Vũ Luận thành bộ-vô-giáo-dục?!

Sài Gòn, 26 tháng 11. 2016

LỊCH SỬ DÒNG HỌ TRONG LỊCH SỬ DÂN TỘC

Nếu gia đình là tế bào của xã hội thì những dòng họ lớn là rường cột của quốc gia. Hai trăm dòng họ lớn làm nên vóc dáng nước Mỹ. Bốn họ Khổng, Tưởng, Tống, Trần là cột trụ của Trung Hoa. Việt Nam cũng có những dòng họ như Ngô gia, Nguyễn Tiên Điền, Phan Huy, Cao Xuân… làm nên văn hiến dân tộc. Nghiên cứu lịch sử dòng họ có ý nghĩa lớn trong việc phát huy truyền thống để xây dựng đất nước. Lịch sử dòng họ nằm trong lịch sử dân tộc. Vì vậy, muốn tìm hiểu lịch sử dòng họ, trước hết phải hiểu lịch sử dân tộc. Đáng tiếc, cho tới nay chúng ta chưa có một cuốn quốc sử chuẩn mực, nhiều sự kiện lịch sử chưa được đánh giá đúng nên việc nghiên cứu lịch sử dòng họ còn nhiều hạn chế.

Tham luận này xin được trình bày những khám phá mới nhất về lịch sử dân tộc để từ đó góp phần định hướng việc nghiên cứu lịch sử dòng họ Việt.

I Sự hình thành dân tộc Việt

Dân tộc Việt được hình thành qua hai giai đoạn: giai đoạn đầu, người Lạc Việt chủng Australoid từ Việt Nam đi lên khai phá Hoa lục. Giai đoạn sau, người Mongoloid phương Nam từ Núi Thái – Trong Nguồn trở về góp phần làm nên dân cư Việt

Nam hiện đại. Từ 2.000 năm TCN, dân cư trên đất Việt Nam thuộc chủng duy nhất Mongoloid phương Nam [1]. Trước đây, do chưa có khảo cứu về di truyền học nên chúng ta tưởng lầm rằng, những nhóm người từ Trung Quốc di cư xuống nước ta như người Thái, H'mông, người Hẹ...là "dị chủng"! Nay nhờ khảo sát nguồn gen và quá trình hình thành thì đó là hậu duệ của lớp người từ Việt Nam đi lên khai phá Trung Hoa trước đây, sau này do biến động của thời cuộc mà trở về đất cũ của tổ tiên. Thực tế cho thấy, trên đất nước Việt Nam chỉ có duy nhất dân tộc Việt gồm nhiều sắc tộc khác nhau.

II. Sự hình thành các dòng họ Việt Nam

Có thực tế lịch sử là, tuy Việt Nam là nơi phát tích của các dân tộc châu Á, công cụ đá mới, kinh tế nông nghiệp được hình thành sớm từ đây. Nhưng cho tới 4.000 năm trước, đồng bằng sông Hồng chưa hình thành, Việt Nam chỉ có dải Trường Sơn như cột xương sống. Địa hình rừng núi chia cắt, không có điều kiện phát triển nông nghiệp lớn do đó không thể tập trung nhân tài vật lực sáng tạo nền văn minh lớn. Chỉ ở lưu vực Dương Tử, Hoàng Hà với đất đai rộng, trù phú, con người mới có điều kiện tập trung phát triển kinh tế, văn hóa. Từ đó đồ gốm, đồ ngọc được sản xuất nhiều và tinh xảo. Cũng nhờ kinh tế sung túc mà chữ viết hình thành. Khi chiếm vùng Nam Hoàng Hà, người Mông Cổ đã áp dụng chính sách dân tộc mềm dẻo, đưa tới thời Hoàng Kim trong lịch sử phương Đông với các vương triều Nghiêu, Thuấn, Vũ. Vào đời Ân, chữ tượng hình do người Việt sáng tạo từ xa xưa, nhưng chủ yếu sử dụng trong cúng tế, bùa chú, được dùng trong hành chính, ghi chép địa lý, lịch sử và được nâng cấp. Tới đời Chu, văn hóa phương Bắc phát triển vượt bậc với những kinh, thư được san định, chữ viết được chuẩn hóa... Công bằng phải thừa nhận rằng, văn hóa phương Đông như một cây đại thụ mà gốc được trồng trên đất Việt nhưng hoa trái lại nảy nở ở phương Bắc. Chính sự phát triển của phương Bắc đã ảnh hưởng tới phương Nam.

Cũng trong hoàn cảnh như vậy, ở phương Bắc dòng họ được hình thành sớm. Sách cổ như kinh Dịch, kinh Thư nói tới Hiên Viên thị, Bào Hy thị, Thần Nông thị, Hồng Bàng thị… Điều này cho thấy, từ bầy đàn nguyên thủy, khoảng 6000 năm trước, người Việt tiến tới chế độ mẫu hệ, với dòng họ thuộc về phía mẹ. Chắc chắn là, trên đất Việt, họ theo dòng mẹ cũng đã ra đời. Từ cuộc xâm lăng của Hiên Viên năm 2698 TCN, lối sống của người du mục Mông Cổ thống trị vùng Nam Hoàng Hà. Lối sống du mục đề cao vai trò thủ lĩnh trong bộ lạc và vai trò người cha trong gia đình. Dần dần gia đình dòng mẹ chuyển sang gia đình dòng cha, chế độ phụ hệ với quyền người bố ra đời. Vào thời Chu, với hàng trăm tiểu quốc chư hầu, họ dòng cha đặc biệt phát triển. Lãnh chúa lấy tên đất làm họ. Quan chức lấy chức tước làm họ. Người bình dân lấy nghề nghiệp làm họ…Vào thời Xuân Thu, một nhánh của họ Nguyễn (với nghĩa là mềm, nhuyễn mà biểu trưng là con rắn) của bộ lạc Tần người Việt chuyển tới nước Tấn, hình thành họ Triệu và sau đó là nước Triệu. Người Việt ở Trong Nguồn (lúc này đổi thành Trung Nguyên) chuyển sang mang họ cha. Họ về đàng cha cũng lan tới các nước Việt, Ngô, Sở vùng Nam Dương Tử. Sau khi nhà Tần diệt lục quốc, đã đưa hơn triệu người Việt từ Trung Nguyên xuống Lĩnh Nam, trở thành dân Quảng Đông, Phúc Kiến, Vân Nam. Những di dân này cũng mang họ đằng cha tới Việt Nam. Thục Phán thuộc bộ lạc Thái, dòng họ Khai Minh nước Thục nhưng khi xuống Việt Nam, người Việt lấy tên đất Thục làm họ của ông, sau này thành Thục An Dương Vương.

Sách vở rất ít ghi chép về sự hình thành họ ở Việt Nam nhưng từ những tài liệu hiếm hoi, ta biết tới Lý Ông Trọng thời Tần, Lữ Gia thời Triệu Đà, Lý Cầm, Lý Tiến thời Hán Vũ Đế... Chưa có nghiên cứu nào về vấn đề này nhưng có thể chắc rằng, cho tới đầu Công lịch, xã hội Việt Nam chủ yếu vẫn là mẫu hệ. Cuộc khởi nghĩa của hai Bà Trưng cùng với việc lên ngôi của hai vua bà minh chứng cho điều này. Không chỉ vậy, hai trăm năm sau, một phụ nữ khác là Triệu Thị Trinh dẫn đầu một cuộc khởi nghĩa, trong khi người anh là Triệu Quốc Đạt chỉ có vai trò tòng thuộc. Dưới ách thống trị của triều đình phương Bắc, do yêu cầu ghi sổ bộ hành chính, thuế má, bắt lính, tạp dịch, học hành thi cử... xu hướng lấy họ dòng cha được áp đặt cho toàn xã hội, nhất là ở châu thổ sông Hồng.

III. Kết luận

Trong quá trình lịch sử đã diễn ra hai giai đoạn hình thành tộc Việt. Ban đầu người Lạc Việt chủng Indonesian từ Việt Nam đi lên khai phá Hoa lục. Tại Nam Hoàng Hà, do tiếp xúc với người Mông Cổ, người Việt chuyển hóa di truyền thành chủng Mongoloid phương Nam. Tiếp đó, do biến động lịch sử, người Việt Mongoloid phương Nam trở về, chuyển hóa di truyền của người Việt từ Australoid sang Mongoloid phương Nam. Do tiếp xúc với văn minh du mục, vùng nam Hoàng Hà chuyển từ thị tộc mẫu hệ sang phụ hệ với cơ chế phụ quyền và họ theo dòng cha ra đời. Qua hàng nghìn năm lịch sử, người Việt từ phía Bắc liên tiếp di cư trở về đất Việt quê cũ. Người trở về mang theo những yếu tố tiến bộ của phương Bắc, trong đó có họ theo dòng cha. Người di cư mang theo họ cha trở thành những dòng họ sớm nhất trên đất Việt. Trong quá trình chung sống, cơ chế phụ quyền do người nhập cư mang tới từng bước làm chuyển hóa xã hội Việt từ mẫu quyền sang phụ quyền. Dưới sự cai trị của chính quyền phương Bắc, quá trình phụ quyền ở nước ta được đẩy mạnh cùng với họ dòng cha ngày càng chiếm ưu thế. Có thể lấy họ Ma thuộc sắc tộc Tày ở Phú Thọ làm ví dụ. Theo tài liệu được công bố [2], họ Ma xã Văn Khúc, huyện Cẩm Khê xuất hiện vào khoảng năm 259 TCN. Rất có thể là dòng họ này từ Tứ Xuyên trôi dạt xuống Việt Nam vào thời nhà Tần tiêu diệt quốc gia Ba Thục (khoảng 316 TCN).

Cho rằng, nhiều dòng họ "Tàu" du nhập làm nên các dòng họ Việt Nam là quan niệm sai lầm. Khi hiểu cặn kẽ lịch sử hình thành tộc Việt, ta thấy, đó đều là hậu duệ của người Việt đi lên khai phá đất Trung Hoa rồi theo từng thời kỳ lịch sử trở về đất cũ của tổ tiên. Với hiểu biết như vậy, ta mạnh dạn dũ bỏ mặc cảm từng đè nặng tâm khảm để tự hào về tổ tiên khai sáng văn minh Đông Á.

Sài Gòn, 20. 8. 2015

Tài liệu tham khảo:

1. Hà Văn Thùy. *Tiến trình lịch sử văn hóa Việt* http://www.amazon.com/Tien-Trinh-Lich-Vietnamese-Edition/dp/1502407043/ref=pd_sim_b_1?ie=UTF8&refRID=0166EHCRB7JE84435N41

2. *Bí ẩn dòng họ có từ thời Vua Hùng*. http://vtc.vn/bi-an-dong-ho-co-tu-thoi-vua-hung.394.327891.htm

SỐ PHẬN BÍ ẨN CỦA NGƯỜI KHÁCH GIA

Người Hakka có vai trò đặc biệt trong lịch sử Trung Quốc. Tài liệu khảo cứu về họ khá nhiều. Có thể tìm thấy trên wikipedia thông tin khái quát như sau:

Người Hakka (Khách Gia) vốn là một bộ phận người Hán cổ, hình thành ở miền Hoa Bắc vào thời nhà Hạ (khoảng năm 2205 đến 1767 TCN). Thời Đông Chu, người Khách Gia sinh sống ở nhiều địa phương thuộc lưu vực sông Hoàng Hà, tập trung ở hai tỉnh Sơn Tây và Hà Nam.

Khi nhà Tần chiếm lục quốc, rồi tiến đánh Lĩnh Nam đã bắt 500.000 người Trung Nguyên vào đội quân Nam chinh. Tiếp đó còn đưa thêm 600.000 người, tạo ra cuộc di dân lớn đầu tiên từ đồng bằng miền Trung xuống phương Nam.

Sau đó là năm đợt di cư khác, đưa người Hakka dần dần chuyển dịch xuống miền Trung và cuối cùng là sinh sống ở miền Nam Trung Quốc.

1. Vào niên hiệu Vĩnh Gia thứ 5 (năm 311) thời Tây Tấn, do tỵ nạn Ngũ Hồ (Hung Nô, Tiên Ti, Yết, Đê, Khương), người Khách Gia từ lưu vực sông Hoàng Hà chuyển xuống sinh sống ở hai bên bờ Nam và Bắc Trường Giang. Tập trung nhiều nhất là ở hai tỉnh An Huy và Giang Tây. Tại Giang Tây, họ dung hợp nền văn hóa cổ của họ ở phương Bắc với văn hóa Mân Việt để hình thành một nét sinh hoạt và văn hóa đặc thù.

2. Cuối thời nhà Đường, do cuộc nổi loạn của An Lộc Sơn, Sử Tư Minh và Hoàng Sào, người Khách Gia lại tiếp tục di chuyển xuống miền Nam. Lúc này, những người Khách Gia còn sinh sống ở Hà Nam cùng với những người Khách Gia ở An Huy đã dời về miền Trung và Nam của tỉnh Giang Tây. Những người đang ở Giang Tây thì chuyển về ở tại vùng đất phía Tây tỉnh Phúc Kiến.

3. Đợt di cư thứ ba là vào thời Nam Tống. Do sự xâm nhập của quân Kim và Nguyên vào Trung Nguyên, người Khách Gia lại tràn xuống miền Nam tỉnh Phúc Kiến và cả vùng đất phía Bắc cũng như Đông Bắc tỉnh Quảng Đông. Một số ít đến Quý Châu.

4. Lúc nhà Thanh vừa xâm chiếm Trung Quốc, người Khách Gia lại có đợt di chuyển thứ tư. Một bộ phận trở ngược lên cư trú ở vùng Hồ Nam, Hồ Bắc và Tứ Xuyên. Một số khác đang sinh sống ở vùng biển của tỉnh Phúc Kiến và Sán Đầu (thuộc tỉnh Quảng Đông), đã vượt biển đến phía Nam đảo Đài Loan. Một số ít đã sang Việt Nam.

5. Đợt di cư thứ năm và cũng là cuối cùng xảy ra vào thời kỳ Đồng Trị nhà Thanh. Sau cuộc khởi nghĩa của Hồng Tú Toàn (thủ lĩnh Thái Bình Thiên Quốc) bị thất bại, nhiều người Khách Gia đã chuyển đến đảo Hải Nam. Một số lớn đi đến các nước trong vùng Đông Nam Á rồi sang Ấn, Châu Phi. Một số khác tới các quần đảo thuộc Đại Tây Dương và Thái Bình Dương. Tại Châu Âu, họ sinh sống chủ yếu ở nước Anh và Hà Lan. Cuối cùng, người Khách Gia cũng có mặt ở Úc và Châu Mỹ (Canada, Mỹ và Honolulu, Cuba, Mexico, Panama, Brasil, Argentina, Peru, Jamaica, Guyana). Đây là thời kỳ xuất dương lớn nhất của người Khách Gia Trung Quốc.

Do hoàn cảnh lịch sử cộng với bản tính hiền lành, ghét chiến tranh, người Khách Gia đã dần dần dịch chuyển từ miền Bắc Trung Quốc xuống tận miền Nam. Trên bước đường di cư, để phân biệt với người dân địa phương, họ được người bản địa gọi là Khách Gia. Qua hơn 4.000 năm lịch sử, người Khách Gia vẫn bảo tồn rất nhiều cổ âm phương Bắc trong ngôn ngữ của họ

(Trong 8 phương ngôn được sử dụng nhiều nhất ở Trung Quốc, số người sử dụng ngôn ngữ Khách Gia đứng hàng thứ năm, chiếm 5% dân số). Ngôn ngữ Hakka được coi là ngôn ngữ hóa thạch sống, một vốn quý của văn hóa Trung Quốc.

Tên gọi "Khách Gia" mới chỉ xuất hiện trong vài thế kỉ gần đây. Thời vua Khang Hi, vùng ven biển phía Nam thường xuyên bất ổn vì sự quấy phá và gây hấn của những người thuộc phong trào "Phản Thanh phục Minh". Tới khi dẹp xong phong trào, Khang Hi thi hành các chính sách khuyến khích người dân tại các vùng này tái định cư như cấp phát tiền bạc và một số hỗ trợ khác. Dân bản địa đương nhiên là bất bình với những làn sóng di dân dồn dập tới vùng đất của họ. Vùng ven biển Hoa Nam vốn không màu mỡ và rộng rãi như vùng đồng bằng Hoa Trung, nhưng điều đó không ngăn cản những cư dân bản địa chống đối mạnh mẽ và quyết liệt những nhóm dân mới tới. Những di dân này bị đẩy tới rìa của những vùng đất màu mỡ, thậm chí bị đẩy lên các vùng trung du và miền núi. Cái tên "Khách hộ" (客戸) có thể được sử dụng như một lối gọi mang tính miệt thị, nhưng chủ yếu nó mang tính chỉ định những di dân mới, kèm theo một "thông điệp" rõ ràng về quan hệ "người mới-người cũ", "chủ-khách". Dần dà, với sự ổn định đời sống và chính trị trong suốt một thế kỉ từ đời Khang Hi cho tới đời Càn Long, quan niệm chống đối và phân biệt giữa những nhóm dân cư cũ-mới đã dịu đi nhiều. Bản thân con cháu của những người di dân đã chấp nhận cái tên "Khách Gia" vốn được coi như một sự phân biệt để gọi mình.

Tuy có những khác biệt về ngôn ngữ với cư dân xung quanh nhưng người Khách Gia không được coi là một dân tộc riêng biệt mà chỉ được xem là một bộ phận của người Hán. Ban đầu, người dân địa phương tưởng họ không phải là người Hán nhưng những nghiên cứu về phả hệ đã cho thấy người Khách Gia cũng có tổ tiên chung với dân địa phương.

Tại Việt Nam, người Hakka không bị coi là "khách" mà được gọi là người Hẹ. Có lẽ do nhớ gốc của mình là người nhà

Hạ nên đồng bào xưng là người Hạ. Sau đó đọc trại thành Hẹ và được gọi là người Hẹ. Người Hẹ cũng còn tên khác là người Ngái.

Những người Khách Gia nổi tiếng:

Hồng Tú Toàn, Tôn Dật Tiên, Tống Khánh Linh, Trương Quốc Đào, Chu Đức, Đặng Tiểu Bình, Hồ Diệu Bang, Diệp Kiếm Anh, Lý Quang Diệu, Lý Đăng Huy, Lý Hiển Long, Trần Thủy Biển, Tharshin, Abhisit Vejjajiva, Yingluck Shinawatra những người từng làm thủ tướng Thái Lan

Tại Trung Quốc có hai trung tâm lớn của người Khách Gia ở Phúc Kiến và Quảng Đông.

Người Khách Gia ở Phúc Kiến có lối kiến trúc đặc sắc có tên là "thổ lâu" (土樓), theo nghĩa đen là "tòa nhà bằng đất". Bởi lẽ họ là người mới định cư, nên tại đây họ chủ yếu sinh sống trên những vùng bán sơn địa và thường bị trộm cắp quấy phá.

Thổ lâu tại huyện Vĩnh Định, Phúc Kiến

Căn nhà của họ thể hiện rõ sự phòng bị trộm cướp: các ngôi nhà ở nhưng được thiết kế rất chắc chắn và kín kẽ với duy nhất một lối ra vào và không có cửa sổ tại tầng trệt. Lần lượt từ thấp lên cao, các tầng thường có những nhiệm vụ là chuồng gia súc, gia cầm, chỗ đựng lương thực; từ tầng hai trở lên thì được dùng làm nơi ăn ở cho thành viên trong gia đình.

Người Khách Gia ở Quảng Đông:

Ở Quảng Đông, người Khách Gia cư trú chủ yếu ở khu vực phía Đông, nhất là ở vùng Hưng - Mai (Hưng Ninh - Mai Huyện). Cũng giống như đồng bào của họ ở Phúc Kiến, người Khách Gia ở vùng Hưng - Mai đã phát triển các phong cách kiến trúc riêng độc đáo, nổi tiếng nhất là "vi long ốc" (圍龍屋) và "tứ giác lâu" (四角樓).

Theo thống kê mới nhất, người Khách Gia tại Hoa lục có khoảng 70 triệu và khoảng 10 triệu ở nước ngoài.

Trên đây là những thông tin phổ cập về người Hakka. Tuy nhiên, vẫn còn những bí ẩn về họ mà ta chưa biết.

Đọc văn bản trên, bạn đọc tinh ý sẽ hoài nghi nơi những dòng: "Tuy có những khác biệt về ngôn ngữ với cư dân xung quanh nhưng người Khách Gia không được coi là một dân tộc riêng biệt mà chỉ được xem là một bộ phận của người Hán. Ban đầu, người dân địa phương tưởng họ không phải là người Hán nhưng những nghiên cứu về phả hệ đã cho thấy người Khách Gia cũng có tổ tiên chung với dân địa phương."

Một câu hỏi nảy sinh: vì sao, những dân cư cách hàng nghìn cây số từ phương Bắc xuống lại *có tổ tiên chung với dân địa phương?* Phải chăng đó là việc giải thích theo yêu cầu chính trị? Cho tới cuối thế kỷ trước, câu hỏi này không lời đáp. Nhưng nay, với những phát hiện mới của di truyền học về sự hình thành dân cư Đông Á, đáp án cho câu hỏi trên như sau:

Tổ tiên người Khách Gia là người Lạc Việt từ xa xưa đi lên khai phá lưu vực Hoàng Hà, trở thành dân cư đồng bằng Trong Nguồn. Khi cuộc xâm lăng của Hiên Viên xảy ra, một bộ phận sống trong vương triều Hoàng Đế. Khi có biến loạn, đã di cư về phương Nam.

Từ lịch sử gốc như vậy, ta thấy, người Hakka và người Việt Nam cùng một tổ tiên vùng Núi Thái Sông Nguồn. Lớp di cư về phương nam 4.600 năm trước thành tổ tiên người Việt. Lớp di cư hơn 2000 năm sau, trở thành người Hakka, thành "khách" trên quê hương cũ của mình!

Do cùng nguồn gốc, nên không chỉ tìm thấy quan hệ thân tộc giữa người Hakka và dân Nam Trung Quốc về mặt phả học mà mối liên hệ càng rõ ràng hơn về mặt di truyền: cùng một tổ tiên từ Việt Nam đi lên. Một tài liệu khảo sát về nguồn gốc người Phúc Kiến, Quảng Đông, Đài Loan* cho biết: người Hakka Đài Loan gần gũi nhất về di truyền với người Việt Nam.

Do rời Trung Nguyên trước khi người phương Bắc Nữ Chân, Tiên Ti, Nguyên, Mãn Thanh… xâm nhập nên ngôn ngữ của người Hakka là ngôn ngữ Việt cổ. Ví dụ: 日 người Hẹ đọc là "ngìt", người Việt Nam đọc là "ngày." 你 Đường âm là "nhĩ", Hẹ đọc là "ngìa." Tiếng Việt phát âm là "người ", "ngươi ": Ngươi nói gì? Ngươi tên gì? Một trường hợp đặc biệt: 暗晡 Hẹ đọc là "ám bủa"; trong khi tiếng Việt ngày nay gọi bữa / buổi tối. Ám và tối đồng nghĩa và bữa - buổi - bủa chỉ phát âm khác nhau chút ít theo trại âm. 掌牛 người Hẹ đọc là "chon ngìu" chính là chăn bò/trâu trong tiếng Việt. (Các phương ngữ khác bên Trung Quốc ngày nay đều không có từ "chăn" mà thường dùng "khán ngưu-看牛" hay "thiên ngưu-牽牛."). Tiếng Hẹ còn được gọi là tiếng "Ngái", người Hẹ là người "Ngái", vì người Hẹ phát âm chữ "ngã-我 "là "ngái". Tiếng Việt có từ "ngài". Phát âm Ngái - ngài không tìm được ở bất cứ ngôn ngữ nào khác.

Ngoài ngôn ngữ, người Hakka vẫn giữ một số tập quán của người Việt cổ vùng Trong Nguồn. Thổ lâu và vi long ốc, những ngôi nhà tròn, có tường đất bao quanh là dấu vết của thời ở Sơn Tây, sống gần người du mục.

Do những đặc điểm như vậy nên văn hóa Khách Gia là bảo tàng sống của văn hóa Việt cổ. Từ nghiên cứu văn hóa Khách Gia, chúng ta sẽ hiểu biết nhiều hơn về nguồn gốc, tổ tiên mình.

Tháng 8, 2015

Tài liệu tham khảo:

*福建、廣東、客家人都是漢化的百越族，漢武帝滅閩越時福建應已有百萬人
http://myweb.ncku.edu.tw/~ydtsai/taiwanese/minhak.htm

BÀN VỀ VIỆC DẠY CHỮ NHO Ở TRƯỜNG PHỔ THÔNG

Sau tham luận của PGS.TS Đoàn Lê Giang trong một hội thảo khoa học thì trên văn đàn rộ lên những ý kiến đồng tình cũng như phản đối việc dạy chữ Nho trong trường phổ thông. Đáng buồn, đó là cuộc cãi lộn vô sở cứ của những ông bà thầy mù sờ voi vì cả hai phe cùng không hiểu chữ Nho (hay chữ Hán) là gì! Khi một cuộc tranh luận khoa học mà người ta không xác định đúng đối tượng tranh biện thì mọi lý lẽ đưa ra đều vô nghĩa!

Muốn bàn chuyện học hay không học chữ Nho, trước hết cần phải biết chữ Nho là gì, do ai sáng tạo và được sáng tạo ra như thế nào?

1. Chữ Nho là gì?

Thứ chữ mà hơn 2000 năm là quốc ngữ ở nước ta, vốn được các cụ gọi là chữ Nho, chữ thánh hiền hay chữ Hán. Năm 1932, trong sách Hán Việt tự điển, học giả Đào Duy Anh gọi là từ Hán Việt. Nhưng trong sách Văn phạm Việt Nam in năm 1936, học giả Trần Trọng Kim vẫn gọi là chữ Nho: "Người Việt Nam từ xưa đến nay… có thứ tiếng để nói, có thứ chữ để viết. Chữ Nho là thứ chữ dùng để học đạo Nho, đọc sách thánh hiền." Từ sau năm 1954, ở miền Bắc thống nhất gọi là từ Hán Việt, còn trong Nam gọi là Cổ văn.

Trong những tên gọi đó thì *từ Hán Việt* là sự ngộ nhận tai hại. Những người theo chủ trương này cho rằng, khi người Hán đem chữ sang dạy thì đám học trò Giao Chỉ vốn quá thông minh lại đầy tinh thần dân tộc, nên không phát âm theo thầy mà "sáng tạo ra cách đọc bằng tiếng Việt." Chẳng hạn như thày dạy chữ "tác" thì trò đọc ra "tộ", thầy dạy "ngộ" trò đọc là "quá"... Do đó mà tạo ra *từ Hán Việt* với nghĩa: chữ của Hán còn cách đọc của Việt! Thật khôi hài, một lớp học như thế chỉ có ở loài tu hú!

Từ khảo cứu của mình (Lịch sử hình thành chữ viết Trung Hoa), tôi khẳng định, chữ tượng hình là do người Lạc Việt tổ tiên ta sáng tạo từ 9.000 năm trước ở văn hóa Giả Hồ, sau đó ở Tây An Sơn Tây, Cảm Tang Quảng Tây 6.000 năm trước; ở Lương Chử Chiết Giang hơn 5.000 năm trước, rồi được đưa lên An Dương tỉnh Hà Nam. Năm 1.300 TCN, khi chiếm đất An Dương của người Dương Việt, vua Bàn Canh nhà Ân chiếm chữ Giáp cốt của người Việt rồi phát triển lên. Qua thời Chu tới thời Tần tạo ra chữ Trung Hoa ngày nay.

Từ ban đầu, cho tới thời nhà Hán, chữ vuông được đọc theo âm Việt cổ. Bằng chứng là cuốn Thuyết văn giải tự của Hứa Thận người thời Hán soạn, là cuốn từ điển đầu tiên của Trung Quốc, ghi lại cách đọc chữ vuông theo âm Việt cổ. Sách này về sau thất truyền. Tới đời Tống được biên soạn lại nhờ gom những đoạn trích từ các sách khác. Trên cơ bản, sách vẫn ghi cách đọc âm Việt cổ nhưng nhiều chỗ có thêm cách đọc theo Đường âm. Rõ ràng là do người sau thêm vào bởi lẽ, thời Hán thì Đường âm chưa xuất hiện.

Sau thời Hán, do loạn lạc, nhiều triệu dân du mục xâm nhập Trung Quốc, làm tiếng nói biến đổi khiến người trong nước không hiểu được nhau. Vì vậy, sau khi lập quốc, nhà Đường buộc các quan khi vào triều phải nói tiếng của kinh đô Tràng An. Tiếng nói đó được gọi là Đường âm, thứ quan thoại đầu tiên trong lịch sử Trung Hoa. Người Trung Quốc thời Đường đa số là người Việt nên tiếng nói của dân Tràng An cũng là tiếng Việt. Như vậy có nghĩa, Đường âm là tiếng nói của người Việt ở kinh đô Tràng An Trung Quốc vào thời nhà Đường. Đường âm được đưa sang dạy ở Việt Nam. Nếu trước đó chữ vuông được đọc theo tiếng Việt thì bây giờ đọc theo Đường âm, cha ông ta gọi là chữ Nho. Sau thời Đường, nước ta giành được độc lập nên chữ Nho cùng cách đọc Đường âm được bảo tồn. Do lịch sử như vậy nên trong bài viết này, tôi xin dùng thuật ngữ chữ Nho.

Từ 5.300 năm trước, tại nước Xích Quỷ, chữ tượng hình đã được chế tác và sử dụng. Khoảng 4.300 năm trước, do nước biển dâng, kinh đô Lương Chử bị nhấn chìm, nhà nước Xích Quỷ tan rã, hơn 500 ký tự giáp cốt bị chôn vùi. Do những biến động của lịch sử, chữ tượng hình khắc trên yếm rùa, xương thú và rìu đá ở Cảm Tang cũng bị mai một. Duy có bộ tộc Thủy ở Quảng Tây, trước cuộc xâm lăng của Tần, Hán đã lui vào sống trong rừng là còn giữ được chữ Lạc Việt cổ gọi là Thủy tự cùng với sách cổ gọi là Thủy thư. Chữ Thủy gần về tự dạng với Giáp cốt văn nhưng cách đọc xuôi theo ngữ pháp Việt, gọi là văn tự hóa thạch sống, được công nhận là di sản văn hóa nhân loại. Như vậy, có đầy đủ chứng cứ để khẳng định, chữ Nho do người Lạc Việt sáng tạo để ký âm tiếng Việt.

Do sự trớ trêu của lịch sử, người Việt bị mất đất, mất chữ viết dẫn đến mất lịch sử cho nên hàng nghìn năm không biết chữ Nho là sáng tạo của tổ tiên mình.

Nay nhờ tri thức mới của nhân loại, chúng ta tìm lại được cội nguồn, lịch sử, văn hóa, trong đó có chữ viết nên hoàn toàn có quyền khẳng định: chữ Nho là tài sản vô giá của dân tộc Việt.

2. Quá trình hình thành chữ Nho

Trong lịch sử, tổ tiên ta ít nhất đã sáng tạo ra ba loại chữ: chữ thắt nút, chữ Khoa đẩu và chữ hình vẽ. Trong kháng chiến chống Pháp, Giáo sư Lê Trọng Khánh từng gặp những vị trưởng tộc ở đất Quảng Nam có cả gian nhà chứa chữ thắt nút làm bằng những sợi gai nhuộm nhiều màu khác nhau rồi thắt nút, ghi lịch sử, địa lý, bói toán, cúng tế [1]. Loại chữ thứ hai nay ta gọi là chữ Khoa đẩu vì có hình như con nòng nọc. Nhưng theo ý kiến của học giả Đỗ Ngọc Thành thì tên gọi gốc của nó là *chữ Khoe đầu*, theo nghĩa Nôm, nghĩa là chữ đầu to. Đó là loại chữ ghép vần kiểu ABC từng tồn tại trên đất Trung Hoa vào thời Khổng Tử. Tới thời Đường, do tiếng Việt biến âm nên *Khoe đầu* chuyển thành *Khoa đẩu*. Hiện loại chữ Khoe đầu này còn được lưu giữ nơi đồng bào Thái, Mường… Là loại ký tự mà ông Vương Duy Trinh gọi là Man mẫu tự, mới đây được tác giả Đỗ Văn Xuyền khôi phục, gọi là chữ Việt cổ.

Hướng thứ ba là chế ra chữ tượng hình. Vốn là cộng đồng có tập quán tư duy tổng hợp (chủ toàn) nên khi chế chữ, tổ tiên ta dùng trí lực thu hút cái hồn của vật, của hiện tượng thành ký hiệu tiêu biểu nhất. Trước hết là nét cách điệu của con rắn, con chim, con cá, con nai, mặt trời, mặt trăng… thành những hình tượng mà khi vẽ ra, người khác nhận được. Tiến bước nữa là trừu tượng hóa:

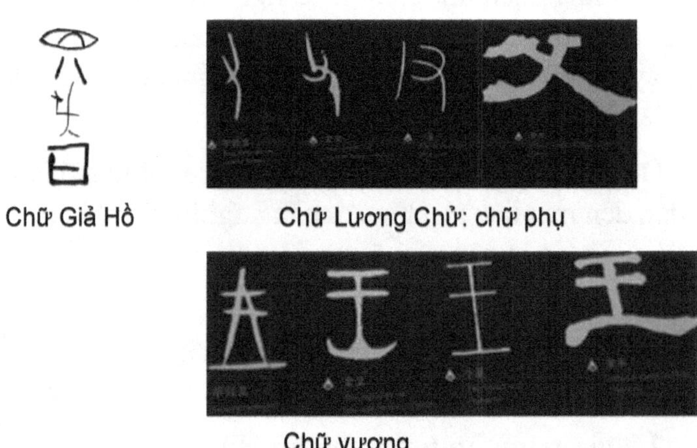

Chữ Giả Hồ

Chữ Lương Chử: chữ phụ

Chữ vương

Rồi chữ an (安) là khi người nữ ở trong nhà; chữ tốt (好) là người nữ có con (nữ hữu tử); chữ phúc (福): một con người có áo mặc, có ruộng cày thì đó là phúc… Do kỹ lưỡng như vậy nên thời gian làm ra chữ quá lâu. Chín nghìn năm trước ta đã thấy chữ Mục, chữ Bát, chữ Hỏa, chữ Nhật khắc trên yếm rùa Giả Hồ mà sau 5.000 năm, tại Cảm Tang Quảng Tây, chữ vẫn chỉ dùng cho bùa chú, bói toán!

Chữ trời chữ trăng chữ lửa

Chữ được chế ra là để ký âm tiếng nói. Trước một thực tế là tiếng nói nhiều mà chữ làm ra thì ít nên chỉ những tiếng thông dụng nhất hoặc có ý nghĩa thâm thúy nhất mới được chọn ra để ký âm. Và mặc dù dùng nhiều cách khác nhau như tạo ra từ đồng âm để ký âm thêm tiếng nói thì vẫn rất nhiều tiếng không được ký âm nên không có chữ. Người ta thống kê được khoảng 30% tiếng không được ký âm. Tại lưu vực Hoàng Hà, những tiếng không có chữ dần dần mai một. Ở Nam Dương Tử, có thống kê cho thấy khoảng 20% tiếng không có chữ, chỉ được trao đổi truyền miệng trong dân gian, ngày một rơi rụng. Trên đất Việt Nam cũng có tới 30% tiếng không được ký âm mà ta quen gọi là Nôm. Để giải quyết mâu thuẫn này, cha ông ta đã từ chữ Nho sáng tạo ra chữ Nôm. Trong dân gian Việt tồn tại khái niệm "chữ" để chỉ những từ bác học, chữ Nho và "nôm"để chỉ những từ dân dã. Một số người, trong đó có tôi thường phản bác học giả Maspéro vì ông cho rằng "tiếng Việt mượn 70% từ ngôn ngữ Hán." Nhưng khi nghĩ lại, thấy rằng ông chỉ sai khi cho đó là "ngôn ngữ Hán" còn con số 70% thống kê theo kỹ thuật ngữ âm là chính xác, đó là số lượng "chữ" trong tiếng nói Việt.

Một mặt khác, tiếng Việt cổ vốn đa âm: blời = trời; Krông = sông, rồng; tlủ = sủ = trâu… Trong khi đó, chữ tượng hình là đơn lập. Do vậy, muốn được ký âm, tiếng nói phải chuyển thành đơn âm. Kết quả là, cùng với việc phát triển của chữ tượng hình, tiếng nói cũng được đơn âm hóa. Và do đơn âm nên tiếng được bổ sung thanh điệu: thanh – thành – thánh... Tới đời Đường, tiếng Việt ở Tràng An có sáu thanh.

3. Những lý do cần gấp rút dạy chữ Nho trong trường phổ thông

Theo suy nghĩ của tôi, nhất thiết phải dạy chữ Nho cho lớp trẻ vì những lý do sau:

a. Đó là chữ do tổ tiên Lạc Việt sáng tạo.

Nhân loại cho rằng, chữ viết là biểu trưng trình độ văn minh của một dân tộc. Hàng nghìn năm chúng ta phải cúi đầu câm lặng chịu nhục vì bị coi là một dân tộc mông muội không có chữ viết với 70% tiếng nói phải đi vay mượn! Chúng ta vừa mang tâm lý học nhờ, đọc mướn vừa mang mặc cảm thù ghét thứ chữ từng góp phần nô lệ hóa dân tộc.

Nay phát hiện ra, đó là chữ do tổ tiên chúng ta sáng tạo nên không những phải học mà cần học nghiêm cẩn chữ của tổ tiên.

b. Dạy chữ Nho giúp trẻ có tư duy chiều sâu.

Việc dạy hay không dạy chữ Nho cho học sinh còn tùy theo mục đích của giáo dục. Nếu một nền giáo dục muốn tạo ra con người chức năng để giải quyết từng công việc cụ thể thì dạy chữ Nho là thừa. Nhưng nếu muốn đào tạo con người toàn diện, biết tư duy sáng tạo thì lại là chuyện khác.

Do được sáng tạo từ tư duy hình tượng sâu sắc hàng nghìn năm nên khác mọi thứ văn tự của nhân loại chỉ là ký hiệu chuyển tải thông tin thì chữ Nho bản thân nó mang tính minh triết, hàm chứa chiều sâu triết lý, giúp người học người đọc hiểu sâu nội dung vấn đề mà con chữ đề cập. Từ đó, tư tưởng của người học Nho trở nên sâu sắc. Điều này có quá nhiều chứng nghiệm trong cuộc sống.

Hiện nay, chúng ta dùng quốc ngữ vần ABC. Điều kỳ diệu là quốc ngữ đã dung nạp cả phần chữ lẫn phần Nôm của tiếng Việt. Có thể nói phần hồn của chữ Nho thoát khỏi cái vỏ vật chất vuông vức để hòa nhập vào cuộc sống. Nhưng rồi trong quá trình giao lưu va đập với cuộc đời ô trọc, nhiều chữ bị tha hóa đến xiêu hồn lạc phách, đánh mất cái nghĩa nguyên sơ của nó: *thực mục sở thị* trở thành *mục sở thị* vô nghĩa, *yếu điểm* thành *điểm yếu*; *cứu cánh* bị chuyển từ mục đích sang biện pháp... Lúc này, cái hồn chữ tả tơi phải trở về mái nhà xưa để tìm lại hồn vía chân thực của mình. Tôi còn nhớ đã đọc ở đâu đó những lời như khắc vào đá thế này: *"Chúng ta đã cho người Annam thứ chữ tiện dụng, dễ học, giúp họ bắt nhanh với đà văn minh. Nhưng rồi chắc chắn là sau này con cháu họ sẽ trách chúng ta làm cắt đứt mối liên hệ của họ với tổ tiên."* Phán đoán của học giả thực dân hàng trăm năm trước đã thành sự thực. Tiếng Việt đang trên đà suy đọa. Sở dĩ còn được như hôm nay là may mắn còn có lớp người *muôn năm cũ*, giữ được cái lề của cuốn sách đang rách. Có người nói rằng, chữ Nho là tử ngữ do đó không nên dạy tử ngữ cho học trò. Đó là sự hiểu biết ấu trĩ. Không hề là tử ngữ khi "chữ"- hồn vía của chữ Nho - đang chiếm tới 70% tiếng nói hàng ngày. Không chỉ tồn tại mà "chữ" đang giúp các ngành khoa học sáng tạo những từ mới để hòa nhập văn minh nhân loại.

Đến hôm nay mới bàn đến chuyện dạy chữ Nho cho con em là quá muộn. Nhưng muộn còn hơn không. Không bao lâu nữa, lớp người "muôn năm cũ" còn rơi rớt chút ít nho nhe về với tổ tiên, sẽ tạo ra khoảng trống văn hóa không thể san bằng, tiếng Việt sẽ mất hồn, không thể cứu vãn được!

c. Học chữ Nho giúp trẻ dễ dàng đọc tiếng Trung.

Nhiều người nói rằng: "Chương trình học hiện đã quá nặng, không nên chất thêm gánh nặng lên vai các em. Học được vài nghìn chữ cũng chẳng để làm gì!" Tôi đồng ý là chương trình học quá nặng. Nhưng nếu sắp xếp lại một cách khoa học, giảm những điều vô bổ, chúng ta vẫn có đủ thời gian để dạy trẻ chữ Nho. Nói "vài nghìn chữ cũng chẳng làm gì" là không đúng với thực tế. Từ trải nghiệm của mình, tôi thấy, tôi chỉ học Trung văn ba năm phổ thông Trung học, sau đó học tiếng Nga và Anh nên bỏ luôn tiếng Trung. Nhưng khi buộc phải khảo cứu các văn bản bằng chữ Nho, tôi đã dùng phần mềm dịch và từ điển Hán Việt online để đọc. Cố nhiên, ban đầu rất vất vả nhưng sau quen dần nên đọc được những tài liệu cần. Với ông lão "cổ lai hy" già nua chậm chạp, trí nhớ mỏi mòn còn làm được thì tôi tin, các bạn trẻ, nếu có vài ba ngàn chữ Nho, sẽ không khó khi làm chủ hầu hết những văn bản tiếng Trung.

4. Học chữ Nho thì học những gì?

a. Học lịch sử sáng tạo chữ Nho.

Theo tôi, không như các cụ xưa học chữ Nho, chỉ học Tứ viết với chi, hồ, giả, dã... Nay học chữ Nho trước hết phải học lịch sử sáng tạo chữ Nho. Lịch sử này bắt đầu bằng việc, 40.000 năm trước, người Lạc Việt từ Việt Nam đi lên khai phá Hoa lục. 20.000 năm trước mang rìu đá mới Hòa Bình lên mở mang giang sơn mới. Từ đó sáng tạo đồ gốm, thuần hóa cây lúa, xây dựng văn minh nông nghiệp trên đất Đông Á. 9.000 năm trước tổ tiên ta sáng tạo ký tự đầu tiên ở văn hóa Giả Hồ, sau đó ở Bán Pha, Cảm Tang. Chữ Giáp cốt được đưa lên Hà Nam. Khi chiếm đất Hà Nam của người Lạc Việt, nhà Ân nhận được Giáp cốt văn ở dạng đã trưởng thành rồi từ đó phát triển lên…

Từ khi chữ ra đời, tiếng Việt được đơn âm hóa rồi có sáu thanh. Sự chuyển hóa tiếng Việt trên đất Trung Hoa để dẫn tới Đường âm, được tổ tiên ta gọi là chữ Nho.

b. Học cách tư duy của tổ tiên để sáng tạo ra chữ Nho.

Làm ra chữ Nho là việc cha ông chúng ta rút hết tâm hồn và trí lực để "trói voi bỏ rọ," hình tượng hóa những vật và sự cùng tư tưởng để khắc lên yếm rùa, xương thú rồi sau đó đưa lên mặt giấy. Ngày nay, học chữ Nho, chúng ta dạy lớp trẻ hình dung lại cách tư duy sáng tạo của tổ tiên. Và đó là bài học vô giá về tư duy chiều sâu, con đường dẫn tới thành công trong thế giới hiện đại.

Dạy chữ Nho cho con trẻ là công việc cấp bách ngay bây giờ vì sự tồn vong của dân tộc. Không thể muộn hơn nữa, khi những người còn chút ít chữ Nho ngày càng thưa vắng. Việc này phải trở thành quốc sách, cần được bàn bạc kỹ để thực hiện sớm chừng nào tốt chừng ấy.

Sài Gòn, Thu 2016

Tài liệu tham khảo:

1. Lê Trọng Khánh. *Phát hiện hệ thống chữ Việt cổ thuộc loại hình Khoa đẩu* (NXB Từ điển bách khoa, 2010)

BÀN VỀ "LỄ" TRONG XÃ HỘI HIỆN ĐẠI
(Trao đổi với hai ông Nguyễn Văn Nghệ và Lại Nguyên Ân)

Gần đây, trên mạng xã hội xuất hiện bài viết "Bỏ "Tiên học lễ" thì xã hội sẽ ra sao?" của ông Nguyễn Văn Nghệ, rồi bài trả lời "Về ý kiến đòi khôi phục khẩu hiệu "tiên học lễ" của bạn đọc Nguyễn Văn Nghệ ở Khánh Hòa" của ông Lại Nguyên Ân.

Tôi xin mạo muội thưa lại đôi lời.

"Lễ" thuộc về phạm trù văn hóa. Do vậy, muốn hiểu Lễ, trước hết phải hiểu thấu đáo nền văn hóa sinh ra nó. Văn hóa là sản phẩm hoạt động xã hội của cộng đồng người nên muốn hiểu văn hóa, thì trước hết phải hiểu được cộng đồng người sản sinh ra nền văn hóa đó là ai, có nguồn gốc ra sao và được hình thành thế nào trong tiến trình lịch sử?

Từ thời tiền sử, do phương thức kiếm sống khác nhau nên tự nhiên đã chia con người thành hai dạng khác nhau về văn hóa. Người phương Tây du mục (Homo sapiens nomadian) với tư duy phân tích và người phương Đông nông nghiệp (Homo sapiens culturian) với tư duy tổng hợp. Bằng tư duy tổng hợp, người phương Đông coi trọng các yếu tố khác nhau của tự nhiên. Điều này thể hiện trong câu ca dao quen thuộc:

Trông trời, trông đất, trông mây,
Trông mưa, trông gió, trông ngày, trông đêm.

Trông cho chân cứng đá mềm,
Trời yên biển lặng mới yên tấm lòng...

Nói là phương Đông nhưng suốt thế kỷ XX và cho tới nay, chưa mấy ai biết người phương Đông thực sự là ai? Chỉ sang thập niên đầu của thế kỷ mới, nhờ thành tựu di truyền học cùng nhiều cuộc khai quật khảo cổ, khoa học mới khám phá rằng, khoảng 40.000 năm trước, người Lạc Việt từ Việt Nam đi lên khai phá Hoa lục và sáng tạo tại Đông Á nền văn minh nông nghiệp Việt tộc rực rỡ. Claude Levi's Strauss, nhà nhân học lớn của thế giới phát hiện rằng, tất cả những thành tựu về tinh thần, nhân loại đã sáng tạo vào cuối thời đồ đá. Thời kỳ sau đó, chỉ là sự lặp lại. Điều này hoàn toàn đúng với phương Đông. Cho tới trước Thời Kim khí, người Việt đã làm chủ Âm Dương, Ngũ hành, Dịch lý, Phong thủy, Tử vi… 4600 năm cách nay, sau cuộc xâm lăng của người du mục Mông Cổ vào Nam Hoàng Hà, người Việt sinh ra lứa con muộn mằn của mình là Hoa Hạ. Do kết hợp hai dòng máu và hai nguồn văn minh Mông- Việt, người Hoa Hạ là lớp người ưu tú, thay cha ông Mông Cổ lãnh đạo xã hội, tạo nên thời Hoàng Kim trong lịch sử phương Đông, từ Nghiêu, Thuấn. Tới thời Chu, văn minh phương Đông được kết tinh trong các sách Tam Phần, Ngũ Điển rồi được Khổng Tử san định thành Ngũ Kinh là Thi, Thư, Dịch, Lễ, Nhạc. Triết gia Kim Định gọi đó là Nho nguyên thủy hay Việt Nho, có nghĩa là Nho học của tộc Việt. Đến nay khoa học cũng cho thấy rằng, Khổng Tử là người nước Lỗ, một tiểu quốc của người Đông Di (người Lạc Việt bản địa), từ xa xưa vẫn độc lập với Hoa Hạ, sau đó thành chư hầu nhà Chu. Nước Lỗ vốn tiếng Việt là Rõ với nghĩa rực rỡ, sáng tỏ. Sau này biến âm theo quan thoại, người Hoa không đọc được vần R nên nói trại thành Lỗ! Do vậy Nho của Khổng Tử là Việt Nho. Tuy nhiên do trớ trêu của số phận, người Việt bị mất đất dẫn tới mất lịch sử rồi mất luôn bản quyền nhiều sản phẩm sáng tạo, trở thành kẻ đọc nhờ học mướn!

Không bỗng dưng mà khi san định kinh sách, Khổng Tử đặt riêng ra kinh Lễ. Tuy là một trong Ngũ Thường – năm thứ thường hằng: Nhân, Nghĩa, Lễ, Trí, Tín nhưng "Lễ" giữ vị trí trung tâm. Những "thường" rất quan trọng như Nhân, Nghĩa... chỉ có thể qua Lễ mới thể hiện được! Điều này cho thấy, mọi việc Nhân, Nghĩa, Trí, Tín chỉ là trong tiềm ẩn, trong ý định, trong cõi vô hình. Chỉ khi được thể hiện ra qua Lễ, mới trở thành hiện thực, mới trở nên tiêu chí để đánh giá con người! Chính do vai trò quan trọng như vậy nên Khổng Tử đặt riêng ra kinh Lễ để chuẩn tắc hóa cách ứng xử.

Tuy quan trọng như vậy nhưng Lễ không tồn tại độc lập mà trong mối quan hệ ràng buộc chặt chẽ với bốn thường khác: Nhân, Nghĩa, Trí, Tín. Một khi tách khỏi Nhân, Nghĩa, Trí, Tín thì Lễ trở thành khuôn khổ cứng nhắc, giả tạo, dối trá và nô lệ kẻ mạnh!

"Tiên học Lễ hậu học Văn" là phương châm ứng xử được cô đọng dùng trong nền giáo dục truyền thống. Đó là nhà trường tồn tại trong một xã hội tôn trọng Ngũ Thường của Việt Nam trước tháng Tám năm bốn lăm.

Khẩu hiệu trên xuất hiện lại sau những năm đổi mới có lý do của nó. Đó là việc những nhà giáo dục bức xúc vì sự băng hoại của đạo đức học đường đã cố công, trong khả năng hạn hẹp của mình, khôi phục những gì hợp lý của quá khứ. Trong trường hợp này chỉ là câu khẩu hiệu trước ngôi trường!

Tuy nhiên, có sự thực là, trong một xã hội không còn đề cao Nhân, Nghĩa, Trí, Tín thì Lễ trở nên lạc lõng, dường như có phần thẹn thò tội nghiệp. Một cái gì đó trái chiều, thừa thãi, không hợp thời, vô duyên, vô nghĩa... Không ít người đòi bỏ đi chính là do vậy. Ý kiến của học giả Lại Nguyên Ân: "Khẩu hiệu "tiên học lễ hậu học văn" – vốn có xuất xứ từ Khổng tử – càng nên được chúng ta sớm chấm dứt sử dụng trong hiện tại, để từ nay chỉ được nên ghi nhận như một trong những thứ ta đã vay mượn, thời quá khứ xa xưa", không phải không được sự đồng tình của một số người!

Tuy nhiên, cũng có sự thực là, mấy chục năm nay xã hội

ta khủng hoảng về phương thức phát triển. Đất nước lâm vào suy thoái toàn diện từ kinh tế tới văn hóa, đạo đức. Nhiều người muốn tìm lối ra cho đất nước. Không bằng lòng với con đường đã dẫn Đông Âu và Liên Xô tới sụp đổ nhưng cũng không yên tâm vào con đường tư bản hoang dã như hiện nay. Họ nhận ra những hạt nhân hợp lý của quá khứ, rồi từ trong cương vị cụ thể của mình, muốn hướng xã hội trở lại với những điều tốt đẹp của ngày xưa… Khẩu hiệu "Tiên học lễ hậu học văn" phần nào thể hiện mơ ước đó.

Một câu hỏi được đặt ra: xã hội nên hưởng ứng thế nào?

Ý kiến của hai ông Nguyễn Văn Nghệ và Lại Nguyên Ân thể hiện hai xu hướng đối kháng. Ông Nguyễn Văn Nghệ có công dẫn sách cổ để nói lên tầm quan trọng của "Lễ." Tuy nhiên, ông chưa làm rõ, cội nguồn của Lễ là từ đâu cũng như Lễ có vai trò gì không trong xã hội hiện đại? Còn ông Lại Nguyên Ân phủ định Lễ như một thứ vay mượn và quá đát trong cuộc sống hôm nay là không thỏa đáng.

Từ phân tích ở trên cho thấy, Lễ không phải thứ đồ ngoại lai vay mượn mà là sản phẩm tinh hoa của minh triết Việt tạo ra từ trong quá khứ xa xôi. Dù có từ lâu nhưng Ngũ Thường, Tiên học Lễ hậu học văn không hề cũ. Đó là tài sản vô giá mà tổ tiên để lại không chỉ cho chúng ta mà còn cho cả nhân loại. Có một nghịch lý mà ít tai ngờ tới: Ngũ thường được kết tinh tại nhà Chu nhưng cái gốc, cái mầm của nó lại của cha ông chúng ta. Là gia bảo của dân tộc Việt nhưng bị lưu lạc nên chúng ta không biết là của mình!

Mấy trăm năm nay, do sự áp đặt của chủ nghĩa tư bản phương Tây, chúng ta bị lú lẫn, không nhìn ra nhiều giá trị tuyệt với của phương Đông. Trong khi nhiều thức giả phương Tây lại hành trình về phương Đông để tìm con đường cứu nhân loại. Nhân loại đang trong thời kỳ khủng hoảng nghiêm trọng về trí tuệ. Nói điều này không khỏi có người cười mỉa, cho rằng, không hề khủng hoảng về trí tuệ trong khi khoa học công nghệ thế giới tiến như vũ bão! Không thể phủ nhận rằng nhân loại đang khủng hoảng về trí tuệ khi không tìm được con đường phát triển hợp lý: những con đường trước mặt đang dẫn thế giới đến diệt vong!

Phải chăng, chính khủng hoảng của đất nước từ mấy chục năm qua cũng như sự bế tắc của thế giới hôm nay đã khiến một số người nhận ra, trong văn hóa Việt ẩn tàng con đường đưa nhân loại trở về phát triển đúng theo hướng vận hành của vũ trụ: bảo tồn môi sinh và lấy con người làm cứu cánh.

Họ hy vọng rằng rồi một ngày nào đó, cùng với những điều tốt đẹp khác của văn hóa Việt, Ngũ Thường trở lại cuộc sống, làm cái đích rèn luyện để trở thành *người quân tử*. Trong khi chờ cái ngày đó trở lại, họ nâng niu níu giữ khẩu hiệu "Tiên học lễ… " như giữ cái lề của cuốn truyền thư theo nghĩa "giấy rách giữ lấy lề"… Dù yếu ớt, dù dường như vô vọng thì đó là những điều làm cho văn hóa Việt tồn tại, may mắn có thể không bị trôi ra sông ra biển.

TRIẾT LÝ GIÁO DỤC CHO VIỆT NAM

Do vai trò lớn lao của giáo dục đối với sự tồn vong của dân tộc, nhiều người muốn có một triết lý giáo dục cho đất nước hôm nay. Vì lẽ "ôn cố tri tân", một câu hỏi nảy sinh: Cha ông ta xưa có triết lý giáo dục không? Tuy nhiên, triết lý giáo dục là khái niệm mới, không thể tìm được nguyên ngữ trong cổ thư. Do vậy, ta chỉ có thể tìm một cách gián tiếp thông qua nội dung và mục đích giáo dục của tiền nhân.

1. Nội dung và mục đích giáo dục của người xưa

Khi suy ngẫm về nền giáo dục truyền thống ta thấy, nội dung dạy và học của người xưa gồm có ba ban: văn, võ và nghệ.

Ban Văn có: Nho, Y, Lý, Số.

Nho cố nhiên là chữ Nho, nhưng qua chữ Nho để học Tứ thư, Ngũ kinh, Sử, Tử. Như vậy học Văn có nghĩa là học đạo Nho, đạo của thánh hiền.

Y là y học.

Lý: Lý là Dịch lý và Địa lý. Học về hình sông, thế núi mà nội dung quan trọng là Dịch lý, Tử vi, Phong thủy.

Số: Toán pháp.

Ban Võ gồm: Côn, Quyền, Ngự, Xạ. Đó là bốn môn đánh côn, múa quyền (võ thuật), cưỡi ngựa và bắn cung. Cố nhiên, ở cấp cao, được dạy về binh pháp, kỹ thuật xây thành, phá lũy.

Nghệ là nghệ thuật: gồm cầm, kỳ, thi, họa. Học đánh cờ, âm nhạc, thưởng thức thơ văn, bình thơ văn và làm thơ, viết văn. Họa bao gồm hình khối, đường nét, màu sắc, biết thưởng thức vẻ đẹp của tranh và dạy vẽ tranh.

Ba ban với 12 môn học này lại được đặt trên nền móng vững chãi của ba phẩm chất: Trí, Nhân, Dũng cùng Ngũ thường: Nhân, Nghĩa, Lễ, Trí, Tín.

Từ nội dung dạy và học cùng thực tế đào tạo của nền giáo dục trong quá khứ, ta có thể suy ra mục đích giáo dục của cha ông là đào tạo con người toàn diện. Toàn diện ở đây, không chỉ là "văn võ song toàn" theo câu nói cửa miệng mà chiều sâu là đào tạo người quân tử, những kẻ sỹ ưu tú của xã hội. Chính nền giáo dục đó đã tạo ra những người biết tu thân, tề gia, trị quốc, bình thiên hạ.

Có sự thực là lý tưởng cao nhất của nhiều người đi học là để đi thi, làm quan với hấp lực của vinh quy bái tổ, võng anh đi trước, võng nàng theo sau… Tuy nhiên, do số lượng quan chức rất ít và qua thi cử nghiêm nhặt nên số người đỗ đạt làm quan quá nhỏ so với số người đi học. Do hiểu thực tế này nên những người cố học để làm quan không nhiều. Phần lớn các phụ huynh nhận thức rằng "nhân bất học bất tri lý", nên khi đưa con tới thầy học thường nói: "Xin cụ cho cháu ít chữ thánh hiền để mong sau này cháu nên người." Không ít người thực dụng hơn, cho con đi học để sau này "đọc được cái văn tự"…

Qua những kỳ thi, người đỗ được xếp vào ba bậc: Tú tài là người tài năng ưu tú. Dù không được làm quan nhưng cũng là kẻ danh giá trong cộng đồng. Cử nhân là người được cử ra lãnh việc nước, tức làm quan. Bậc thứ ba là Tiến sỹ: kẻ sỹ được tiến cử lên vua dùng.

Những người không đỗ hay đỗ mà không làm quan, trở lại cộng đồng, làm người dân có học. Một bộ phận khá lớn trong số họ trở thành thầy đồ, gõ đầu trẻ kiếm sống. Ta từng biết tới những thày giáo nổi tiếng về đức độ với những lớp học trò hiền đạt. Một số khác làm thày thuốc. Lê Hữu Trác là một người trong số này. Vốn từng làm tướng đánh trận nhưng thất bại, cụ suy ngẫm sự đời, chuyển sang làm thuốc. Một số khác, theo sở trường của mình, làm thày địa lý, thày bói. Từ sau năm 1954, xã hội ta quan niệm, bói toán là mê tín dị đoan nên ra sức xóa bỏ. Nhưng về bản chất, đó là khoa học dự đoán, sinh ra, và tồn tại trong mọi xã hội của loài người. Cũng như mọi nghề khác, thày bói có hay có dở nhưng thực sự đó là nghề không thể thiếu trong xã hội, một kiểu tư vấn giúp chỉ dẫn những điều phân vân trong cuộc sống. Cũng do được học Nho, thấm Ngũ thường và phải chăm lo cho "thương hiệu" của mình nên các thầy bói, thầy tử vi, phong thủy thường khuyên thân chủ những điều nhân nghĩa, giúp cho con người ổn cố tâm linh. Ta từng biết, về cuối đời, nhà thơ nhà báo cự phách Tản Đà ra chợ xem Tử vi độ nhật.

Việc học ngày xưa được thực hiện rất dân chủ. Người có chữ tự đứng ra mở trường, thu hút học trò trong làng. Những ông thầy có tiếng thì học trò nơi khác tìm đến học. Ý thức về việc học của cộng đồng rất cao. Không chỉ ở tập quán tôn sư trọng đạo mà còn trở thành nền nếp lâu bền trong xã hội. Làng, giáp có học điền dùng hoa lợi trợ giúp học trò nghèo. Từng họ cũng có quỹ khuyến học giúp con em ăn học.

Người có học, dù đỗ đạt hay không thì trong bụng cũng có ít "chữ thánh hiền" cùng với đạo lý sống nhân nghĩa, lễ, trí, tín. Theo tập quán, những vị này có "góc chiếu giữa đình", được dân làng tôn trọng vì nói điều hay, làm phải lẽ. Những người có học này trở thành những "hạt nhân minh triết" của cộng đồng. Do có chữ, biết lý lẽ nên họ thường tham vấn cho dân quê trong những tranh chấp, kiện tụng. Có khi ra tay, có khi giấu mặt, họ giúp cho dân làng chống lại đám cường hào cậy quyền hiếp đáp người yếu thế. Nhờ vậy, trong mức độ nào đó, bảo đảm được không khí dân chủ của làng xã. Nay ta say mê thưởng thức những câu ca dao, tục ngữ và quen miệng nói rằng đó là sáng tác của dân gian. Nhưng dân gian là ai? Chắc phần lớn là của những người có học này. Chẳng hạn câu ca Tháng Tám có chiếu vua ra/Cấm quần không đáy người ta hãi hùng, ban đầu hẳn là của một ông đồ làm ra để châm biếm lệnh vua rồi sau đó lưu truyền trong dân. Ta gặp ở nhiều địa phương có "tứ vật" là những tổng kết bằng chữ nho không chỉ thâm thúy, chính xác mà có nhịp điệu dễ nhớ. Chẳng hạn như Thụy Anh Thái Bình có tứ vật: "Vật du Kha Lý thị, vật thính Ô Trình ngôn, vật thú Diêm Điền thê, vật giao Hồ Đội hữu."Những sản phẩm như vậy làm nên văn hóa địa phương.

Trong xã hội cũ, ngoài trường học, các làng lại có văn chỉ là nơi những người có học dùng để bình văn, thường có sự tham gia của những văn nhân nơi khác tới. Đó là một thứ câu lạc bộ văn chương thời cổ, một sinh hoạt văn hóa tỏa ánh sáng ra cộng đồng.

Qua nội dung và mục đích giáo dục nêu trên, ta thấy, nền giáo dục truyền thống Việt Nam hay phương Đông cổ có triết lý giáo dục rất rõ ràng: giáo dục nhằm đào tạo con người toàn diện về văn, võ và hiểu biết nghệ thuật trên nền của đạo lý nhân, nghĩa, lễ, trí, tín.

2. Triết lý giáo dục thời hiện đại

Nửa thế kỷ trở lại, do hoàn cảnh lịch sử, trên đất nước ta có hai nền giáo dục với hai triết lý giáo dục khác nhau.

Tháng Năm 1945 vua Bảo Đại tuyên bố độc lập. Chính phủ Trần Trọng Kim ra đời với Bộ trưởng Giáo dục Hoàng Xuân Hãn. Trong vòng 100 ngày, Bộ Quốc gia giáo dục của chính phủ Trần Trọng Kim đã ban hành một chương trình giáo dục vừa đậm tinh thần dân tộc, vừa nhân bản và tiến bộ. Chương trình này tồn tại ở miền Bắc cho tới năm 1960.

Ở miền Nam, chính phủ Việt Nam Cộng hòa kế thừa lịch sử văn hóa dân tộc từ xa xưa, không tạo nên những đứt gẫy lịch sử nên mọi quan niệm về lịch sử, văn hóa, giáo dục được duy trì theo truyền thống. Năm 1958, những nhà giáo dục hàng đầu của miền Nam đề xuất triết lý giáo dục là Dân tộc, Nhân bản, Khai phóng.

Về tiêu chí dân tộc:

Dân tộc là tập hợp những chuẩn mực khác nhau, được nhìn nhận khác nhau theo từng góc độ quyền lợi của những thành phần khác nhau trong cộng đồng. Nhưng do cộng đồng được hình thành từ lâu đời, gắn bó trong những lợi ích chung nên tạo thành khối thống nhất. Do chính quyền miền Nam không thực thi những đảo lộn "cách mạng" mà duy trì lịch sử văn hóa truyền thống nên lợi ích vật chất và tinh thần của mọi thành phần trong cộng đồng được bảo tồn như đã có trong quá khứ. Do tiêu chí dân tộc là tiêu chí thống nhất, nên trong cộng đồng không nảy sinh quan niệm mâu thuẫn về dân tộc.

Nhân bản:

Nhân bản là tiêu chí nền tảng trong truyền thống văn hóa Việt. Đứng đầu trong Ngũ thường là Nhân. Do vậy, tiêu chí Nhân bản đứng hàng thứ hai sau Dân tộc là phù hợp.

Khai phóng:

Khai phóng là tự do, là cởi mở, là giải phóng. Tiêu chí này rất cần với xã hội chưa phát triển và khép kín như Việt Nam sau khi thoát khỏi ách thực dân và quân chủ.

Do chọn đúng triết lý giáo dục, trong 30 năm tồn tại, miền Nam Việt Nam có một nền giáo dục tiến bô, hòa nhập với thế giới văn minh đồng thời bảo tồn những truyền thống tốt đẹp của dân tộc và giữ được phẩm chất nhân bản của con người và xã hội.

Triết lý giáo dục ở miền Bắc.

Năm 1943, Đảng Cộng sản Việt Nam công bố Đề cương Văn hóa, trong đó đề xuất phương châm Dân tộc, Khoa học, Đại chúng.

Ba phương châm vận động cách mạng nêu trên cũng có thể gọi là triết lý về văn hóa, giáo dục. Nó rất phù hợp trong giai đoạn trước cuộc khởi nghĩa tháng Tám 1945. Trong hoàn cảnh bị thống trị của đế quốc Pháp, yếu tố dân tộc được nhấn mạnh để đáp ứng yêu cầu động viên, đoàn kết toàn dân chung sức chung lòng giải phóng đất nước. Trong điều kiện đất nước còn lạc hậu lúc đó, tiêu chí khoa học cũng rất phù hợp với lòng dân mong muốn đất nước phát triển đạt tới khoa học của thế giới văn minh. Yếu tố đại chúng càng tỏ ra thích hợp vì mục tiêu của giáo dục là hướng tới quảng đại quần chúng lao động nghèo khổ, là động lực của cách mạng.

Sau khi giành được chính quyền trên miền Bắc, nhà nước Việt Nam dân chủ cộng hòa vẫn duy trì triết lý giáo dục trên. Tuy nhiên, lúc này xã hội miền Bắc có những biến chuyển sâu sắc. Với cuộc Cải cách ruộng đất long trời lở đất, khối đoàn kết dân tộc bị phân chia thành những giai cấp đối kháng. Tiếp đó là chuyên chính vô sản được xác lập, đưa giai cấp công nông lên địa vị thống trị xã hội. Các "tầng lớp trên" trở thành đối tượng của cách mạng, bị tước những quyền cơ bản về vật chất và tinh thần. Dân tộc cũng như lòng yêu nước là độc quyền của thành phần chính thống.

Mặt khác, từ thập kỷ 1960, lịch sử Việt Nam cũng được viết lại theo quan điểm duy vật lịch sử của chủ nghĩa Mác. Trong đó có ba vấn đề lớn được đánh giá lại: 1. Triệu Đà là giặc cướp nước, nhà Triệu bị loại khỏi chính sử Việt Nam. 2. Nhà Nguyễn bị coi là triều đại bán nước, có tội với dân tộc. 3. Không có Kinh Dương Vương và Nhà nước Xích Quỷ. Sau năm 1975 thì nảy sinh mâu thuẫn khi nhận định về Quốc-Cộng. Uẩn ức trong lòng người là có thực. Một đất nước thống nhất phải được thống nhất ở tinh thần, tư tưởng, tình cảm và tâm linh. Muốn có sự thống nhất như vậy, trước hết phải thống nhất về lịch sử. Một khi lịch sử còn tranh cãi thì dân sẽ thành dân Babel.

Không những thế, quan niệm về truyền thống dân tộc cũng thay đổi. Rất nhiều phẩm tính của dân tộc từ xưa vẫn được nâng niu trân quý bây giờ bị coi là "sản phẩm của phong kiến lạc hậu, phản động". Rất nhiều đình, đền bị dỡ, bia đá bị đập phá, đem nung vôi, sách chữ Nho bị đốt. Những gia đình có nền nếp dạy trẻ biết thưa gửi, chào mời bị cho là phong kiến. Những lời dạy về nhân, nghĩa, lễ… bị coi là cổ hủ. Nhiều giá trị xã hội bị đảo lộn: xấu thành tốt, tốt thành xấu. Do vậy tiêu chí dân tộc không còn mang giá trị truyền thống, không đại diện cho toàn thể nhân dân.

Tiêu chí Khoa học về thực chất, chỉ là một khẩu hiệu, không hề có ý nghĩa một phương châm hay triết lý cho giáo dục. Mặt khác, khoa học là một khái niệm luôn biến động: cái hôm nay được gọi là khoa học thì ngày mai trở nên lạc hậu. Lấy cái "dĩ biến" làm tiêu chí sẽ dẫn tới sự tùy tiện.

Tiêu chí Đại chúng.

Trong giai đoạn nào đó của vận động cách mạng, thì tiêu chí đại chúng giữ vai trò trung tâm. Nhờ vậy, trong thời gian không dài, giáo dục ở miền Bắc đưa đại bộ phận dân chúng từ thất học tới biết đọc biết viết rồi có trình độ học vấn phổ thông. Nhưng khi tiêu chí đó kéo dài sẽ dẫn tới cào bằng, dàn trải, thiếu người tài. Thiếu những đỉnh cao dẫn dắt, xã hội tất rơi vào trì trệ.

Không chỉ bất cập trong triết lý mà nền giáo dục miền Bắc và ở cả nước sau 1975 còn có sự sai lầm lớn về phương pháp. Do nhà nước coi giáo dục là công cụ của chuyên chính vô sản nên để chính trị can thiệp quá sâu, biến rất nhiều môn học, nhất là Văn, Sử, khoa học nhân văn thành những môn chính trị giáo điều khô cứng. Cũng do muốn kiểm soát giáo dục một cách duy ý chí mà nhà trường chuẩn hóa giáo trình, giáo án, xuất hiện những bài mẫu, sách mẫu, giáo viên mẫu… khiến cho cả người dạy lẫn người học theo quy chế rập khuôn nghiêm nhặt, không còn chỗ để sáng tạo. Thực tế chứng tỏ nền giáo dục như thế đã thất bại.

3. Tìm triết lý giáo dục mới.

Như trình bày ở trên, không chỉ triết lý giáo dục của miền Bắc đã lạc hậu mà hôm nay triết lý giáo dục của miền Nam cũng không còn phù hợp. Trong điều kiện hội nhập và toàn cầu hóa, việc mở mang, khai phóng là đòi hỏi tự thân của mọi người nên không còn chỗ đứng trong triết lý giáo dục. Không những thế, trước trào lưu mở cửa hôm nay, những người "tiên thiên hạ chi ưu" đã cảm nhận nguy cơ của sự "mở" quá đà dẫn tới vong bản!

Rất cần triết lý giáo dục mới, không chỉ tiếp nối truyền thống mà còn dẫn dắt dân tộc tới tương lai tươi sáng.

Từ khảo cứu cội nguồn văn hóa và lịch sử tộc Việt, tôi đề nghị triết lý giáo dục của Việt Nam hôm nay là: Dân tộc, Nhân bản, Minh triết.

Không ít người cho rằng Dân tộc là khái niệm cũ, nhưng thực sự, cho tới nay hầu hết chúng ta chưa hiểu hay hiểu rất sai về dân tộc mình. Đó vẫn là cách hiểu do các học giả phương Tây áp đặt từ thế kỷ XX: "Người Việt Nam là đám Tàu lai với nền văn hóa bắt chước Tàu chưa tới nơi tới chốn. Hơn 70% tiếng nói vay mượn của Tàu…."

Nhưng sang kỷ nguyên mới, nhờ khoa học tiến bộ, nhân loại khám phá ra rằng: 70.000 năm trước, người Khôn ngoan Homo sapiens từ châu Phi tới Việt Nam, sinh ra người Lạc Việt. Rồi từ Việt Nam, người Lạc Việt lan tỏa ra châu Á và thế giới, sinh ra phần lớn nhân loại. Người Lạc Việt cũng là chủ nhân của nền văn hóa nông nghiệp phương Đông rực rỡ, không chỉ giúp người Việt tồn tại mà còn có vai trò lớn là dẫn dắt nhân loại trong cuộc khủng hoảng trí tuệ hôm nay. Nền giáo dục Việt Nam cần dựa trên những khám phá mới về bản sắc văn hóa của dân tộc.

Tiêu chí Nhân bản do vai trò kinh điển của nó nên được giữ nguyên. Không những thế, càng cần trong thời đại thống trị của kim tiền, kỹ trị và nhân tính bị băng hoại.

Xin bàn về tiêu chí Minh triết.

Cho đến nay, nhân loại chưa có định nghĩa chuẩn về minh triết. Người Mỹ gọi minh triết là wisdom với nghĩa là "sự khôn ngoan". Trong khi đó, người Pháp gọi minh triết "sagesse" "là một cái gì nguội lạnh và lẩn thẩn" (Francois Jullien). Ngay với người Việt, hậu nhân của cha ông sáng tạo minh triết cũng chưa thực hiểu minh triết là gì. Phần nhiều thường dẫn một câu ca dao, tục ngữ hay lời của cổ nhân rồi bình luận: "Ông cha ta minh triết thật!" Những người khác quan niệm minh triết là sự khôn ngoan sáng suốt. Điều này phần nào gần với sự thật nhưng quan niệm như thế làm nghèo, làm tầm thường hóa thành tựu của cha ông.

Tôi mạo muội xin đề xuất một định nghĩa về minh triết như sau: "Minh triết là sự khôn ngoan sáng suốt trầm tích trong chiều sâu nhất của văn hóa, luôn tỏa ánh sáng và sức nóng nuôi dưỡng nền văn hóa dân tộc và dẫn dắt dân tộc đi lên."

Minh triết là phẩm chất cao nhất của trí tuệ và tâm hồn Việt. Do vậy phải là nội dung quan trọng của giáo dục. Chúng ta đang ở giai đoạn kinh tế tri thức, nhưng có người đã nói tới nền kinh tế minh triết. Tiêu chí minh triết trong triết lý giáo dục chính là chuẩn bị cho tương lai gần này.

Trong tình hình Việt Nam và thế giới hôm nay thiết nghĩ triết lý giáo dục nêu trên không chỉ phù hợp với dân tộc Việt mà nó còn có ý nghĩa dẫn đường cho giáo dục của nhân loại.

Sài Gòn Xuân Đinh Dậu

VĂN HÓA LÀ ĐỊNH MỆNH
(Trao đổi với ông Nguyễn Hòa về văn hóa học)

Ông Nguyễn Hòa là nhà phê bình văn chương. Bỏ qua một số bài mang tính đao to búa lớn, tôi thấy ông là cây viết trực ngôn và sắc sảo, một phẩm chất quý trong tình trạng văn đàn nhạt nhẽo đương thời. Tuy nhiên, dường như văn hóa học không phải sở trường của ông nên khi sa vào đó, ông hơi bị lạng quạng. Bài "Đông và Tây- khác biệt về văn hóa và tư duy"* thể hiện điều này.

Xin trao đổi với ông đôi lời.

1. Không có lựa chọn, văn hóa là định mệnh

Ngay ở đầu bài, ông Nguyễn Hòa viết:

"Tuy nhiên, do văn hóa là sự lựa chọn của mỗi cộng đồng người trong các điều kiện địa lý - kinh tế riêng nên ngay từ đầu, dù cùng một mẫu số chung, nhưng mỗi cộng đồng lại có các lựa chọn văn hóa khác nhau, với kiểu tư duy khác nhau khi tiếp cận thế giới, đẩy tới các kiểu quan niệm, các phương thức sinh tồn, các phong cách sống, các tập quán và thói quen... khác nhau."

Chỉ một câu trên đã bộc lộ sai lầm cơ bản về văn hóa học của tác giả. Biện chứng pháp marxit cho rằng vật chất quyết định ý thức. Như vậy, phương thức sinh tồn phải là cái có trước. Đó là những cái mà tự nhiên sẵn có, buộc con người muốn sống sót phải thích ứng với chúng. Và chính những hoạt động để đảm bảo cho cộng đồng không chỉ sống còn mà sống tốt nhất trong môi sinh cụ thể đã làm nên văn hóa. Vì vậy, *văn hóa là tất yếu, là định mệnh*. Nói cách khác, *con người không có quyền lựa chọn văn hóa!*

Quả thực tôi không hiểu cái gọi là “mẫu số chung” ở đây là gì, vì ngoài chủ thể là Con Người ra, mọi sự hoàn toàn khác nhau, giữa Đông và Tây chả có gì chung cả! Trước đây, khi chỉ nhìn lịch sử bằng con số phiếm định hàng nghìn năm, người ta khó mà hiểu được nguyên lý đơn giản này. Nhưng nay, khi lặn ngụp tới chiều sâu tận cùng của lịch sử, thì ra đó là sự hiển nhiên.

Cho tới khi tôi viết những dòng này, trên thế giới chưa mấy người biết rằng, 40.000 trước, những nhóm người Europid từ Trung Đông vượt qua eo Bosphorus vào châu Âu. Tại đây, họ gặp những người Australoid cũng vừa từ Đông Á tới. Hai nhóm Homo sapiens hòa huyết cho ra người Eurasian, tổ tiên người châu Âu ngày nay. Nhưng 5.000 năm sau, khí hậu chuyển lạnh dữ dội khiến cho người Neanderthal, di duệ cuối cùng của Người Đứng thẳng Homo erectus – loài tiền nhiệm của chúng ta, bị tuyệt diệt đồng thời đẩy những người Homo sapiens sống ở phía bắc lục địa Á-Âu và Bắc Mỹ rơi vào tình trạng tiềm sinh. Chỉ 10.000 năm cách nay, khi thời kỳ Băng Hà chấm dứt, người châu Âu mới ra khỏi những hang băng. Môi sinh lúc này tốt hơn nhiều. Nhưng đối mặt với rừng thưa và đồng cỏ, câu hỏi lớn nảy sinh: làm thế nào để sống? Cố nhiên, họ tiếp tục săn bắt, hái lượm. Đất không nước tưới nên không thể trồng trọt vả lại họ cũng chưa hề biết gì về trồng trọt. Rồi thời gian cho câu trả lời: thuần hóa, chăn nuôi động vật ăn cỏ để có thịt ăn, sữa uống và da thú che thân. Hết cỏ gần phải dẫn mục súc đi xa, tự nhiên, phương thức sống du mục ra đời! Từ phương thức sống du mục sản sinh văn minh du mục. Đó chính là định mệnh!

Trong khi đó, 70.000 năm trước, người từ châu Phi men theo bờ biển Ấn Độ tới thềm lục địa Việt Nam. Lúc này đang thời kỳ Băng Hà, phần lớn trái đất phủ băng, nước biển thấp hơn ngày nay 130 mét. Đông Nam Á khô và mát, là địa đàng cho động thực vật và con người phát triển. Do thức ăn phong phú, người Việt sống quần tụ và sinh sôi nhanh chóng, tràn xuống các đảo Đông Nam Á, sang Ấn Độ, lên chiếm lĩnh phần lục địa ngày nay gọi là Trung Quốc.

Trong thời kỳ dài đằng đẵng săn bắn, hái lượm, tổ tiên ta luôn tìm cách cải thiện đời sống của mình. Nhưng làm gì khi đất hẹp, địa hình chia cắt? Dù 15.000 năm trước đã thuần hóa con gà, con chó sớm nhất trong lịch sử nhân loại và sau đó thuần hóa con heo đầu tiên nhưng không thể chăn nuôi lớn và càng không thể du mục!

Dựa vào thảm thực vật phong phú, tổ tiên ta bắt đầu thuần hóa bầu bí, các loại rau đậu rồi cây kê và lúa lốc (lúa nương, lúa khô) tự túc một phần lương thực. Khoảng 15.000 năm trước, khí hậu ấm hơn, mưa nhiều hơn, nước dâng lên, cây lúa nước ra đời. Sau từng ấy thời gian, "chồng cày vợ cấy", "trông trời trông đất, trông mây"... văn hóa nông nghiệp hình thành. Hoàn toàn không phải lựa chọn mà là Định mệnh do môi trường sống quy định. Không cộng đồng nào chọn được văn hóa của mình!

2. Nông nghiệp, du mục: hai phương thức sống tạo ra hai nền văn minh.

Với việc phát hiện di chỉ trồng lúa nước 12.400 năm trước ở phia nam Dương Tử, ta có đủ cơ sở để tin rằng, nền nông nghiệp lúa nước từ xa xưa đã là phương thức sống chủ yếu của dân cư Việt. Nông nghiệp lúa nước là cuộc sống định cư, cố kết cộng đồng để chống lụt lội, giặc, cướp. Nông nghiệp lúa nước buộc con người không chỉ bó bện với nhau mà còn gắn bó trong sự hài hòa với thiên nhiên. Năm 1954, trong cuốn sách Nhiệt đới buồn, nhà nhân học nổi tiếng Levis Strauss phát hiện: "Người thổ dân vùng Caduevo phía Bắc Canada có đặc tính coi trọng phụ nữ và sự hài hòa giữa các yếu tố trong thiên nhiên, giống với người ở mạn nam Trung Quốc." Lúc đầu người ta giải thích rằng, đó là sự giống nhau nảy sinh do môi trường sống giống nhau. Nhưng sau này, nhờ khảo cổ và nhất là di truyền học, người ta biết đó chính là người Việt di cư sang châu mỹ 15.000 năm trước, đã mang theo văn hóa nông nghiệp của tộc Việt!

Du mục là cuộc sống nguy hiểm, phải thường xuyên đối mặt với sự bất thường của thời tiết khắc nghiệt, thú dữ rình rập và sự cướp phá của những bộ lạc hiếu chiến, nhất là trong thời kỳ hạn hán hay giá rét. Chính hoàn cảnh đã tạo ra phương thức sống tàn bạo dựa trên sự khai thác thiên nhiên và cướp bóc đồng loại. Trong hoàn cảnh như vậy, vai trò của người đàn ông trong gia đình, người chiến binh trong bộ lạc được đề cao. Từ đó dẫn tới chủ nghĩa cá nhân vị kỷ, đầu óc tôn sùng thủ lĩnh và chế độ nô lệ.

Phương thức sống khác nhau tạo ra hai phương cách tư duy khác nhau giữa Đông và Tây. Làm thí nghiệm đặt vi điện cực vào những trung khu thần kinh khác nhau của người phương Đông và người phương Tây, người ta nhận ra rằng người phương Tây thiên về tư duy phân tích, còn phương Đông thiên về tư duy tổng hợp. Đó là hệ quả tất yếu của cuộc sống cạnh tranh khốc liệt khiến người du mục, tổ tiên người phương Tây, phải phân biệt thật nhanh những nhân tố khác biệt của môi trường để ứng phó. Trong khi đó, người phương Đông quan tâm phát hiện những mối liên quan giữa các yếu tố của môi trường để thích ứng một cách hài hòa.

Người phương Tây gọi văn hóa là culture, với nghĩa nguyên thủy là trồng trọt. Như vậy, chính trồng trọt sản sinh ra văn hóa. Trong văn hóa học không có khái niệm văn hóa du mục mà chỉ có văn minh du mục. Điều này có nghĩa là phương thức sống du mục không làm nên văn hóa! Đó là sự thực.

Nhưng như vậy, phải chăng xã hội phương Tây không có văn hóa? Tôi từng băn khoăn: phương Tây quá văn minh nhưng hình như văn hóa nghèo nàn, đặc biệt hàm lượng minh triết thấp?

Và rồi tôi tìm ra nguyên do của sự việc. Khảo cổ và di

truyền học cho thấy, bảy ngàn năm trước, người nông dân Trung Đông đem lúa mì và nho tới, tạo ra bước ngoặt trong lịch sử châu Âu. Nhờ được cung cấp lương thực, những bộ lạc du mục hùng mạnh không còn theo chân đàn gia súc nữa mà dừng lại kiến tạo thành bang. Phân công lao động được đẩy mạnh, thủ công nghiệp rồi thương nghiệp ra đời… Khi đem nghề nông vào, chính người nông dân Trung Đông đã đem văn hóa tới châu Âu. Nhưng hàm lượng văn hóa không nhiều vì gen nông dân chỉ chiếm 20% trong huyết quản người châu Âu.

Đúng như câu nói nổi tiếng của Kipling: "Đông là Đông, Tây là Tây", có thể nói rằng, về phương diện văn hóa, lịch sử đã chia Đông và Tây làm hai thế giới: Con người du mục - Homo nomadian và Con người nông nghiệp - Homo culturian.

Do không nắm được điều này nên ông Nguyễn Hòa đã nói rất hàm hồ: "Thật ra, xét về nguồn gốc thì phương Đông hay phương Tây đều có điểm xuất phát từ kinh tế - văn hóa nông nghiệp dưới hai hình thức chủ yếu là chăn nuôi và trồng trọt."

Xin thưa, du mục không bao giờ là nông nghiệp. Một người có tiếng như ông Nguyễn Hòa không có quyền sai lầm trong tri thức vỡ lòng về văn hóa học như vậy!

Ông Nguyễn Hòa viết: "Kinh tế thương nghiệp, sự ra đời của các thành bang, ngay từ đầu đã làm cho văn hóa Hy Lạp - cái nôi của văn hóa phương Tây, đi theo khuynh hướng khác hẳn phương Đông."

Thưa ông, thương nghiệp chỉ là hệ quả chứ không phải là nguyên nhân của sự khác biệt Đông Tây. Phải truy về gốc của nó, chính là phương thức sống du mục duy lợi, duy lý, cạnh tranh, lang bạt… đã thúc đẩy thương nghiệp. Hy Lạp vốn là quê hương của người nông dân từ phương Đông sang. Vài trăm năm trước Công nguyên, người du mục chiếm vùng đất trù phú này. Trên nền tảng của văn hóa nông nghiệp, người du mục xây dựng văn minh Hy Lạp mà đặc trưng của nó là xác lập vị trí thống trị của người đàn ông – thủ lĩnh, thay những nữ thần nông nghiệp bằng nam thần du mục. Và từ cuộc xâm lăng của Alexander Đại đế sang phương Đông, người Hy Lạp cướp bóc, chiếm đoạt những thư viện lớn của Ai Cập, biến Aristoteles thành nhà tư tưởng vĩ đại nhưng cũng là kẻ đạo văn lớn nhất mọi thời đại!

Ông Nguyễn Hòa viết:

"Hàng nghìn năm trước, khi cư dân Trung Hoa, Ấn Độ... bắt đầu phác họa các đường nét đầu tiên của văn hóa dân tộc mình, hẳn họ không ý thức được tầm vóc vĩ đại của những gì do họ làm ra."

Điều này không mới vì suốt thế kỷ XX người ta từng ca như thế. Nhưng đó là sự lầm lẫn khổng lồ, sự đánh tráo lớn nhất của lịch sử nhân loại. Nếu thực sự là trí thức – những đầu óc mẫn tiệp, đi trước dẫn đường cho dân tộc, sang thế kỷ này người ta sẽ không viết vậy! Ngày nay, có đủ cơ sở để chứng minh rằng, người Việt không những sinh ra người Trung Hoa mà còn cho người Hoa tiếng nói, chữ viết và cả nền văn hóa nông nghiệp vĩ đại. Nói cách khác, toàn bộ nền văn minh Trung Hoa được xây dựng trên sơ sở của văn minh nông nghiệp Việt tộc. Và trên đất Ấn Độ, người Việt Dravidan đã sáng tạo nền văn minh Indus vĩ đại mà trên đó, người Arian từ Ba Tư sang chiếm đoạt làm nên nền văn hóa Ấn ngày nay.

Ông Nguyễn Hòa viết:

"Tương tự như vậy, để không rơi vào cuộc tranh luận chưa có hồi kết về một nguồn gốc một số thành tựu văn hóa - văn minh của người Trung Hoa là có nguồn gốc Trung Hoa hay phương Nam, bài viết này chỉ đề cập tới một số quan niệm vũ trụ, nhân sinh của người Việt (như quan hệ âm - dương chẳng hạn) có thể thực chứng qua hàng nghìn năm lịch sử và ít nhiều vẫn còn hiện hữu trong cuộc sống hôm nay."

Viết như vậy, ông Nguyễn Hòa tưởng chừng chui vào cố thủ trong một bunker để được an toàn. Nhưng con đà điểu vùi đầu trong cánh liệu có tránh được bão? Khi chưa phân định tới tận cùng của lịch sử - văn hóa thì mọi bình luận về nó là chưa đủ cơ sở! Chính do sự trốn chạy, không muốn biết tới tận cùng của văn hóa Việt, ông đã viết thế này:

"Sinh tồn ở khu vực gần gũi với các nền văn minh lớn ở phương Đông, từ hàng ngàn năm trước, nền văn hóa sơ khởi của người Việt đã chịu ảnh hưởng và phần nào có thể nói, đã tiếp thu nhiều thành tựu của văn minh Trung Hoa, Ấn Độ. Các đoàn thương nhân, các nhà tu hành... và các đạo quân xâm lược dẫu có để lại hình ảnh không đẹp đẽ trong quá khứ, thì họ cũng góp phần đưa tới một hiện tượng độc đáo là giúp cho cơ tầng văn hóa Việt bản địa phối kết với vô số thành tựu văn hóa bên ngoài, từ đó hình thành nên một văn hóa Việt mới, với một hệ thống khá ổn định về bản sắc."

Chung thói quen cố hữu của giới nghiên cứu xưa nay, khi chưa định hình văn hóa Việt là gì, ông Nguyễn Hòa đã vội vàng nói tới tác động ngoại lai của người lính viễn chinh, của thương nhân… làm nên văn hóa Việt?!

Ông Nguyễn Hòa viết:

"Cũng như các dân tộc ở phương Đông, trong quá khứ, người Việt tỏ ra thiếu khát vọng tìm kiếm cái mới, không thích lập kỷ lục... Họ không có hứng thú lặn xuống biển sâu, bay vào vũ trụ, không tự hỏi "hai vạn dặm dưới đáy biển" có gì."

Điều này có thể đúng với thời kỳ gần đây mà không đúng với toàn bộ tiến trình lịch sử của tộc Việt. Không thể nói như thế về một đại tộc từng từ Việt Nam tỏa ra khắp thế giới, sang phía tây góp máu huyết sinh ra tổ tiên người châu Âu, sang châu Mỹ để sinh ra người da đỏ, vượt trùng dương phiêu lưu về phía nam chiếm lĩnh Hawaii rồi chế tác rìu đá mài, trống đồng... Không chỉ thế, người Việt còn phát minh ra Âm Dương, Ngũ hành, Dịch lý… những tri thức sâu thẳm của nhân loại.

Càng sai lầm khi nói: "Họ không có hành động để chứng tỏ con người bình đẳng với tự nhiên, bởi chưa bao giờ trong ý thức xuất hiện ý niệm về điều đó."

Thưa ông, hoàn toàn không như ông tưởng. Người Việt không chỉ dám bình đẳng với tự nhiên mà còn hơn thế. Trong quan niệm nhân sinh của người Việt là Nhân chủ - Thái hòa – Tâm linh, thì yếu tố đầu tiên là Nhân chủ. Đó là trong tam tài Thiên - Địa – Nhân làm nên vũ trụ thì Con Người là chủ. Vâng, chủ cả Trời, cả Đất. Do vậy con người phải sống thái hòa, tức là hòa mục cao nhất, không chỉ với nhau mà còn với Trời với Đất. Muốn sống được như vậy, con người không thể là con người duy vật mà là con người tâm linh. Đó là nhân sinh quan, tức là phương thức sống thấm đẫm trong toàn bộ văn hóa Việt.

Có thể dẫn nhiều thêm những điều bất cập của tác giả bài viết nhưng tôi dừng ở đây, mong rồi một ngày ông sẽ ngộ ra.

3. Kết luận

Là tác giả của những bài viết trực ngôn và sắc sảo, ông Nguyễn Hòa tạo dựng được chỗ đứng riêng trên văn đàn. Vì vậy khi thấy ông bàn về đề tài to tát của văn hóa, tôi kỳ vọng học được những điều bổ ích. Tiếc rằng, đó là bài viết không chỉ cũ kỹ nhàm chán, không đem lại điều gì mới cho học thuật mà lại có những cái sai không nên có nơi một đầu óc mẫn tiệp.

Sài Gòn, tháng Ba năm 2012

*http://phunutoday.vn/xi-nhan/nghe-thuat-moi/201203/dong-va-Tay-khac-biet-ve-van-hoa-va-tu-duy-i-2139687

(tiếp theo)

Cảm ơn ông Nguyễn Hòa đã trả lời tôi. Kể ra câu chuyện dừng lại cũng được rồi nhưng do "tơ vương" vẫn còn, tôi xin thưa tiếp đôi lời.

1. Tôi không đọc Nghệ thuật mới nên không biết nhan đề chính thức bài viết của ông Nguyễn Hòa. Nhưng khi được ông cho biết "Đông và Tây - từ khác nhau trong văn hóa đến khác biệt tư duy", trong óc tôi bỗng thấy gợn gợn…

Đúng như ta thấy trong xã hội người hiện nay, văn hóa hướng dẫn tư duy. Nhưng văn hóa là sản phẩm của hoạt động xã hội chỉ xuất hiện khi con người đạt tới mức tiến bộ nào đó, nên được hình thành muộn hơn. Vậy khi chưa có văn hóa thì cái gì dẫn dắt tư duy?

Theo tôi, sự thể có lẽ đã diễn ra như thế này:

10.000 năm cách nay, khi băng tan, những cánh đồng băng biến thành rừng thưa xen lẫn cỏ xanh. Điều kiện sống tốt hơn trước nhiều nhưng cố nhiên, châu Âu, Sahara, Gôbi… vẫn săn bắn, hái lượm. Người phụ nữ vẫn làm chủ gia đình mẫu hệ. Rồi với sự cần mẫn và dịu dàng của Người Mẹ, chính người đàn bà đã thuần hóa con cừu con dê đầu tiên và chăn nuôi gia đình ra đời. Dần dà, thú hoang giảm đi, săn bắn khó khăn hơn, trong khi chăn nuôi gia đình mang lại thu nhập quan trọng. Địa vị người đàn bà lên cao cực điểm. Nhưng khi đàn gia súc đông thêm, bãi chăn thả trở nên cằn cỗi, đời sống bị đe dọa. Lúc này, người ta thấy cần "tổ chức lại" bộ lạc để có thể đưa đàn gia súc đi xa, tìm bãi chăn thả mới. Phương thức sống du mục ra đời. Du mục là cuộc sống khó khăn, nguy hiểm: khám phá vùng đất mới, chống lại thú dữ luôn rình rập. Trong tình trạng cạnh tranh khốc liệt, mỗi bộ lạc phải tự bảo vệ để chống lại những người láng giềng hùng mạnh đồng thời ra sức đánh phá các bộ lạc yếu để cướp mục súc, bãi chăn thả và bắt người làm nô lệ... Muốn sống còn, con người phải nhanh nhạy phát hiện những thay đổi dù nhỏ nhất của ngoại cảnh để ứng phó, "tiên hạ thủ vi cường." Từ đó phương thức tư duy phân tích ra đời. Sau sự xuất hiện công cụ lao động thì đây là yếu tố quan trọng nhất để phân biệt con người với thú hoang. Đó cũng là bước chuyển vô cùng quan trọng trong lịch sử phương Tây mà chưa được chú ý nghiên cứu. Phải chăng điều này được phản ánh trong kinh Thánh: "Khởi thủy là lời"? Và cũng chính là cơ sở cho mệnh đề nổi tiếng của Descartes: "Tôi tư duy vậy thì tôi tồn tại"? Xin nhớ lúc này văn hóa chưa hình thành. Như vậy, phương thức tư duy phân tích trở nên yếu tố chủ đạo dẫn dắt cộng đồng du mục và tạo ra văn minh.

Trong điều kiện sống như vậy, bộ lạc cần những thủ lĩnh mưu trí, can trường, có uy quyền tuyệt đối cùng những chiến binh dũng mãnh, trung thành. Mặc nhiên, vai trò của thủ lĩnh, của chiến binh, của người đàn ông tăng lên, trong khi người phụ nữ vốn chân yếu tay mềm lúc này không đem lại nhiều lợi ích cho cộng đồng, ngày càng trở nên phụ thuộc, địa vị bị sút giảm. Nữ quyền chuyển sang cho nam giới rồi theo đó, mẫu hệ chuyển thành phụ hệ. Văn minh du mục hình thành với những đặc trưng: duy lợi, duy lý, tôn sùng thủ lĩnh, đề cao vai trò đàn ông, áp chế phu nữ, chế độ phụ hệ và phụ quyền, khai thác thiên nhiên, cướp bóc đồng loại và chế độ nô lệ…

Khi thiết chế văn minh du mục ổn định, nó trở thành một tính trạng di truyền (di truyền học gọi là di truyền quần thể fenotipe) được truyền cho các thế hệ sau qua tập quán sống. Đó chính là điều mà ông Nguyễn Hòa cho rằng văn hóa dẫn tới tư duy. Điều này dễ nhận ra. Và do bằng lòng với nó nên người ta không tìm hiểu sâu hơn để biết rằng: ban đầu, chính là tư duy phản ứng trước ngoại cảnh đã làm nên văn hóa. Khi văn hóa định hình thì tư duy lùi vào tiềm thức, trở thành bản năng. Thí nghiệm khảo sát các trung khu thần kinh dẫn ở bài trước còn có phần kết: khi người phương Tây sống lâu năm ở phương Đông sẽ tập nhiễm thói quen tư duy tổng hợp và ngược lại.

2. Ông Nguyễn Hòa lo "mai sau Hà Văn Thùy thành trò cười cho con cháu!" Cảm ơn nỗi lo của ông, nhưng quả là ông

đã lo bò trắng răng. Tôi không lo con cháu cười bởi lẽ tai đã quen nghe tiếng cười của người hôm nay. Có người gọi tôi là "cuồng Việt", lại có người cho rằng tôi điên (BBC and Hà Văn Thùy gone mad!). Người đương thời cười thay cho con cháu đấy!

Ông Nguyễn Hòa nói: "tôi thấy hình như các "tri thức" và luận chứng mà ông trình tấu lâu nay, vẫn chưa nhận được sự đồng thuận của giới nghiên cứu?"

Quá đúng! Hơn tám năm, từ ngày công bố tiểu luận Tìm lại cội nguồn tổ tiên cội nguồn văn hóa trên BBC tiếng Việt đầu năm 2005, tới nay tôi đã có hơn trăm bài viết và ba cuốn sách, nhưng chưa hề nhận được cả sự đồng thuận cũng như bất thuận của giới nghiên cứu. Một sự im lăng đáng sợ!

Lẽ thường tình, muốn đồng thuận, trước hết phải hiểu. Mà trước cái sự hiểu ấy phải là sự có muốn hiểu hay không? Đức Phật dạy, muốn ngộ đạo, phải gạt bỏ tạp niệm, tư kiến để tâm trí trống không như lòng trẻ thơ, như tờ giấy trắng. Gạt bỏ ngã chấp để trở về "không" đã khó. Nhưng gạt bỏ mình đi để rồi nhận được cái gì? Cay đắng thay, đó là sự sụp đổ: những "công trình để đời", làm nên cân đai mũ mão vinh thân phì gia của nhiều người bỗng chốc trở thành hàng mã! Bắt con người tự giác phủ định mình là chuyện khó hơn tìm đường lên trời!

Cho đến nay, có lẽ cũng ít người ngộ ra rằng, khoa học nhân văn Việt Nam được xây chủ yếu trên Đông phương học của trường phái Viễn Đông Bác cổ. Cái Đông phương học made by France này lại xây dựng trên thuyết Đa nguồn gốc của loài người. Thuyết thịnh hành suốt thế kỷ XX cho rằng, loài người được sinh ra từ nhiều khu vực khác nhau. Tại châu Á, người Việt, Hoa, Mông, Mãn… được sinh ra từ chân núi Thiên Sơn, tây bắc Trung Quốc. Khi băng hà tan thì di cư về phía đông nam, vào Trung Quốc rồi xuống Đông Nam Á. Người di cư mang theo văn minh. Cố nhiên, Đông Nam Á là "vùng nước đọng của lịch sử", là khu vực cuối cùng hưởng xái văn minh nhân loại! Trộn thuyết này với cổ thư Trung Hoa, học giả Pháp Aurousseau dạy rằng, khoảng năm 330 TCN, con cháu của Việt vương Câu Tiễn chạy loạn xuống Việt Nam, sinh ra người Việt! Bằng khoa học ngữ văn tân tiến, Viện sĩ Maspéro phát hiện, tiếng Việt mượn 70% từ tiếng Trung Hoa! Các học giả tiên phong của chúng ta như Nguyễn Văn Tố, Trần Trọng Kim, Đào Duy Anh... nghe theo rồi truyền dạy cho con cháu! Kết quả là khoa học nhân văn nước Việt được dựng trên hệ quy chiếu con người từ Tây Bắc xuống!

Nhưng ngày 29 tháng 9 năm 1998, Giáo sư Y. Chu, nhà khoa học gốc Hoa của Đại học Texas Hoa Kỳ, sau nhiều năm làm việc cùng êkip 12 nhà khoa học khác, có sự tham gia của Đại học Bắc Kinh, Thanh Hoa trong Dự án Quan hệ di truyền của người Trung Quốc (Genetic Relation of Populations in China), với số tiền 1.000.000 USD của Quỹ Phát triển khoa học tự nhiên Trung Quốc, công bố thông tin làm chấn động giới khoa học Mỹ:

"Nghiên cứu của chúng tôi cho thấy, người hiện đại Homo sapiens xuất hiện 160 đến 200.000 năm trước tại quê hương duy nhất là Đông Phi." "Công trình của chúng tôi cũng cho thấy, khoảng 60-70.000 năm trước, người tiền sử từ châu Phi men theo bờ biển Nam Á tới Việt Nam. Tại đây họ hòa huyết, tăng nhân số và khoảng 50.000 năm trước, di cư ra các hải đảo Đông Nam Á, sang Ấn Độ. Khoảng 40.000 năm trước đi lên Trung Hoa..."

Tiếp đó trong thập niên đầu của thế kỷ, xuất hiện nhiều nghiên cứu di truyền phục vụ Dự án lập Bản đồ gen người cho ra những kết quả ngày càng cụ thể hơn!

Bạn có tin hay không, tùy! Nhưng điều này thì không thể phản bác: di truyền học phát hiện, người Việt Nam có đa dạng di truyền cao nhất trong các sắc dân Đông Á. Có nghĩa là người Việt Nam cổ nhất trong dân cư Đông Á! Chưa nói tới các "rốn" khác nhưng Việt Nam chắc chắn là "rốn" gen!

Có thể nói là, từ năm 1998, một hệ quy chiếu mới cho khoa học nhân văn Đông Á được xác lập:

Con người từ đất tổ châu Phi, đặt chân tới Việt Nam trước nhất rồi lan tỏa khắp Đông Á và cố nhiên, theo đó, văn minh phải xuất phát từ Việt Nam! Và tất yếu: hệ quy chiếu Đông phương học thống trị một trăm năm của người Pháp sụp đổ! Nhận thức ra điều này là khó. Mà rũ bỏ nó để chấp nhận hệ quy chiếu mới càng khó hơn!

Tôi còn nhớ, khoảng tháng Năm năm 2005, ông Trần Quốc Vượng, vị giáo sư đứng hàng tứ trụ ngành Sử Việt Nam tuyên bố bằng giọng đầy quyền uy trên BBC tiếng Việt: "Tôi đã nói rồi, nói với ông Phạm Văn Đồng là, nước ta có một nghìn năm Bắc thuộc. Tính cách sao thì cũng một nghìn năm. Quan sang này, rồi lính tới này, chúng ta bị đồng hóa đứt đuôi." Cũng trên đài phát thành danh tiếng ấy, lần khác ông nói: "Tôi khẳng định Việt Nam ủng hộ quan niệm Đa nguồn gốc của loài người!"

Như vậy, có nghĩa là trong thời đại internet, sau bảy năm, phát kiến có tầm quan trọng làm đảo lộn lịch sử phương Đông của nhóm Y. Chu chưa tới được với Giáo sư Vượng! Còn nhớ, cuối năm 2004, trước khi gửi cho BBC, tôi có gửi một phiên bản bài Tìm lại… cho ông Nguyễn Khoa Điềm, Trưởng Ban Văn hóa tư tưởng Trung ương, kèm theo đôi dòng: "Đây là những phát hiện mới và đáng tin cậy. Với tư cách nhà thơ, anh cần biết để có thêm cảm hứng sáng tác. Với vai trò người đứng đầu cơ quan văn hóa tư tưởng của quốc gia, anh càng cần biết để chỉ đạo công việc." Nếu lúc đó, bằng động tác nhỏ của người đầy quyền năng, ông chuyển cho ngành Sử "nghiên cứu" hẳn sẽ cứu được giáo sư Vượng khỏi thất thố trước bạn bè quốc tế!

Không chỉ thế, từ năm 2006 tôi công bố phát hiện: "Tiếng Việt là chủ thể tạo nên ngôn ngữ Trung Hoa" và sau này trên mạng, nhiều người Việt trong và ngoài nước cung cấp thêm nhiều bằng chứng, thì tại các đại học lớn nhất nước Việt, người ta vẫn đang rao giảng luận thuyết Maspéro (tiếng Việt mượn

70% tiếng Hán) qua công trình "Nguồn gốc và quá trình hình thành cách đọc Hán Việt" của Giáo sư Nguyễn Tài Cẩn!

Một vị lão thành, cũng dân tai mắt trong làng văn hóa Sài Gòn kể với tôi câu chuyện. Cụ hỏi một giáo sư sử học: "Người ta phát hiện những điều mới như vũ bão về sử Việt mà sao ngành sử mấy ông im tiếng thế?" "Mấy ông sử học ở Hà Nội chỉ ủng hộ chính thống." Vị giáo sư trả lời. Không nín được, cụ vặc lại: "Thế nào là chính thống? Aurousseau nó bảo mình là con cháu Việt Vương Câu Tiễn là chính thống sao? Maspéro nói tiếng Việt mượn 70% tiếng Tàu là chính thống sao?!"

Đọc tôi trên mạng rồi cụ mời tôi tới nhà. "Anh thứ lỗi, lẽ ra tôi phải tới thăm anh, nhưng xin anh thông cảm, tôi chân chậm, mắt mờ." Tôi biếu cụ cuốn Tìm cội nguồn qua di truyền học. Nhìn sách, cụ tần ngần: "Di truyền học, có lẽ khó lắm đây. Khoa học sâu thế này chắc gì tôi đã hiểu được!" Tôi động viên: "Cụ cứ đọc, rồi cụ hiểu được mà!" Ít lâu sau, cụ gọi cho tôi: "Tôi hiểu được anh ạ. Anh viết ngắn gọn, rõ ràng, những kiến thức di truyền anh đưa vào cũng chỉ thoáng qua, vừa đủ làm rõ vấn đề. Nhờ vậy tôi hiểu được!"

Một chị bạn thời thơ trẻ, giờ là nhà văn có tên tuổi, bảo tôi: "Tớ đọc cậu rồi. Nói thực tình cũng chẳng hiểu được bao nhiêu. Nhưng này, thế giới nó có công nhận cậu không vậy?" Tôi cười méo miệng. Vẫn biết "thế giới công nhận" là một tiêu chuẩn của chân lý. Nhưng chả lẽ ta chỉ biết học mà không có gì dạy lại cho thế giới? Tạo sao những chuyện về dòng giống tổ tiên, về văn hóa của mình mà cũng chờ thế giới dạy? Một thế kỷ Đông phương học Pháp dẫn chúng ta lạc đường, xa gốc chưa đủ làm bài học sao?!

Một bạn đọc cao tuổi từ nước ngoài gửi điện thư: "Những tư liệu dùng trong sách của anh có cả ở trên mạng, ai cũng có thể tìm thấy. Nhưng nối kết chúng rồi đưa ra ý kiến riêng là điều chỉ có anh làm được. Nhiều điều anh viết, tôi không hiểu lắm nhưng vì thấy nó có lý, lại nhất quán nên tôi tin. Mong anh có sức khỏe và lòng kiên trì để làm việc có ích cho đất nước."

Một người bạn khác, là giáo sư kinh tế. Ủng hộ việc tìm tòi của tôi nhưng bằng giọng hoạt kê, anh cũng thỉnh thoảng châm chọc "những ý tưởng điên rồ" của tôi. Mới đây, anh gọi cho tôi: "Lạ quá Thùy ạ, hôm qua, dự một hội nghị, bỗng tao nhận ra, càng ngày càng có nhiều thằng nói theo giọng của mày!"

Tôi cười thầm: tư tưởng linh thiêng lắm. Hạt tư tưởng chắc mẩy thế nào cũng tìm được đất tốt để nảy mầm, nhất là trong thời đại kết nối toàn cầu này. Chợt nhớ câu nói nổi tiếng của Esope: "Cả Hy Lạp biết Esope là người tự do, trừ các vị nguyên lão trong đền Pantheon"!

Một ngày mai, bà mẹ dân quê Việt sẽ kể cho con cháu nghe câu chuyện cổ tích: *"Ngày xửa ngày xưa, người tiền sử từ châu Phi tới Việt Nam, sinh ra tổ tiên chúng ta. Rồi người Việt lan tỏa ra các đảo ngoài khơi Đông Nam Á, sang Ấn Độ, lên Trung Quốc, sang châu Mỹ thành ngươi da đỏ. Ở phía nam Hoàng Hà, người Việt hòa huyết với người Mông Cổ sinh ra người Hoa Hạ. Không chỉ nuôi người Hoa bằng sữa mà người mẹ Việt còn cho con cháu mình cả tiếng nói, chữ viết..."*

Chỉ riêng các nhà thông thái sống trong tháp ngà khoa học thì chưa biết!

Sài Gòn, tháng Tư năm 2012

PHÊ BÌNH BÀI
"MỘT GIẢ THUYẾT VỀ NGUỒN GỐC NGƯỜI VIỆT DỰA TRÊN BẰNG CHỨNG NHÂN CHỦNG HỌC PHÂN TỬ" CỦA T.S ĐỖ KIÊN CƯỜNG

Trên tạp chí Văn hóa Nghệ An, Tiến sĩ Đỗ Kiên Cường có bài "Một giả thuyết về nguồn gốc người Việt dựa trên bằng chứng nhân học phân tử."* Bài viết được dư luận quan tâm, nhiều trang mạng đăng lại. Là người nhiều năm nghiên cứu cùng đề tài và có tham khảo tư liệu di truyền học, tôi xin trao đổi với tác giả đôi điều.

I. Những điểm thành công.

Phải nói rằng, viết tiểu luận trên, tác giả đã có công sưu tập khối lượng lớn tài liệu chuyên ngành di truyền nhân học, kết nối chúng và đưa ra được một số nhận định mới, góp phần đưa nhân học Việt Nam tiến gần hơn tới chân lý:

1. Các cư dân châu Á có sự biến thiên ADN ty thể cao, trong đó người Việt có sự biến thiên cao nhất. Tuy nhiên, khoảng cách di truyền giữa các tộc người châu Á nói chung là nhỏ. Và sự gần gũi về mặt di truyền đó được giải thích bằng sự lan tỏa của nông nghiệp. Nói cách khác, nghiên cứu này cho thấy, so với người Hoa Nam và Hoa Bắc, người Việt nằm gần gốc của cây phả hệ di truyền hơn; và sự lan tỏa của lúa nước không phải từ Bắc xuống Nam, mà từ Nam lên!

2. Người Việt có nguồn gốc từ những người cổ đã cư ngụ lâu đời tại Việt Nam và họ thuộc nhóm những người đầu tiên thiên di tới Đông Nam Á.

3. Vùng thuần hóa lúa nước đầu tiên phía Đông lục địa Á - Âu cũng là nơi lan tỏa không ít hơn bốn ngữ hệ. Đầu tiên, những người nói tiếng Nam Á, bao gồm 150 ngôn ngữ, như tiếng Việt và tiếng Khmer, lan tỏa khắp Đông Nam Á (và có thể một phần Hoa Nam). Theo chân họ là những nông dân nói tiếng Tày - Thái, như tiếng Lào và tiếng Thái.

4. Quan niệm người Việt bắt nguồn từ người Bách Việt phía nam Dương Tử có lẽ sai sự thật. Theo quan niệm đó thì người Việt không thể có sự đa dạng di truyền lớn hơn so với người Hoa Nam ven biển và người Hoa Nam tại Trường Sa, như các nghiên cứu của Đại học Emory, Mỹ, và Viện nhân chủng học tiến hóa Max Planck, Đức, đã chứng tỏ.

5. Sự thiên di của những người nông dân trồng lúa nước từ Nam lên Bắc phù hợp với sự lan tỏa các dấu gien tại Trung Quốc, như các nhà khoa học tại Đại học Fudan, Thượng Hải, trong Dự án bản đồ gien của Hội địa lý quốc gia Mỹ 2005 - 2010, và Tổ chức bộ gien người HUGO 2009, đã chứng tỏ.

Những phát hiện trên khác với quan niệm truyền thống của học giả Việt Nam thể hiện trong bài trả lời phỏng vấn BBC Vietnamese tháng 2 năm 2005, của Giáo sư Trần Quốc Vượng: "Việt Nam ủng hộ thuyết đa vùng" và "không có chuyện nông nghiệp từ vùng nọ ảnh hưởng tới vùng kia" "Người Việt bị Hán hóa đứt đuôi." Chúng khẳng định, người Việt Nam là người cổ nhất Đông Á vì là hậu duệ của di dân từ châu Phi tới đầu tiên. Việt Nam cung cấp con người, tiếng nói và cả nông nghiệp cho châu Á.

Chính việc áp dụng công nghệ di truyền vào khảo cứu nguồn gốc người Việt, tác giả Đỗ Kiên Cường đã góp phần hiện đại hóa khoa học nhân văn già nua, lạc hậu của Việt Nam, khiến không ít học giả Việt Nam phải nhìn lại mình.

Tiếc rằng phần thành công không tương xứng với sai lầm của bài viết.

II. Những sai lầm bất cập

Cái cảm giác đầu tiên xuất hiện nơi tôi là, ở bài viết có nội dung rất chuyên sâu này, tác giả dẫn ra quá nhiều kiến thức mang tính giáo khoa phổ thông (như quá trình hình thành tư tưởng phân loại sinh vật...), những kiến thức chết, vô bổ chỉ có tác dụng duy nhất là khoe chữ, khiến cho bài viết trở nên dài dòng, rối rắm. Vượt qua cái cảm giác ban đầu đó, có thể chọn ra những sai lầm, bất cập sau đây:

1. Chủng Mongoloid phương Bắc có nguồn gốc từ chủng Mongoloid phương Nam.

Sai lầm nghiêm trọng do thiếu kiến thức sinh học. Trong khi North Mongoloid mang nguồn gen Mongoloid thuần chủng thì Mongoloid phương Nam là sản phẩm lai giống giữa chủng Mongoloid phương Bắc và chủng Australoid. Là con lai nên độ đa dạng di truyền của Mongoloid phương Nam thấp hơn Mongoloid phương Bắc. Theo quy luật di truyền, chỉ dòng nguyên chủng mới sinh ra con lai. Còn những dòng con lai không thể sinh ra những cá thể nguyên chủng. Con không thể sinh ra cha!

2. 60.000 năm trước, đợt di cư đầu tiên theo ven biển Nam Á tới Đông Nam Á.

Thông tin này do Spencer Wells đưa ra. Nhưng hoàn toàn sai. Bởi lẽ khảo cổ học phát hiện cốt sọ 68.000 [1] năm tuổi ở hồ Mungo châu Úc, là một người Australoid. Hơn thế nữa, khảo cổ cũng tìm được bộ xương người Mongoloid 68.000 năm trước ở Lưu Giang Quảng Tây [2]. Như vậy, cuộc di cư khỏi châu Phi phải diễn ra trước 60.000 năm cách nay!

3. “Dòng gien từ phía Nam hướng lên lưu vực Dương Tử và Hoa Bắc (khoảng 10.000 năm trước) chính là dòng thiên di của những người nông dân Mongoloid đầu tiên.”

Không đúng! Khảo sát gần một trăm sọ thời đồ đá ở Việt Nam, Thái Lan, Indonesia, cổ nhân chủng học khẳng định: từ 32.000 năm (sọ Sarawak) tới khoảng 5.000 năm trước (người Đa Bút), dân cư Đông Nam Á chỉ duy nhất loại hình Australoid [3]. Vậy người Mongoloid ở đâu ra để từ đây đi lên Hoa Bắc?

4. Cho đến thời điểm hiện tại, chưa thấy bằng chứng nhân chủng học phân tử ủng hộ sự thiên di của các tộc người ngữ hệ Nam Á từ ven biển Hoa Nam xuống Việt Nam 4.000 năm trước.

Điều này hoàn toàn trái ngược với thực tế. Khảo cổ và nhân chủng học Đông Nam Á khẳng định, khoảng giữa thiên niên kỷ III TCN, có sự dịch chuyển lớn của người Mongoloid phương Nam từ phía Bắc tới Đông Nam Á, tạo nên sự kiện được nhân chủng học gọi là *quá trình Mongoloid hóa dân cư Đông Nam Á*, chuyển hóa đại bộ phận dân cư Đông Nam Á từ Australoid sang Mongoloid phương Nam. Tại Việt Nam thời kỳ này, người Australoid văn hóa Đa Bút tiếp nhận người di cư Mongoloid phương Nam để chuyển thành con người và văn hóa Phùng Nguyên.

5. Khoảng 30.000 năm trước, những người thiên di thuộc làn sóng thứ hai men theo rặng Himalaya để tới Bắc Việt Nam và nhiều nơi khác tại Đông Nam Á, cũng như Vân Nam và Quảng Tây (nơi xuất hiện người hiện đại đầu tiên tại Trung Quốc). Họ có phần đóng góp khoảng 80% trong vốn gien người Việt hiện nay. Qua quá trình tiến hóa lâu dài khoảng 35.000 - 20.000 năm, màu da và hình thái của họ dần biến đổi để trở thành người nguyên Mongoloid (Proto-Mongoloid).

Thực tế bác bỏ chuyện này bởi lẽ, trong thời gian trên, Đông Nam Á chỉ duy nhất người Australoid sinh sống, với bốn chủng Indonesian, Melanesian, Vedoid và Negritoid, có mã di truyền ổn định. Có nghĩa là không có nguồn gen bên ngoài xâm nhập. [Nguyễn Đình Khoa, 1983]. Mặt khác, về mặt sinh học, người Australoid không thể biến đổi màu da và hình thái để trở thành người Nguyên Mongoloid. Hơn nữa, thực tế khảo cổ và cổ nhân chủng học cho thấy, người Mongoloid đã xuất hiện trong tư cách một đại chủng khi đặt chân tới Việt Nam 70.000 năm trước.

6. Đại chủng Mongoloid hoàn chỉnh chỉ xuất hiện khoảng 10.000 trước tại cực nam Hoa Nam và Đông Nam Á.

Hoàn toàn sai.

Ngay tại châu Phi, ba đại chủng Europid da trắng, Australoid da đen và Mongoloid da vàng đã hình thành và cùng rời khỏi đất tổ 72.000 năm cách nay. Trước bức thành băng sừng sững chắn lối, không biết vì lẽ gì, Australoid và Mongoloid "rủ nhau" về phương Đông. Trong khi đó, Europid ém lại trên đất Yemen để 52.000 năm trước, khi khí hậu thuận lợi, họ di cư vào Trung Đông, sau đó vượt eo Bosphorus xâm nhập châu Âu. Không chỉ tìm thấy bộ xương Mongoloid 68.000 năm tuổi tại Quảng Tây mà khảo cổ học còn phát hiện vô số xương cốt Mongoloid 40.000 năm trước trên đất Mông Cổ!

Có thể chỉ ra nhiều thêm sai lầm khiếm khuyết trong bài viết nhưng xin dừng ở đây để tìm nguyên nhân của chúng.

III. Nguyên nhân của sai lầm

Tìm nguồn gốc người Việt là chuyện vô cùng khó khăn nên suốt thế kỷ trước, học giả trong nước và thế giới, trong đó có các bác học của Viện Viễn Đông Bác Cổ, dù bỏ nhiều tâm lực cũng đành bó tay. Không thành tựu vì thiếu một tri thức đột phá.

Sang thế kỷ này, di truyền học mở ra phương cách mới để tiếp cận vấn đề. Nhưng thực tế cho thấy, như những phương pháp đã có, di truyền học cũng chỉ là ngón tay chỉ trăng mà không phải trăng! Nó không ít nhược điểm, thậm chí sai lầm. Muốn giải được bài toán, chỉ có thể là người nắm vững tài liệu di truyền nhưng cũng phải uyên bác, lịch lãm, có vốn tri thức đa - liên ngành cần thiết để có thể vận dụng chìa khóa sinh học phân tử mở cánh cửa bí ẩn của tự nhiên.

Tiến sĩ Đỗ Kiên Cường không có bản lĩnh đó. Thực tế cho thấy, ông có công sưu tầm một số nghiên cứu di truyền xung quanh đề tài nhưng trong nhiều trường hợp, không đủ sức hiểu tài liệu. Hạn chế lớn hơn là ông không có những kiến thức chuyên, liên ngành về khảo cổ, cổ nhân chủng, văn hóa học... để kết nối, giải mã tư liệu.

Do thiếu hụt kiến thức cơ bản về sinh học nên ông nói rất sai rằng, chủng Mongoloid phương Bắc được sinh ra từ Mongoloid phương Nam. Đứng về di truyền, Mongoloid phương Bắc là nguyên chủng, còn Mongoloid phương Nam là con lai. Đa dạng di truyền của Mongoloid phương Bắc lớn hơn. Vì vậy, nó tuyệt đối không thể do Mongoloid phương Nam sinh ra! Thực tế cho thấy, người Mongoloid nguyên chủng (bộ xương Lưu Giang), sau này được gọi là Mongoloid phương Bắc, xuất hiện 68.000 năm trước. Trong khi đó, người Mongoloid phương Nam mới ra đời 7.000 năm cách nay tại văn hóa Ngưỡng Thiều và Hà Mẫu Độ. Cái sai này khiến tác giả bị rối khi nhìn nhận về nhân chủng Đông Á.

Rất sai lầm trong phương pháp luận, khi khảo cứu nguồn gốc người Việt, tác giả không bắt đầu bằng việc tìm hiểu xem khảo cổ học, cổ nhân học đã làm được những gì, rồi trên cơ sở thành quả của người đi trước, sửa điều sai, phát huy cái đúng. Do thiếu kiến thức về khảo cổ, cổ nhân học và văn hóa học nên khi tiếp xúc tư liệu di truyền, tác giả trở nên thụ động, lửng lơ, "chân không tới đất, cật chẳng tới trời," không thể phân biệt đúng sai, đã đem cái sai của người vào lập thuyết của mình. Điển hình là trường hợp tư liệu của Spencer Wells. Quả thật, lúc đầu cũng như ông Cường, tôi đã theo ý kiến của Wells. Nhưng sau đó, thấy mâu thuẫn nên phải đối chiếu với công trình của J.Y. Chu và S. Oppenheimer cùng nhiều bằng chứng khảo cổ học, để loại Wells khỏi tài liệu tham khảo. Điều này tôi đã nói rất rõ trong cuốn Tìm Cội Nguồn Qua Di Truyền Học. [4] Với bài viết trên, Tiến sĩ Đỗ Kiên Cường không chỉ tỏ ra là người đa thư loạn thuyết hoang tưởng mà còn biến mình thành thày bói xem voi trong ngụ ngôn!

Sài Gòn, cuối Thu Giáp Ngọ

* http://www.vanhoanghean.com.vn/goc-nhin-van-hoa3/nh%E1%BB%AFng-g%C3%B3c-nh%C3%ACn-v%C4%83n-h%C3%B3a/mot-gia-thuyet-ve-nguon-goc-nguoi-viet-dua-tren-bang-chung-nhan-chung-hoc-phan-tu

Tài liệu tham khảo:

1. The Lake Mungo remains are three prominent sets of bodies: Lake Mungo 1 (also called Mungo Lady, LM1, and ANU-618), Lake Mungo 3 (also called Mungo Man, Lake Mungo III, and LM3), and Lake Mungo 2 (LM2). Lake Mungo is in New South Wales, Australia, specifically theWorld Heritage listed Willandra Lakes Region.[1][2]

LM1 was discovered in 1969 and is one of the world's oldest knowncremations.[1][3] LM3, discovered in 1974, was an early humaninhabitant of the continent of Australia, who is believed to have lived between 40,000 and 68,000 years ago, during the Pleistocene epoch. The remains are the oldest anatomically modern human remains found in Australia to date. His exact age is a matter of ongoing dispute.

http://en.wikipedia.org/wiki/Lake_Mungo_remains

2.Liujiang-Mensch (柳江人, Liǔjiāngrén, englisch Liujiang Man) bezeichnet man hominine Fossilien, die 1958 in einer Höhle bei der Ortschaft Tongtianyan inLiujiang im Autonomen Gebiet Guangxi der Zhuang entdeckt und ins späte Mittelpleistozän / frühe Jungpleistozän datiert wurden.[1] Bei diesen Fossilien handelt es sich um einen vollständigen Schädel sowie um einige Knochen aus der Region unterhalb des Kopfes.

Die chinesischen Bearbeiter des Fossils ordneten es dem frühen modernen Menschen (Homo sapiens) zu und verwiesen darauf, dass es Merkmale eines frühen Vertreters der Mongoliden (yuánshǐ Měnggǔ rénzhǒng) aufweise.[2]

Der Schädel gilt als möglicher Kandidat für das älteste Fossil des modernen Menschen, das in Ostasien gefunden wurde, da eine Uran-Thorium-Datierung ein Alter von 67.000 ± 6000 Jahren ergab.[3]

http://de.wikipedia.org/wiki/Liujiang-Mensch

3. Nguyễn Đình Khoa. *Nhân chủng học Đông Nam Á*. DH&THCN, H. 1983

4. Hà Văn Thùy. *Tìm cội nguồn qua di truyền học*. NXB Văn học. 2011.

LẦN THỨ BA THƯA CHUYỆN VỚI ÔNG TẠ CHÍ ĐẠI TRƯỜNG

Từng thích thú khi đọc cuốn *Sử thời nội chiến* của Tạ tiên sinh. Nhưng đọc nhiều bài của ông gần đây trên mạng, tôi cảm thấy buồn về con người mình từng quý trọng. Nơi những bài viết đó, xen với một số ý kiến nghe được lại là những lời xỏ xiên cạnh khóe không xứng với phẩm giá sử gia. Chính vì vậy khi thấy giọng khinh bạc của ông trong "Sử Việt đọc vài quyển" trên BBCOnline ngày 11.5.2005, với những lời mai mỉa sâu cay Giáo sư Kim Định, tôi buộc phải thưa chuyện với ông bằng bài Trao đổi lại với ông Tạ Chí Đại Trường (18/9/2007). Nhưng rồi chỉ hơn năm sau, khi đọc bài *Về "huyền sử gia" Kim Định và các chi, bàng phái "huyền sử học" Việt Nam*, (1) tôi lại phải viết bài thứ hai, Thưa chuyện với sử gia Tạ Chí Đại Trường. Nay, trên hai số liền của tạp chí Xưa&Nay, lại gặp những ý tưởng cũ rích nhàm chán của ông dưới nhan đề *Về "huyền sử gia" Kim Định "huyền sử học" Việt Nam.* (377) và *Ảnh hưởng của Kim Định đối với các học giả trước kia và hiện nay* (378), tôi không thể không lên tiếng. Không thể bởi lẽ lần đầu tiên, tư tưởng của Kim Định được đưa ra mổ xẻ (chính xác là vùi dập) trên một tạp chí chính thức của Hội Khoa học Lịch sử Việt Nam. Bất quá tam, người xưa nói. Thưa chuyện với ông lần thứ ba chính là tôi muốn nói với độc giả trong nước vì rất nhiều người chưa hiểu về Kim Định. Nếu bài viết này được đăng thì đây là cơ hội vàng để lần đầu tiên, sau 36 năm đất nước thu về một mối, tiếng nói bảo vệ phát kiến lớn nhất về văn hóa dân tộc Việt được công khai cất lên.

Như vậy là sau sáu năm, từ bài giới thiệu "Sử Việt đọc vài quyển" trên BBCOnline, cả giọng điệu lẫn chứng cứ phản bác Giáo sư Kim Định của ông Tạ Chí Đại Trường đều không mới, vẫn là giọng của người ngồi lê đôi mách đầy cảm tính, không hề có chuẩn mực khoa học tối thiểu. Nhưng xuyên qua mớ lời lẽ rông dài rối rắm đó, tôi thấy ông phê phán Kim Định trên hai mặt: phương pháp luận và nội dung học thuyết Việt nho. Xin hầu chuyện ông về cả hai phương diện này.

I. Về phương pháp luận của Kim Định

Bằng giọng diễu cợt: "huyền sử gia" Kim Định "huyền sử học" Việt Nam, ông Tạ Chí Đại Trường ám chỉ phương pháp luận giải mã huyền thoại của học giả Kim Định. Nhưng xin thưa, phương pháp đó chẳng phải do Kim Đinh đặt ra mà đã có từ xưa. Con người khôn ngoan nhận ra rằng, không phải là lịch sử nhưng huyền thoại, truyền thuyết là ký ức của cộng đồng dân cư về sự kiện quan trọng từng xảy ra trong quá khứ. Có nghĩa là những sự kiện lớn xảy ra trong quá khứ, được ghi trong ký ức cộng đồng rồi dần dà được mã hóa thành những truyền thuyết, huyền thoại. Từ nhận thức đó, nhiều người đi sâu giải mã trước hết là những huyền thoại lớn. Nhờ vậy, nhiều sự kiện từ xa xưa được sáng tỏ. Thành công hơn cả là những người giải thích Cựu ước. Từ câu chuyện về Noah, người ta lần ra trận đại hồng thủy 7500 năm trước. Từ truyền thuyết về ngôi Sao Hôm trong ngày Chúa ra đời, người ta tính ra, chúa Giesu được sinh vào một ngày mùa hè tháng Sáu. Cũng từ truyền thuyết trong Cựu ước, người ta viết cả cuốn sách về cội nguồn các sắc dân Trung Đông và Bắc Phi. Trước Kim Định, nhà tiên tri nổi tiếng người Mỹ Edgar Cayce phát hiện nhiều điều bằng giải mã huyền thoại. Sau Kim Định 30 năm, Stephen Oppenheimer, trong cuốn Địa đàng ở phương Đông, nhờ giải mã huyền thoại "các nhà thông thái từ phương Đông tới" đã phát hiện rằng, trong đại hồng thủy, người

Đông Nam Á mang giống cây trồng, vật nuôi cùng tư tưởng về nông nghiệp tới Cận Đông. Từ liên hệ giữa chuyện anh em Cain và Abel trong kinh Thánh với truyền thuyết anh em Manup và Culabôp vùng hải đảo Đông Nam Á, ông phát hiện ảnh hưởng của văn hóa Viễn Đông tới thế giới Arập…

Ai đọc Kim Định sẽ thấy, ban đầu khi lập thuyết, ông dựa vào sử Trung Hoa của Vương Đồng Linh và Chu Cốc Thành: "Thoạt kỳ thủy, người Hoa, Việt, Thái, Mông… sống ở phía nam dải Thiên Sơn. Người Việt theo nguồn sông Dương Tử xuống đồng bằng Hoa Nam, lên Hoa Bắc, chiếm cả 18 tỉnh của Trung Hoa, xây dựng nền kinh tế nông nghiệp lúa nước phát triển. Người Hoa do lối sống du mục nên nấn ná tại vùng thảo nguyên Thanh Hải, sau đó vào chiếm đất của người Việt, dựng vương triều Hoàng đế…" Ông cũng sử dụng một số tư liệu khảo cổ ít ỏi thời đó nói lên mối liên quan của đồ gốm Ngưỡng Thiều và gốm Hòa Bình. Chính những gợi ý từ lịch sử và khảo cổ này cho ông ý tưởng: Một khi người Việt nông nghiệp đã sống hàng vạn năm trên đất Trung Hoa, sau đó đất ấy bị chiếm bởi những bộ lạc du mục rồi từ những bộ lạc du mục, người Hoa trở thành dân nông nghiệp, sở hữu nền văn hóa nông nghiệp phát triển; đến nay, văn hóa Hoa Hạ vẫn mang dấu ấn văn hóa Việt… Vậy thì cái văn hóa gốc ấy phải của người Việt! Trong khi tất cả mọi người tùy thời, cho rằng Việt học Hoa, Việt được Hoa khai hóa, thì bằng linh cảm thần thánh, Kim Định nghĩ ngược lại: chính Hoa học từ Việt! Ông đã tìm thấy chứng cứ cho ý tưởng của mình ở kinh Thư, kinh Thi, trong Khổng Tử nhưng chưa đủ. Vì vậy, theo bước người đi trước, ông tìm trong huyền thoại. (2)

Không phải mọi giải mã truyền thuyết của Kim Định đều thành công. Không thiếu trường hợp khi hăng hái quá đà, ông trở thành tư biện, dẫn tới sai lầm. Loa thành đồ thuyết (3) là một thí dụ. Quá say với phương pháp của mình, ông đã viết cả cuốn sách giảng giải về thành Cổ Loa chín vòng, hình trôn ốc là "biểu trưng tuyệt vời của văn hóa Việt". Khi khảo cổ học phát hiện thành chỉ có hai vòng do An Dương Vương xây, còn vòng thứ ba do Mã Viện đắp. Hóa ra không những không có chín vòng thành mà chả làm gì có cái thành hình trôn ốc vì con người sống, đánh trận thế nào trong cái thành quái đản như vậy?!

Việc giải mã huyền thoại thành công hay thất bại tùy thuộc tài năng người sử dụng, nhưng bản thân phương pháp này tồn tại khách quan, như một công cụ để con người tìm hiểu quá khứ. Có thể phê phán Kim Định khi ông diễn giải sai lầm truyền thuyết cụ thể nào đó nhưng không thể phủ nhận rằng, chính nhờ công cụ này, ông đã phát hiện ra gia tài vĩ đại của tộc Việt là nền minh triết Việt nho, đó là phát kiến lớn nhất về văn hóa Việt!

II. Về thuyết Việt nho

Nói một cách đại lược, thuyết Việt nho cho rằng, thoạt kỳ thủy, người Việt đã sáng tạo nền văn hóa nông nghiệp minh triết và nhân bản, được gọi là Nguyên nho hay Việt nho. Việt nho được các thánh hiền người Việt đúc kết trong kinh Thư, kinh Thi, kinh Dịch, kinh Lễ, kinh Nhạc. Khi chiếm đất Việt, người Hoa Hạ chiếm luôn làm của riêng. Nếu Khổng nho còn giữ được ít nhiều cái gốc nhân bản Việt nho thì Hán nho, Tống, Minh, Thanh nho dã làm sa đọa Việt nho để phục vụ vương triều.

Cái quan trọng nhất trong ý tưởng của Kim Định là ông xác quyết: tộc Việt đã xây nền văn hóa minh triết nhân bản rồi người Hoa chiếm đoạt và học theo. Ông kiên quyết đòi lại chủ quyền văn hóa cho tộc Việt.

Những năm Bảy mươi thế kỷ trước, trong bối cảnh tầng lớp trí thức tinh hoa Việt vẫn theo học giả phương Tây cho rằng các làn sóng văn minh được truyền từ châu Âu sang Trung Hoa, Ấn Độ rồi từ đây xuống Đông Nam Á thì những ý tưởng mà Kim Định đưa ra chẳng khác nào chuyện khôi hài, là sự báng bổ lương tri! Đúng như ông Tạ Chí Đại Trường nhận xét, nhiều người im lặng cười khinh vì không thèm chấp! Người phản bác Kim Định kịch liệt nhất có lẽ là nhà văn Bình Nguyên Lộc. Có thể nói, trong cuốn Nguồn gốc Mã Lai của dân tộc Việt Nam, Kim Định trở thành bung xung để tác giả phỉ báng! Ông không trả lời Bình Nguyên Lộc trực tiếp mà đã viết cuốn "Vấn Đề Nguồn Gốc Văn Hóa Việt Nam" (Nguồn Sáng 1973) để làm sáng tỏ câu chuyện.

Bốn chục năm đi qua, thời gian làm rõ nhiều chuyện: không phải người Việt Nam có nguồn gốc Mã Lai mà ngược lại, người Mã có nguồn gốc Việt! Nhưng kỳ diệu nhất là, mỗi bước đi của nó là một chứng minh cho sự đúng đắn của thuyết Việt nho. Ngay trước thềm thế kỷ XXI, khoa học tìm ra gốc gác duy nhất châu Phi của nhân loại. Tiếp đó, xác định con đường ven biển Ấn Độ đã đưa người tiền sử tới Việt Nam rồi từ Việt Nam, người Việt cổ đi lên khai phá Trung Quốc. Khoảng 20.000 năm trước, người Hòa Bình đã đưa công cụ đá mới lên Trung Hoa và chậm nhất, 12.000 năm trước, đưa cây lúa tới đồng bằng sông Dương Tử... Di truyền học cũng giúp ta phát hiện rằng, những bộ lạc xâm lăng Nam Hoàng Hà năm 2698 TCN không phải người Hán mà là người Mông Cổ phương Bắc (North Mongoloid). Chỉ khi vào Trung Nguyên, họ hòa huyết với người Việt, mới sinh ra người Hoa Hạ, thuộc chủng Mongoloid phương Nam (South Mongoloid). Là con lai của tộc Việt, sống trên đất đai và văn hóa Việt, người Hoa đã học nghề nông, tiếng nói, chữ viết cùng văn hóa Việt để xây dựng các vương triều Trung Hoa... Từ thành tựu mới nhất của khoa học nhân loại soi vào tiền sử Á Đông, ta biết rằng, suốt hơn 2000 năm, bên cạnh các vương triều Trung Hoa, vẫn tồn tại những nhà nước hùng mạnh của người Việt: Ba, Thục phía tây; Ngô, Việt, Sở phía đông; Văn Lang phía nam. Những quốc gia Việt này có nền kinh tế và văn hóa rất phát triển để sản xuất ra tượng đồng Ba Thục, kiếm Việt, trống đồng Văn Lang... Tần Thủy hoàng thôn tính các quốc gia Việt, lập nên nhà Tần, thực chất là việc sáp nhập đất đai, dân cư cùng văn hóa Việt vào đế chế Tần. Đất nước Trung Hoa được xây dựng chủ yếu trên cơ sở con người cùng văn hóa Việt! Như vậy, thực tế lịch sử đã đi xa hơn dự cảm dù là thiên tài của Kim Định!

Đi vào cụ thể, đến nay nhiều tác giả như Nguyễn Vũ Tuấn Anh, Nguyễn Thiếu Dũng, Trần Quang Bình, Hà Hưng Quốc

(USA)… chứng minh một cách không thể phản bác rằng, sách Dịch là sản phẩm của Việt tộc. Chỉ cần đưa ra lẽ đơn giản: truyền thuyết Trung Hoa nói Phục Hy là tổ của họ, sống khoảng năm 4480-4369 TCN và làm ra Dịch. Trước đây chưa hiểu gốc gác người Hoa Hạ nên chúng ta chưa thể biện bác. Nhưng nay, xác định được rằng, người Hoa Hạ là con lai của tộc Việt với người Mông Cổ, ra đời khoảng năm 2698 TCN. Vậy, khi nói Phục Hy làm Dịch thì có nghĩa là Dịch xuất hiện 1700 năm trước khi người Hoa Hạ ra đời! Không chỉ sách Dịch mà ngay cả ngôn ngữ người Trung Hoa đang dùng cũng là sản phẩm của tộc Việt!

III. Đánh giá cống hiến của Kim Định

Do nắm bắt một cách hệ thống tri thức khảo cổ học, cổ nhân chủng học, ngôn ngữ, văn hóa học, kết hợp với những khám phá mới về di truyền học dân cư Đông Á, tôi đã xác định được cội nguồn người Việt, người Hoa, người Nhật, người Hàn, người Ấn… Từ đó, bằng những chứng cứ khoa học không thể phản bác, khẳng định người Việt sáng tạo nền văn hóa nông nghiệp phương Đông rồi trên cái nền ấy, người Hoa Hạ học theo để xây dựng văn hóa Trung Hoa. Chẳng có gì huyền bí cả vì đó là kết quả của khảo cứu khoa học. Nếu hôm nay tôi không làm thì sớm muộn gì cũng có người khác tìm ra!

Nhưng điều mà tôi và không ai khác làm nổi là khám phá bản thể của nền văn hóa nông nghiệp Việt tộc. Một phát kiến thực sự vĩ đại mà duy nhất thiên tài Kim Định làm được! Nó quá lớn lao tới độ sau nửa thế kỷ, nhiều người vẫn còn ngỡ ngàng. Trong sự pha trộn, đa tạp của Khổng nho, Hán nho, Tống nho rồi Minh, Thanh nho… ông chỉ ra nền văn hóa Việt cội nguồn minh triết và nhân bản với bốn yếu tố:

1. Quan niệm về vũ trụ tham thiên lưỡng địa.

"Nhất âm, nhất dương chi vị đạo": Âm và Dương đó là đạo! Đạo ấy là bản thể mà cũng là sự vận hành của vũ trụ. Đúng là Âm và Dương tạo ra đạo. Nhưng cái "đạo" đang lưu hành trong vũ trụ là bao nhiêu Âm cùng với bao nhiêu Dương? Nếu là cân bằng tĩnh một Âm (-1) + một Dương (+1) thì vũ trụ triệt tiêu! Trên thực tế, vũ trụ vận hành theo chiều hướng đi lên, tích cực, có nghĩa là Dương chiếm ưu thế. Nhưng ưu thế tới mức nào? Người phương Đông minh triết đã nhận ra Âm và Dương vận động hòa hợp trong phạm vi con số 5: Dương + Âm = 5 = con số vũ trụ! Nhưng vấn đề đặt ra là, trong con số vũ trụ đó, Dương bao nhiêu và Âm bao nhiêu? Chỉ có 2 đáp án: hoặc Dương 4, Âm 1 hoặc Dương 3, Âm 2! Đó là hai cách lựa chọn của con người cho sự phát triển. Minh triết phương Đông nhận ra 3 Dương + 2 Âm là con số vàng của vận hành vũ trụ. Cuộc sống là đi lên, là tăng trưởng, là Dương nhưng trong đó phần của Dương, của Trời là 3 còn dành cho Đất, cho Mẹ 2 phần sẽ đạt tới sự hài hòa cao nhất. Nhận thức ra bí mật lớn này của vũ trụ nhưng phương Đông không cứng nhắc nói "tam thiên nhị địa" mà ghi nhận theo minh triết "tham thiên lưỡng địa": đúng là 3/2 đấy nhưng không phải là tương quan toán học cố định mà là tương quan biện chứng: lúc 3 nhưng có khi du di lớn hoặc nhỏ hơn 3 chút ít, đảm bảo sự năng động của phát triển.

Quan niệm như vậy của phương Đông khác hẳn quan niệm phương Tây. Vốn từ những người săn bắt hái lượm trọng động, chuyển sang du mục cũng trọng động, phương Tây quan niệm về một phương thức sống năng động, triệt để khai thác thiên nhiên cùng cạnh tranh với những bộ lạc khác. Trong con mắt của người phương Tây, vũ trụ cũng như cuộc sống vận hành theo tỷ lệ Dương 4 Âm 1. Đó là sự phát triển nóng, dẫn tới Dương cực thịnh, Âm cực suy, cuối cùng là phá vỡ cân bằng của thiên nhiên, của xã hội, gây ra thảm họa cho con người.

2. Quan niệm nhân sinh: Nhân chủ, Thái hòa, Tâm linh.

Từ văn hóa nông nghiệp lúa nước quán chiếu nhân sinh cùng vũ trụ, người phương Đông thấy rằng, vũ trụ hợp thành từ ba yếu tố: Thiên, Địa và Nhân, trong đó con người là trung tâm của mối quan hệ này! Là chủ thể của vũ trụ, con người giữ quan hệ thái hòa với thiên nhiên vũ trụ cũng như với đồng loại. Và một khi con người đã Nhân chủ, Thái hòa như vậy thì đó là con người Tâm linh, cảm thông, linh ứng với những thế giới siêu nhiên khác.

3. Đạo Việt an vi.

Để sống được trong mối quan hệ như vậy với vũ trụ và đồng loại, con người cần thi hành đạo An vi. Trái với hữu vi là mọi hoạt động đều vì mối lợi nên tranh giành, chiếm đoạt. Trái với vô vi bị động, tiêu cực không ước mơ, không ham muốn, bàng quan, lánh đời… An vi là đạo sống tích cực hết lòng nhưng không phải do thôi thúc từ tư lợi mà do sự cần thiết của lợi ích chung. Trong khi phương Tây làm việc và sáng tạo vì lợi ích cá nhân thì phương Đông cũng làm việc, sáng tạo hết mình vì lợi ích chung trong sự đam mê của niềm vui và danh dự.

4. Bình sản

Ba hạt nhân trên sở dĩ tồn tại được là do đứng trên cơ chế bình sản. Đó là cơ chế đảm bảo sự công bằng nhất định trong phân chia thu nhập của cộng đồng. Không hề là chủ nghĩa bình quân vì không có ai toàn quyền phân phối của cải mà là bình sản nhằm đạt tới sự công bằng tương đối về tài sản. Trong ký ức phương Đông còn ghi lại cách phân chia tài sản thời cổ, đó là tỉnh điền: Cộng đồng chung tay vỡ khu ruộng, người ta cố làm cho khu ruộng vuông vức, sau đó chia làm chín phần đều nhau. Tám gia đình cày cấy tám phần xung quanh đồng thời chung tay chăm sóc phần ruộng ở giữa, gọi tỉnh điền. Phần thu hoạch từ "tỉnh điền" được nộp vua. Sau này, cơ chế bình sản được chuyển sang hình thức công điền. Đến trước năm 1945 ở Việt Nam vẫn còn 20% công điền, ba năm một lần làng chia cho người nghèo cày cấy.

Bốn yếu tố kể trên là những đặc tính của văn hóa Việt cổ mà tôi gọi là hạt nhân minh triết, được hình thành từ xa xưa, rồi bị phiêu dạt, chôn vùi qua biến động lịch sử, hầu như mất dạng. Chính vì vậy, khai quật ra điều này là phát kiến lớn nhất của văn hóa Việt.

Không chỉ vậy, trong cuộc đời mình, Kim Định cho in 45 cuốn sách với hơn 8000 trang. Đó là cả một rừng chữ. Chưa mấy ai đi hết rừng chữ ấy và cũng chưa có ai dám nói là hiểu hết những gì Kim Định đề xuất nhưng có thể thấy trong đó định nghĩa khác về triết học để nêu bật vai trò quan trọng của minh triết phương Đông với văn hóa nhân loại. Cũng tìm được trong đó một nguyên lý giáo dục vừa khoa học vừa nhân bản được đề xuất nhằm phục hưng nền giáo dục đang sa đọa. Ở đó còn một đường lối xây dựng văn hóa cho nước Việt từ những phát kiến sâu thẳm của văn hóa cội nguồn. Ông cũng vạch ra mối tương quan văn hóa Đông Tây, sự khác biệt giữa du mục và nông nghiệp để tìm ra con đường đi tới của nhân loại… Điều chắc chắn, đó là kết quả của tấm lòng yêu nước, yêu dân tộc chân thành và trí tuệ siêu việt. Gần như suốt cuộc đời, Kim Định sống giữa hai làn đạn. Năm 1946, do viết cuốn sách phê bình chủ nghĩa Mác (5), ông bị truy đuổi. Những năm sau này, là linh mục nhưng quá đề cao tinh thần dân tộc, ông không được lòng bề trên. Kết quả là, mười năm cuối đời (1987-1997), ông sống tại một nhà tu nước Mỹ, trong cô đơn và bị kiểm soát gắt gao. Học trò muốn gặp ông phải giả xin xưng tội để hỏi thêm về triết lý, trong sự chứng kiến của người giám sát. Lúc bị đột quỵ, bất tỉnh, máy tính của ông bị mất trong đó có chứa hơn mười tác phẩm đã viết xong hay chưa hoàn tất để chờ xuất bản. Tới nay không ai biết máy tính đó đã đi đâu. Thật là một mất mát lớn lao cho văn hóa Việt! Nhân cách và cống hiến của ông đáng để cho chúng ta kính trọng.

Có thể bình luận về phương pháp luận cũng như chủ thuyết của Kim Định, nhưng khi truy nguyên động cơ của ông để phê phán thì Tạ Chí Đại Trường đã sa vào suy đoán ngoài khoa học: "Có thể nói lí thuyết Kim Định bắt nguồn từ ý tưởng bốc đồng huênh hoang của nhà chính trị trong thời gian mất nước vào tay người Pháp, cụ thể là của triết gia chính trị Lý Đông A/Nguyễn Ngọc (Hữu?) Thanh, Thư kí trưởng đảng Đại Việt Duy dân. Mất nước, người ta tưởng tượng ra một nước Việt

Nam thời độc lập huy hoàng, to rộng…" "Lý Đông A mơ ước đến một Đại Bách Việt/Hồng Việt, một Đại Nam Hải…chỉ vì có quá khứ huy hoàng của một thời "văn hóa Môn""… Không, ý tưởng của những nhà yêu nước như Lý Đông A, Nguyễn Hữu Thanh, Trương Tử Anh… không hề là "bốc đồng", mà nó phản ánh tâm thức của cả một dân tộc nô lệ tìm sức mạnh từ quá khứ cho công cuộc giải phóng. Cũng không hề "huênh hoang" vì tâm linh mách bảo rằng tộc Việt từng có quá khứ huy hoàng. Thời gian chứng tỏ các vị đã đúng vì giang sơn huy hoàng Lạc Việt là có thật! Không chỉ các vị mà đó còn là ý nguyện sâu thẳm của nhiều thế hệ Việt. Thậm chí ngày nay, tại Đài Loan, Quảng Đông vẫn còn người gốc Việt mơ ước về một liên bang Bách Việt! Mỉa mai, báng bổ những vị tiên liệt từng hy sinh cuộc đời vì lý tưởng giải phóng dân tộc, ông Tạ Chí Đại Trường không chỉ thiếu một tấm lòng!

Năm năm sau lần trao đổi đầu tiên với Tạ tiên sinh, tôi đã ngược thời gian, đi chặng đường dài về nguồn cội với ba cuốn sách Tìm lại cội nguồn văn hóa Việt (Văn học, 2006), Hành trình tìm lại cội nguồn (Văn học, 2008) và Tìm cội nguồn qua di truyền học (Văn học, 2011). Chẳng biết có phải là kẻ "dân tộc cực đoan" không, nhưng chắc chắn rằng trong hai cuốn đầu, tôi đã phục dựng thành công lâu đài nguy nga kỳ vĩ của cội nguồn và văn hóa Việt. Còn cuốn thứ ba, là những bậc - cấp - khoa - học vững chãi để khi lên đó, người đọc tin rằng không phải "lâu đài cất bằng hơi nước!" Hơn thế nữa, nó cung cấp phương pháp luận mới, góp phần làm lại nền khoa học xã hội nhân văn tiền - di truyền học (pre-genetics) đang lạc hậu và lạc đường thê thảm!

Trên mỗi bước đi, tôi đều thấy bóng dáng lồng lộng của triết gia Kim Định trong tư cách người chỉ đường thông tuệ, có lòng yêu dân tộc vô hạn. Vậy mà buồn thay, suốt từng ấy ngày tháng, có người kiên trì phản bác ông vẫn bằng giọng ngồi lê đôi mách vô sở cứ!

Cũng như hai lần trước, lần thưa chuyện cuối cùng này tôi không hy vọng sử gia có lời để trả. Dù biết là khoa học luôn phủ định thì với tầm mức trí tuệ nhân loại hiện nay, người có thể phản bác những luận cứ của tôi chỉ ra đời khi nào một khoa học công nghệ mới xuất hiện, lật ngược di truyền học hiện đại, chứng minh được rằng: không phải loài người Homo sapiens được sinh ra trước nhất tại châu Phi. Người tiền sử không theo ven biển Ấn Độ tới Việt Nam và người Việt Nam không có chỉ số đa dạng sinh học cao nhất, có nghĩa là cổ nhất Đông Á! Nhưng liệu có không một ngày như thế?!

Nói công bằng, trong bản văn công bố lần này, ông Tạ Chí Đại Trường có điều mới và đúng: người ủng hộ triết gia Kim Định ngày càng nhiều! Không chỉ những học trò Kim Định ở Anh, Mỹ, Úc lập Hội An Việt, in sách vở, dựng đài phát thanh quảng bá ông mà con em những người miền Nam xưa "im lặng cười khinh" cũng tìm học. Và lạ lùng hơn là người Hà Nội. Trước Bảy Lăm, miền Bắc hầu như không biết tới Kim Định. Sau đó thì sách của ông bị cấm. Nhưng, như Tagore nói: "Tư tưởng đi nhanh như gió. Gió qua biên giới không cần giấy thông hành," xa lộ thông tin mang tư tưởng ông tới tận cùng ngõ ngách. Người Hà Nội với chiều sâu ngàn năm văn hiến vốn thâm trầm, không dễ tin. Nhưng khi thấy những "hạt nhân hợp lý" từ Kim Định, họ đã hưởng ứng. Và không như người đọc miền Nam nửa thế kỷ trước, bơ vơ ngơ ngác trước phát kiến mới lạ, rồi bị đám học phiệt bảo thủ làm rối trí. Hôm nay người Hà Nội tiếp nhận Kim Định trong bối cảnh học thuyết Việt nho đang tỏa sáng rực rỡ. Nếu thực sự khách quan, thực sự cầu thị, trước khi viết tiếp những lời phỉ báng, ông Tạ Chí Đại Trường nên bắt chước người Mỹ đặt câu hỏi "Why? Vì sao vậy? Vì sao ông càng rủa xả, người theo Kim Định càng nhiều?!"

Ngày 5 tháng Năm 2011

Tài liệu tham khảo:

1. http://www.anviettoancau.net/anviettc/index.php?option=com_content&task=view&id=493

2. Kim Định. *Việt lý tố nguyên.* An Tiêm Sài Gòn, 1970.

3. Kim Định. *Loa thành đồ thuyết.* Thanh Bình Sài Gòn, 1973.

GÓP PHẦN GIẢI MÃ DI CẢO CỦA SỬ GIA TẠ CHÍ ĐẠI TRƯỜNG

Không biết có phải vì tôi ba lần "thưa chuyện" với ông mà trong Di cảo, sử gia họ Tạ cũng ba lần nhắc tới tôi. Thực lòng, khi thưa chuyện với ông, tôi chỉ muốn cung cấp những phát hiện lịch sử mới để mong rằng với danh tiếng của mình, ông giúp bạn đọc nhìn nhận lại lịch sử. Thật buồn, do "không có duyên" nên trong Di cảo, ông vẫn băn khoăn trăn trở đẩy những cánh cửa… mở. Nay ông đã thành người thiên cổ. Mọi chuyện luận bàn với ông là vô nghĩa, nhưng thể theo lời đề nghị chí tình của Diễn Đàn Thế Kỷ*, tôi xin mạo muội góp phần giải mã những "u ẩn" của người đã khuất.

Có thể dẫn ra những "u ẩn"nổi cộm trong Di cảo như sau:

1. Về Hồng Bàng thị truyện.

Tài liệu truyền thống cho rằng, truyện họ Hồng Bàng vốn được lưu truyền từ xa xưa trong ký ức người Việt. Tới đời Trần được ghi lại trong Lĩnh Nam chích quái. Nhưng L. Kelley dựa vào việc những biến thể của câu chuyện có mặt trên đất Trung Hoa như Liễu Nghị truyện hay trong Hoa Dương Quốc chí nên cho rằng, vào thời Trung đại, những trí thức người Việt được Hán hóa đã sao chép câu chuyện đó vào Lĩnh Nam Chích Quái để tô vẽ cội nguồn dân tộc Việt. Ông Tạ Chí Đại Trường ủng hộ quan điểm này.

Tuy nhiên, có thể thấy, khi làm việc đó, Kelley đã thực hiện một thao tác suy luận theo logic hình thức đơn giản, chỉ dựa trên sách vở mà bỏ qua sự thực lịch sử. Ông không biết rằng, trong quá khứ, dân cư từ Nam Dương Tử xuống tới Việt Nam đều là người Việt, cùng một chủng tộc, cùng tiếng nói, văn hóa, cùng chung một lịch sử. Từ năm 1936, khảo cổ học Trung Quốc phát hiện di chỉ văn hóa Lương Chử vùng Thái Hồ.[1] Sau nhiều năm khảo cứu, đã kết luận, có một nhà nước cổ đại tồn tại từ 3.300 – 2.300 năm TCN, mà kinh đô là Lương Chử, còn ranh giới gần khớp với địa giới nước Xích Quỷ truyền thuyết. Chủ nhân nhà nước này là người Lạc Việt. Những vật khắc bằng ngọc cho thấy, dân cư Lương Chử được gọi là Vũ nhân (羽人) hay Vũ dân (羽民). Điều này cho thấy có mối liên hệ với chim, với Hồng Bàng (洪龐). Khám phá trên cho ta lý do để kết nối nhà nước Lương Chử với nhà nước Xích Quỷ huyền thoại. Như vậy, Xích Quỷ là một thực thể quốc gia từng tồn tại. Câu chuyện Lạc Long Quân lấy tiên nữ con Động Đình Quân đã trở thành truyền thuyết mang ý nghĩa cội nguồn của người dân trong nước. Khi Xích Quỷ tan rã, dân cư sống trên đất cũ Giang Nam và Việt Nam vẫn giữ truyền thuyết Hồng Bàng thị như dấu ấn của nguồn cội. Về sau, truyện dân gian được ghi vào sách. Do không hiểu quá trình lịch sử này, L. Kelley chỉ căn cứ vào biên giới quốc gia hiện tại mà chia tách người Việt Nam và người Nam Dương Tử trong quá khứ một cách khiên cưỡng. Sai lầm của Kelley thuộc về trình độ học thuật. Tiếc là sử gia họ Tạ hiểu lịch sử dân tộc không khác gì người ngoài! [2]

2. Về thời kỳ Hùng vương trong sử Việt.

Muốn biết tổ tiên người Việt là ai cần phải biết quá trình hình thành của người Việt trong lịch sử. Khảo cổ học cho thấy, suốt thời đồ đá, dân cư trên đất nước ta thuộc chủng Australoid. Nhưng sang thời kỳ kim khí, người Mongoloid phương Nam xuất hiện và trở nên chủ thể của dân cư Việt Nam. Tại nhiều di chỉ thời Phùng Nguyên phát hiện di cốt của người Australoid lẫn người Mongoloid. Đặc biệt tại di chỉ Mán Bạc tỉnh Ninh

Bình có tuổi 2000 năm TCN, tìm được nghĩa địa chôn chung 30 di hài của hai chủng người này. Các nhà khảo cổ Việt-Úc đưa ra kết luận: "Trên đất Việt Nam có quá trình chuyển hóa dân cư từ người Australoid sang chủng Mongoloid phương Nam và được hoàn thành khoảng 2000 năm TCN." Phát hiện này cho thấy, có việc người Mongoloid từ nơi khác tới, chung sống lâu dài, đã chuyển hóa di truyền của người Việt từ Australoid sang Mongoloid phương Nam. Như vậy, đây là việc "diễn biến hòa bình" mà không phải là "xâm lăng diệt chủng" như người Arian thực hiện ở Ấn Độ 2000 năm TCN.

Câu hỏi thứ hai: người Mongoloid từ đâu tới? Do suốt thời đồ đá, ở Đông Nam Á có duy nhất người Australoid sinh sống nên người Mongoloid phương Nam chỉ có thể từ phương Bắc xuống. Khảo cổ học xác nhận, người Mongoloid phương Nam xuất hiện đầu tiên tại văn hóa Ngưỡng Thiều 7.000 năm trước. Đó là sản phẩm hòa huyết giữa người du mục Mongoloid phương Bắc (North Mongoloid) và người Việt chủng Australoid ở Nam Hoàng Hà. Người Ngưỡng Thiều tăng nhân số, trở thành chủ thể của lưu vực Hoàng Hà, là chủ nhân của đồng bằng Trong Nguồn và vùng Thái Sơn. Khoảng 4.000 năm TCN, tại đây xuất hiện các vị vua huyền thoại của người Việt là Phục Hy, Nữ Oa. Khoảng 3.300 năm TCN, nhà nước của Thần Nông ra đời mà kinh đô tại Lương Chử vùng Thái Hồ. Khoảng năm 2879 TCN, kế tục quốc thống của Thần Nông, nhà nước Xích Quỷ ra đời. Thời gian này người Mông Cổ du mục tăng cường đánh phá phía nam Hoàng Hà. Sau trận Trác Lộc năm 2698 TCN, họ Hiên Viên vào chiếm một phần đồng bằng Trong Nguồn, lập vương triều Hoàng Đế. Do sức ép của quân xâm lăng, người Việt di cư về phương Nam. Khoảng 2300 năn TCN, do nước biển dâng, kinh đô Lương Chử bị nhấn chìm, người Việt di tản nhiều hơn xuống phương Nam. Người di cư mang gen Mongoloid trở về chuyển hóa di truyền dân cư Việt Nam và Đông Nam Á sang chủng Mongoloid phương Nam. Có thể trong thời kỳ này, truyền thuyết về Vua Hùng xuất hiện. Trong tiếng Việt cổ, bố -> bua -> vua cùng có nghĩa là cha. Khi người dân tôn Hùng vương làm vua cũng có nghĩa coi ngài là cha rồi thành tổ chung của cộng đồng. Cố nhiên, không phải vua Hùng sinh ra tất cả mà những người Mongoloid di cư trở về lai với người tại chỗ sinh ra người Mongoloid trên đất Việt. Không chỉ vậy, những đợt di cư tiếp theo, người Mongoloid phương Nam từ Núi Thái-Trong Nguồn, từ vùng Động Đình Hồ trở về hòa huyết với dân nhiều nơi khác, tiếp tục sinh ra người Mongoloid phương Nam. Cho tới khoảng 2000 năm TCN, toàn bộ dân cư Việt Nam thành chủng Mongoloid phương Nam. Tất cả đều coi người di cư về đầu tiên Lạc Long Quân và Hùng vương là quốc tổ. Do vậy, không chỉ người Kinh mà tất cả các tộc người trên đất Việt Nam mang mã di truyền Mongoloid phương Nam đều là con cháu vua Hùng. Cùng nhận được nguồn gen Mongoloid từ con cháu vua Hùng thì việc người Tây Nguyên, người Khmer Nam Bộ thờ vua Hùng có gì là trái lẽ? [2] Nếu ai để ý, sẽ thấy hiện tượng là, trong cổ tích về cội nguồn của các sắc dân thiểu số phía Bắc như người Dao, Mường… đều cho rằng, người Kinh là em út. Trong khi đó, cổ tích nhiều sắc dân Tây Nguyên lại gọi người Kinh là anh cả. Phải chăng điều này phản ánh thực tế phát sinh dòng giống từ xa xưa đã in sâu trong ký ức cộng đồng?

3. Chuyện "người Việt vào Trung Hoa trước"

Không hiểu vì sao, cho đến nay ông Tạ Chí Đại Trường vẫn căng thẳng với cụ Kim Định về ý tưởng "người Việt vào Trung Hoa trước"? Nói cho cùng, đó đâu phải là hư cấu của Kim Định? Chính là ông dựa vào sách của hai học giả Trung Quốc Vương Đồng Linh và Chu Cốc Thành. Không những thế, cho tới năm 1924, trong một bài giảng cho đảng viên cao cấp của Quốc dân đảng, Tôn Dật Tiên cũng cho rằng, khi người Trung Quốc từ phía Tây xâm nhập, họ đã gặp những người man di ở đây rồi. Không chỉ vậy, tới năm 2005, học giả Trung Quốc Zhou Jixu cũng cho rằng, khi người Trung Quốc Indo-Europian từ phía Tây vào thì họ là khách, chiếm vị trí người chủ đã sống ở đó từ trước. Đấy là chuyện sách vở. Nhưng sự thực lịch sử còn đẹp hơn mong ước của Kim Định: đúng là người Việt vào Trung

Quốc trước nhưng không phải từ Nam Thiên Sơn xuống mà lại từ Việt Nam lên. Do vậy, thuyết Việt nho của Kim Định càng có cơ sở vững chắc. [3]

4. Về chuyện "người Lê Mường", "Trịnh Lào"

Trong Di cảo, ông Tạ cho rằng, khi nhấn mạnh vai trò nam tiến của người Việt, người cộng sản bỏ qua vai trò của 53 cộng đồng khác!

Có một thực tế: Sử học là khoa học nghiên cứu hoạt động xã hội của con người trong quá khứ. Do vậy, điều tiên quyết cho thành công của Sử học là phải xác định được đối tượng nghiên cứu. Nếu không xác định đúng đối tượng nghiên cứu: một tập đoàn người, một chủng tộc, một quốc gia đang nghiên cứu là ai, có nguồn gốc thế nào và có quá trình hình thành ra sao, mọi nghiên cứu cầm chắc thất bại. Nhưng đó lại là công việc của Nhân học. Sử học là cái nghề ăn theo bén gót Nhân học. Thật không may, Nhân học thế kỷ XX chỉ dựa vào những hòn đá, những mẩu xương hóa thạch nên thất bại trong việc khảo cứu nguồn gốc loài người cũng như các tộc người. Do vậy, suốt thế kỷ trước, các sử gia luôn nói về người Việt, người Hoa, người Mường, người Lào, người Thái… nhưng thực sự chẳng hiểu họ là ai nên hầu hết chỉ là nói mò! Chỉ sang kỷ nguyên mới, khi công nghệ di truyền vào cuộc, ta mới có hiểu biết minh xác về các chủng người. Tuy Việt Nam chưa bỏ đồng xu nhỏ cho việc này nhưng do đất Việt là nơi phát tích của dân cư châu Á nên nhiều nghiên cứu di truyền học đề cập tới dân cư Việt Nam. Những tài liệu đó cho thấy rằng, 2000 năm TCN, toàn bộ dân cư trên đất Việt Nam đều thuộc chủng (race) Mongoloid phương Nam. Người Kinh, người Mường, người Thái, Người Tày, người Dao… chỉ là những sắc tộc (ethnicities) của dân tộc Việt Nam. Cho đến nay chúng ta vẫn lầm khi cho rằng, đồng bằng sông Hồng là nơi phát tích của dân tộc Việt Nam. Sự thực là, 70.000 năm trước, tổ tiên chúng ta đã định cư tại vùng Thanh Nghệ rồi lan ra toàn Đông Dương và đất Trung Hoa. Khoảng 500 năm TCN, khi đồng bằng sông Hồng hình thành, người Việt từ phía bắc Đông Dương và Nam Dương Tử kéo về khai phá đất mới. Do cùng nòi giống, tiếng nói và văn hoá nên con người sống với nhau hòa hợp. Nhờ điều kiện môi trường sống thuận lợi, cộng đồng dân cư đồng bằng ra đời, được gọi là người Kinh. Như vậy, người Kinh là lứa con út của dân tộc Việt.

Người Việt vốn do người Lạc Việt đa số lãnh đạo về xã hội và ngôn ngữ nên tiếng nói chung là đa âm, vô thanh. Do người Việt từ Trung Quốc trở về như người Thái, Tày, người Hẹ (Hakka), người Hán mang theo tiếng nói đơn âm, hữu thanh nên người đồng bằng dần dần chuyển sang tiếng nói đơn âm hữu thanh. Cũng do suốt quá trình lịch sử dài, người từ Nam Dương Tử trở xuống thuộc cùng chủng tộc, cùng văn hóa, cùng quốc gia nên việc di chuyển của con người trong một nước là chuyện bình thường. Vì vậy, dòng chuyển dịch của người Việt từ phía bắc về diễn ra lâu dài. Sau này, dù quốc gia chia ranh giới nhưng máu huyết và văn hóa giữa con người không dễ phân lìa. Người Việt từ Trung Quốc như tổ tiên của Lý Bôn, thân phụ Đinh Bộ Lĩnh, nhà Lý, nhà Trần… trở về sinh sống, xây dựng đất Việt - mảnh đất cuối cùng còn tự chủ của tộc Việt- là xu hướng tất yếu của tâm linh và lịch sử…[4]

5. Ai là chủ của thơ lục bát?

Dẫn việc nhà văn Võ Phiến "buột miệng" nói rằng, thơ lục bát là của người Chăm, ông Tạ khơi ra cuộc tranh chấp "bản quyền" thơ lục bát giữa người Chăm và người Kinh. Thực ra, không chỉ ở người Chăm mà trong nhiều câu ca của người Mường, người Dao cũng có bóng dáng của thơ lục bát. Ta biết rằng, người Việt từ xa xưa có thói quen hay hát, múa: hát Ghẹo, hát Xoan, hát Đối, hát Đúm… Ngoài âm nhạc cho mỗi loại hình ca hát mà chủ đạo là nhịp tương đối cố định thì lời bài hát lại rất thay đổi, linh động tùy theo hoàn cảnh. Vì vậy, sáng tạo lời cho bài hát là cuộc đua trường kỳ giữa trai tài gái sắc trong lễ hội hay những cuộc vui. Từ kinh nghiệm hàng nghìn năm của cuộc đua này, người Việt nhận ra, những bài vè lần lượt 6 tiếng rồi 8 tiếng nối nhau theo vần chân hay vần lưng rất dễ chuyển thành những bài hát theo các điệu khác nhau. Do vậy, dần dần thể vè 6-8 ra đời. Cố nhiên thời đó ngôn ngữ đa âm, vô thanh nên số tiếng trong mỗi câu ca không cố định, thường nhiều hơn 6-8. Những bài vè như vậy trở thành tài sản chung của cộng đồng Lạc Việt. Bài ca lục bát được ghi lại sớm nhất là Việt nhân ca trong sách Thuyết uyển 2800 năm trước. Đó là bài ca của người Việt chèo thuyền cho vị quân vương nước Sở. Cảm vì lời ca hay nhưng mình không hiểu, vị quân vương yêu cầu dịch sang tiếng Sở. Nhờ vậy bài ca được ghi lại bằng chữ Sở. Sau này được sao lại bằng chữ Hán trong sách Thuyết uyển. Hơn 2000 năm qua đi, bài ca thở thành quốc bảo của Trung Hoa nhưng không ai hiểu đúng nghĩa của nó. Chỉ mới đây, nhà nghiên cứu Đỗ Ngọc Thành phục nguyên bài ca trở lại tiếng Việt thì phát hiện ra đó là bài thơ lục bát. [5] Điều này chứng tỏ, thơ lục bát là tài sản chung của các bộ tộc người Việt từ xa xưa. Đến nay một số sắc dân vẫn giữ được hình thức thơ này nhưng thể hiện bằng ngôn ngữ đa âm của mình.

Trong khi đó, nơi người Kinh, do tiếng nói được đơn âm hóa triệt để cùng với thanh điệu phong phú, nói như hát nên người Kinh sáng tạo được những câu ca lục bát có vần điệu tuyệt vời mà đỉnh cao là Truyện Kiều.

Sài Gòn, 28.5.2016

* www.diendantheky.net/.../di-cao-cua-nha-su-hoc-ta-chi-ai-truong.html

Tài liệu tham khảo:

1. Hà Văn Thùy. *Nhà nước Xích Quỷ từ huyền thoại đến hiện thực*. NXB Hội Nhà văn, H. 2017.

2. Hà Văn Thùy. *Khẳng định Kinh Dương vương là thủy tổ người Việt Nam* http://trannhuong.net/tin-tuc-16409/toi-khang-dinh-kinh-duong-vuong-la-thuy-to-nguoi-viet-nam.vhtm

3. Hà Văn Thùy. *Thêm một lần buộc phải tranh biện với G.S L. Kelley.*

4. Hà Văn Thùy. *Truy tìm nguồn gốc người Kinh* thuyhavan.blogspot.com/2016/01/truy-tim-goc-tich-nguoi-kinh.html

5.Đỗ Ngọc Thành. *Phát hện lại Việt nhân ca* (越人歌) - Việt Văn Mới Newvietart newvietart.com/index4.606.html

BÀN TIẾP VỚI ÔNG TẠ ĐỨC VỀ NGUỒN GỐC NGƯỜI VIỆT-NGƯỜI MƯỜNG

Trong những bài trước trao đổi về cuốn sách của ông Tạ Đức, chúng tôi đặt vấn đề có tính cách nguyên lý: tìm nguồn gốc con người (loài người, tộc người thậm chí cá nhân cụ thể) là công việc của khoa học tự nhiên. Là khoa học tự nhiên nên nó thuộc về kỹ thuật và công nghệ, những khoa học chính xác. Thế kỷ trước sử dụng phương pháp nghiên cứu hình thái học sọ (metric) để phân loại các chủng người. So sánh số đo sọ cổ với sọ người hiện đại, nhà nghiên cứu xác định chủng loại các cốt sọ. Phương pháp này giúp khám phá những nét lớn của nhân chủng. Nhưng trong những sự việc cụ thể, tế vi, nó không đủ độ tin cậy nên đã gây những lầm lẫn tai hại. Trong thế bí, người ta phải so sánh những sản phẩm văn hóa như công cụ đá, đồ gốm, đồ đồng, cách mai táng, tiếng nói… để xác định chủ nhân của chúng. Tuy có những kết quả nhất định nhưng phương pháp gián tiếp này cũng không đạt được mức độ tin cậy cần thiết. Vì vậy, cho tới cuối thế kỷ XX, vấn đề quan trọng nhất của nhân học là nguồn gốc con người chưa được giải quyết, khiến khoa học nhân văn khủng hoảng nghiêm trọng. Suốt thế kỷ trước, nguồn gốc người Việt Nam là vấn đề được tranh luận nhiều. Từ những nghiên cứu của Viện Viễn Đông Bác Cổ, Đào Duy Anh cho rằng, người Melanesien có mặt trước tiên trên đất nước ta. Tiếp đó, người Indonesien từ Ấn Độ sang thay thế họ.

Cuối cùng, người Mongoloid từ Trung Quốc xuống, đẩy người Indonesien lên rừng núi Tây Nguyên và các đảo Đông Nam Á…

Do nguồn gốc con người chưa được xác định nên nguồn gốc văn hóa Việt cũng chưa rõ ràng. May mắn là tới thập kỷ 1980, Giáo sư Nguyễn Đình Khoa khảo sát lại sưu tập 70 sọ cổ tìm thấy ở Việt Nam, đã phát hiện: "Suốt Thời kỳ Đá mới, dân cư trên đất nước ta là người Australoid. Nhưng sang Thời Đồng-sắt, người Mongoloid đã là chủ thể đất này." Nghiên cứu cũng khẳng định: Người Việt và người Mường cùng một nguồn gốc. Các khảo cứu tiếng nói của GS Phạm Đức Dương và đồng nghiệp cũng ủng hộ ý kiến này. Đây là khám phá quan trọng nhất về dân cư Việt Nam trong thế kỷ XX.

Cho tới năm cuối cùng của thế kỷ, công nghệ di truyền được áp dụng vào tìm nguồn gốc loài người. Như cây đũa thần, giải pháp gen không chỉ giúp xác định chính xác nguồn gốc loài người, nguồn gốc và quá trình hình thành các chủng người mà kỳ diệu hơn là tìm chính xác hậu duệ của một người thời đồ đá bị đóng băng 5000 năm trước, đang sống giữa chúng ta !

Đúng như câu ngạn ngữ "Mọi con đường đều dẫn tới La Mã" thì hầu hết phát hiện di truyền thập kỷ vừa qua đều liên quan tới Việt Nam! Thật đơn giản bởi vì Việt Nam là nơi phát tích không chỉ của toàn bộ dân cư phương Đông mà còn của một phần quan trọng nhân loại. Đấy chính là may mắn, là hạnh phúc lớn cho những nhà nghiên cứu người Việt trên đường tìm lại nguồn gốc dân tộc.

Nhạy bén, năng động tiếp cận nguồn thông tin này từ rất sớm, nhóm Tư Tưởng ở Úc đã có những nghiên cứu đầu tiên từ năm 2001. Năm 2003, Luật sư Cung Đình Thanh cho ra cuốn sách Tìm Về Nguồn Gốc Văn Minh Việt Nam Dưới Ánh Sáng Mới Của Khoa Học. Ở thời điểm ra đời, nó là công trình mang tầm tri thức tiên tiến, có những phát hiện đột phá về cội nguồn dân tộc Việt. Năm 2007, tiến sĩ Nguyễn Đức Hiệp cho ra cuốn Khoa Học Soi Sáng Lịch Sử, cũng góp phần soi tỏ cội nguồn. Tiếc là cuốn sách bị nghiền làm bột giấy!

Từ năm 2004, may mắn được biết công trình Quan hệ di truyền của dân cư Trung Quốc (Genetic Relationship of Populations in China), chúng tôi tập trung toàn bộ tâm lực nghiên cứu về thời tiền sử dân tộc. Từ khảo cứu, chúng tôi nhận thấy: 70.000 năm trước, người Khôn ngoan Homo sapiens từ châu Phi, theo ven biển Ấn Độ tới Việt Nam. Sau khoảng 20-30.000 năm định cư tại đây, người từ Việt Nam di cư ra các đảo Đông Nam Á, sang Ấn Độ, lên Trung Quốc. Kết hợp tư liệu di truyền học với nghiên cứu cổ nhân chủng, chúng tôi phát hiện: Tại Việt Nam, hai đại chủng Mongoloid và Australoid hỗn hòa, sinh ra bốn chủng người Việt cổ: Indonesian, Melanesian, Vedoid và Negritoid, đều thuộc nhóm loại hình Australoid. Trong đó, chủng Indonesian là đa số, người Melanesian đứng thứ hai. Di cư tới Việt Nam là những nhóm nhỏ khoảng 15-20 người, có thể khác nhau về chủng tộc và tiếng nói. Do sống chung lâu dài trên đất Việt, họ hòa huyết với nhau đồng thời cũng hòa chung tiếng nói. Ngôn ngữ Nam Á của người Indonesian (Lạc Việt) trở thành ngôn ngữ nền của cộng đồng. Khi di cư, từng nhóm người mang theo bộ gen chung Australoid và tiếng nói của sắc tộc mình, trong đó có nhiều yếu tố của ngôn ngữ nền Nam Á. Do sống trên những vùng địa lý có thổ nhưỡng, khí hậu khác nhau, tiếng nói của họ phân hóa thành những nhóm riêng biệt. Sau này, phát hiện trên đất Việt Nam và Trung Hoa những nhóm ngôn ngữ khác nhau là Tày-Thái, Nam Á, Nam Đảo… các học giả cho rằng đó là *những chủng người có nguồn gốc khác nhau*. Giải thích vì sao giữa những chủng tộc khác nhau này lại có rất nhiều yếu tố chung về ngôn ngữ, họ cho rằng, do sống gần gũi, các chủng người đã học từ nhau. Chính cách giải thích có vẻ hợp lý này đã che lấp quan hệ cùng nguồn của dân cư Đông Á, gây những hệ quả tai hại tới tận hôm nay.

Các phát hiện khảo cổ học cho thấy, cho tới trước 5.000 năm TCN, trên toàn bộ Đông Á, chỉ có duy nhất người Australoid. Nhưng khoảng 5000 năm TCN, người Mongoloid phương Nam xuất hiện tại văn hóa Ngưỡng Thiều trung du Hoàng Hà. Đó là chủng người sinh ra do lai giống giữa người Việt Australoid và người Mông Cổ phương Bắc (North Mongoloid). Sống trên đất Việt, mang máu huyết Việt nên họ cũng là người Việt.

Khoảng 2.698 năm TCN, do cuộc xâm lăng của người Mông Cổ vào Nam Hoàng Hà, người Việt vùng Núi Thái - Trong Nguồn di tản xuống Việt Nam. Người Mongoloid phương Nam trong đoàn di tản hòa huyết với người bản địa, sinh ra người Mongoloid phương Nam Việt Nam, là dân cư văn hóa Phùng Nguyên. Sau đó, do quân xâm lăng mở rộng lãnh thổ, người Việt vùng Núi Thái –Trong Nguồn và cả người Việt ở cửa sông Dương Tử di cư xuống Việt Nam và qua Việt Nam xuống Đông Nam Á, chuyển hóa di truyền dân cư Đông Nam Á sang Mongoloid phương Nam. Khảo cổ học cho thấy, khoảng 2.000 năm TCN, hầu hết dân cư Việt Nam cũng như Đông Nam Á mang mã di truyền Mongoloid phương Nam. Vì vậy, nói như ông Tạ Đức rằng, người Môn, Man xuống Việt Nam trước, trở thành người Mường. Người Lava xuống sau, khoảng 700 năm TCN, thành người Việt là trái ngược với sự thật lịch sử và cũng trái ngược với tư liệu khảo cổ và di truyền học. Bởi lẽ, từ 2.000 năm TCN, tất cả dân cư Việt Nam là cùng một chủng Mongoloid phương Nam nên người Mường cũng như Tày, Thái cùng các dân Chăm, Êđê, Bana... đều cùng một nguồn gốc. Vào thời Xuân Thu 700 năm TCN, Trung Quốc không có biến động đặc biệt gây nên những cuộc di dân lớn. Chỉ khoảng năm 333 TCN, do nước Sở diệt nước Việt, mới có cuộc di cư đáng kể của người nước Việt (con cháu Việt vương Câu Tiễn) vào Bắc Việt Nam. Nhưng số dân này chỉ bổ sung cho dân cư có sẵn mà không gây biến động về dân số, lại càng không tác động gì về di truyền, vì tất cả đã cùng một chủng tộc Mongoloid phương Nam.

Văn hóa là sản phẩm của con người cho nên con đường hình thành dân cư cũng là con đường sáng tạo văn hóa. Cho tới trước 2.698 năm TCN, chỉ có người từ Việt Nam đi lên Trung Hoa. Vì vậy, dòng sáng tạo văn hóa cũng từ Việt Nam đi lên. Khảo cổ học cho thấy công cụ đá mới Ngưỡng Thiều là từ dạng sớm của Hòa Bình đưa lên. Mẫu gốm sớm nhất 20.000 năm trước cùng hạt lúa trồng sớm nhất 12.400 tuổi phát hiện ở Động Người Tiên Giang Tây, cách Việt Nam hơn 100 km. Chữ tượng hình có tuổi 4.000 – 6.000 năm trước tìm thấy ở Cảm Tang Quý Châu. Mẫu xỉ đồng Phùng Nguyên 4.000 năm trước, sớm hơn ở lưu vực Hoàng Hà… Vì vậy, nói rằng người Môn, Man rồi La Va từ phương Bắc xuống, làm nên người Việt, người Mường cùng văn hóa Việt, Mường là trái với thực tế.

Thế kỷ trước, do bất lực trong việc tìm nguồn gốc con người, khoa học buộc phải dựa vào những sản phẩm do con người làm ra như một thứ dấu vết gián tiếp về con người. Tuy có được những kết quả nhất định nhưng thực tế cho thấy có nhiều hạn chế thậm chí sai lầm.

Sang thế kỷ này, với công nghệ gen, việc tìm nguồn gốc con người được trả lại cho khoa học chính xác, đã đưa tới những kết quả vượt quá mong mỏi. Vì vậy, tới nay, còn dựa vào những hoa văn trên đồ gốm, một số biểu hiện của tiếng nói… để xác định chủng tộc là việc làm thiếu khoa học vì quá chừng lạc hậu. Sự lạc hậu này không chỉ kéo khoa học nhân văn Việt Nam xuống đáy của khoa học nhân loại mà còn tiếp tục giam hãm người dân Việt trong vòng tăm tối của kiến thức ngu dân cũ.

Vấn đề của ông Tạ Đức là vấn đề phương pháp luận. Để tìm nguồn gốc chủng người, đáng lẽ trước hết ông phải tham khảo bộ môn liên quan trực tiếp tới con người là nhân chủng học người Việt trong đó cuốn Nhân chủng học Đông Nam Á là cẩm nang tối cần mà tiếc là ông không có! Tiếp đó, phải tham khảo những khám phá mới nhất của di truyền học về con người nói chung và người Việt Nam - Đông Á nói riêng xuất hiện rất nhiều trong thập niên vừa qua. Không theo con đường trực tiếp đó, ông lại đi đường vòng, tiếp tục phương pháp cũ kỹ của thế kỷ XX với hy vọng từ sản phẩm văn hóa xác định các chủng người. Chẳng những vậy, khi truy tìm dấu vết văn hóa, ông Tạ Đức cũng không cập nhật những tư liệu mới nhất. Sách in năm 2013 mà ông Tạ Đức không biết rằng, năm 2012 tại Tiên Nhân

Động Quảng Tây, cách Việt Nam hơn trăm kilomet, người ta phát hiện hạt lúa trồng 12400 năm trước và mảnh gốm đầu tiên của loài người 20.000 tuổi! Chẳng những thế, ông cũng không biết, từ cuối năm 2011, tại Quý Châu, chữ Lạc Việt, tiền thân của Giáp cốt văn, được tìm thấy trên những chiếc xẻng bằng đá có tuổi từ 6000- 4000 năm! Thiết tưởng, nếu có những tư liệu này, hẳn ông Tạ Đức sẽ điều chính khảo cứu của mình.

Trong bài viết trả lời tôi, ông Tạ Đức cho rằng: "Quan niệm của ông Thùy gần với tôi." Tôi nghĩ không đúng như vậy. Trong khi ông cho rằng, người Môn, Man rồi Lava xuống làm nên con người cùng văn hóa Việt Nam thì quan niệm của tôi là: Suốt trong thời kỳ dài 30.000 năm, người Việt đi lên khai phá Trung Hoa và xây dựng ở đó nền văn hóa phát triển. Chỉ sau 2.698 năm TCN, người từ Trung Hoa trở về Việt Nam làm chuyển hóa di truyền người Việt sang Mongoloid phương Nam. Do văn hóa trên đất Việt Nam hình thành từ rất sớm và là cội nguồn của văn minh Trung Hoa nên người Việt đã xây dựng nền văn hóa vững chắc trước khi người từ Trung Hoa trở về.

THƯ NGỎ KÍNH GỬI ÔNG NGUYỄN VĂN LỤC

Thưa ông Nguyễn Văn Lục,

Trên trang mạng DCVOnline có bài viết ký tên ông, nhan đề Chauvinisme trong ngành sử học [1], công kích nhiều nhà viết sử Việt Nam. Riêng tôi được ông ưu ái dành cho những dòng như sau:

"Nhà sử học Lê Minh Khải ngạc nhiên vì bài tham luận của ông Hà Văn Thùy có thể tóm gọn tất cả mọi người và tất cả mọi thứ ở Châu Á đều có nguồn gốc từ Việt Nam với người Việt Nam.

Nếu tôi được phép có thêm một nhận xét – qua hình chụp ông Hà Văn Thùy – thì ông quả thực là một mẫu hình tiêu biểu của một thứ văn hóa vật thể còn sót lại.

Sau đây xin trích dẫn nguyên văn câu của ông Hà Văn Thùy:

"Tất cả văn hóa vật thể và phi vật thể trên đất Trung Hoa trước 2600 năm TCN đều là sản phẩm của tộc Việt."

Để đi tới một kết luận táo bạo như trên, người ta phải vận dụng đến nhiều ngành học đủ loại và cần viết cả một vài pho sách, vị tất đã viết xong.

... Sự khẳng định chắc nịch như trên của ông Hà Văn Thùy đối với cá nhân tôi không lấy gì làm lạ. Nó xuất phát từ

một lối viết 'lên gân', lối học từ chương, nhồi sọ, giáo điều, khẩu lệnh của đảng và não trạng đã bị bào mòn."

"Hiện tượng Hà Văn Thùy là tiêu biểu cao cho một khuynh hướng viết sử mà tôi gọi là "chủ nghĩa dân tộc sô vanh", muốn áp đặt – muốn kéo dài quá khứ lịch sử dân tộc Việt không phải chỉ hơn 2000 năm – mà tròn số là 4000 năm.

Đối với tôi, cái hãnh tiến lịch sử phải nhường bước trước sự thật lịch sử. Nếu tổ tiên đã có thời ăn lông ở lỗ – cởi truồng đóng khố đi nữa – thì cũng vẫn là tổ tiên. Mà nhiều phần chắc là như thế!

Nhưng những kẻ theo chủ nghĩa dân tộc sô vanh, cực đoan thì lại cố tình khoác một hào quang lên quá khứ người Việt cổ. Đó là một quá khứ dưới mắt họ phải trọn gói – hoàn tất – đã có ngôn ngữ chính thức, có một nền văn minh, đã trải qua những cuộc tranh đấu kháng chiến, chống phong kiến dành độc lập, qua nhiều thử thách và trải dài trong suốt 4000 năm.

Niềm tự hào không đúng chỗ, đối với tôi, trước sau cũng chỉ là sự lừa bịp. Hoặc một chính sách ngu dân không cần thiết!

Những khẳng định như thế dĩ nhiên đã thỏa mãn niềm tự hào dân tộc của một số đông người, vì đã đòi lại những cái mình không có hay chưa hề có từ tay người Tầu. Chẳng hạn phủ nhận không có cái gọi là từ Hán Việt, Hán mượn Việt chứ không phải Việt mượn Hán.

... Lập luận kiểu đó nên bất chấp các sự kiện, bất chấp đúng sai vượt lên trên cái lương tri của một con người!

Nhưng thật ra trong giới sử học không phải chỉ có một Hà Văn Thùy mà có nhiều Hà Văn Thùy.

Thời 1955–1960, đã có những vị có tiếng tăm như Nguyễn Khắc Viện, Trần Huy Liệu, Văn Tân, Trần Quốc Vượng và nhiều người cầm bút khác cũng vướng mắc phải chứng vĩ cuồng trong sử học." (hết trich)

Tôi xin được thưa lại đôi lời.

1. Ông Lục viết: *"Để đi tới một kết luận táo bạo như trên, người ta phải vận dụng đến nhiều ngành học đủ loại và cần viết cả một vài pho sách, vị tất đã viết xong."*

Thưa ông, đúng như ông nói. Để có được kết luận mà ông nhắc tới, tôi phải bỏ ra hơn 10 năm (từ 2004), không làm bất cứ việc gì khác mà dành toàn tâm toàn ý tra cứu chủ yếu qua chữ Anh và chữ Hán những tài liệu đáng tin nhất từ di truyền học, khảo cổ học, cổ nhân chủng học, dân tộc học, văn hóa học, ngôn ngữ học, sử học… Bằng cách kết nối và giải mã nhiều tài liệu, tôi đã công bố hàng trăm bài viết và cho xuất bản năm cuốn sách: *Tìm lại cội nguồn văn hóa Việt* (NXB Văn học, 2006); *Hành trình tìm lại cội nguồn* (NXB Văn Học, 2008); *Tìm cội nguồn qua di truyền học* (NXB Văn Học, 2011); *Viết lại lịch sử Trung Hoa* (Sài Gòn xuất bản, Amazon phát hành) [2] và *Tiến trình lịch sử văn hóa Việt* (Sài Gòn xuất bản, Amazon phát hành) [3].

2. Ông viết: *"Sự khẳng định chắc nịch như trên của ông Hà Văn Thùy đối với cá nhân tôi không lấy gì làm lạ. Nó xuất phát từ một lối viết 'lên gân', lối học từ chương, nhồi sọ, giáo điều, khẩu lệnh của đảng và não trạng đã bị bào mòn."*

Thưa ông Nguyễn Văn Lục, ở chỗ này thì ông lầm to. Đây hoàn toàn là những khám phá mới, chưa từng có trong tri thức nhân loại. Do lần đầu tiên được phát hiện nên lấy gì mà "nhồi sọ"mà "giáo điều"! Trong Lời giới thiệu cuốn Viết lại lịch sử Trung Hoa, Tiến sĩ Nguyễn Đức Hiệp, Chuyên gia Khoa học khí quyển Bộ Môi trường và Bảo tồn, New South Wales, Australia, thành viên của nhóm Tư Tưởng, nhóm tiên phong nghiên cứu thời tiền sử dân tộc Việt qua những công bố di truyền học đầu thế kỷ, nhận xét: *"Bằng công trình của mình, nhà nghiên cứu Hà Văn Thùy, trên thực tế đã đặt nền móng cho khoa học nhân văn Việt Nam hiện đại và đưa khoa học nhân văn Việt Nam đứng vào hàng tiên tiến của thế giới."*

Ông càng lầm hơn khi cho rằng tôi viết theo khẩu lệnh của đảng! Thưa ông, trái lại, chính vì vượt ra ngoài trí tuệ của đảng và dám động tới chân tướng của người Tàu, hai cuốn Viết lại lịch sử Trung Hoa và Tiến trình lịch sử văn hóa Việt không được in trong nước, buộc tôi phải nhờ bạn bè in ở California rồi phát hành trên Amazon!

3. Ông viết: *"Hiện tượng Hà Văn Thùy là tiêu biểu cao cho một khuynh hướng viết sử mà tôi gọi là "chủ nghĩa dân tộc sô vanh", muốn áp đặt – muốn kéo dài quá khứ lịch sử dân tộc Việt không phải chỉ hơn 2000 năm – mà tròn số là 4000 năm."*

Thưa ông, những dòng trên chứng tỏ ông không đọc sách và những bài viết của tôi. Trên xa lộ thông tin có không ít người phản biện tôi. Nhưng họ ngỡ ngàng khi cho rằng "Hà Văn Thùy cuồng Việt, kéo dài sử Việt tới 70.000 năm!" chứ không phải 4000 năm. Đúng vậy! Lịch sử là sản phẩm hoạt động xã hội của con người. Di truyền học, nhờ đọc được cuốn "thiên thư" ADN ghi trong máu huyết của dân Việt Nam cũng như toàn châu Á, phát hiện ra rằng, 70.000 năm trước, người tiền sử từ châu Phi di cư tới Việt Nam. Tại đây, những dòng người gặp gỡ, hòa huyết sinh ra người Việt cổ chủng Australoid. Rồi từ Việt Nam, người Việt di cư ra các đảo Đông Nam Á, sang chiếm lĩnh Ấn Độ. 40.000 năm trước người Việt đi lên khai phá đất Trung Hoa, trở thành dân cư đầu tiên của Hoa lục. Rồi người từ Hòa Bình mang công cụ đá mới lên Trung Hoa. Người Lạc Việt ở Động Người Tiên tỉnh Giang Tây làm ra đồ gốm đầu tiên và 12.400 năm trước, thuần hóa cây lúa đầu tiên… 9.000 năm trước, tại di chỉ Giả Hồ, người Việt sáng tạo chữ viết tượng hình. Tại di chỉ Cảm Tang tỉnh Quảng Tây cuối năm 2011 phát hiện chữ tượng hình của người Lạc Việt khắc trên xẻng đá 6.000 năm trước. Từ Cảm Tang, chữ Việt được đưa lên An Dương Hà Nam. Năm 1.300 TCN, khi vua Bàn Canh chiếm Hà Nam của người Dương Việt, lập nhà Ân thì người Hoa Hạ chiếm luôn chữ của người Việt, sau này nhận làm của họ và được gọi là Giáp cốt văn Ân Khư!

Không chỉ vậy, từ khảo cứu ADN của dân cư châu Á, khoa

học thế giới cũng phát hiện: "Người Việt Nam có chỉ số đa dạng sinh học cao nhất trong dân cư châu Á." Điều này cho thấy, đất Việt Nam là nơi phát tích của các dân tộc châu Á còn người Việt Nam gần với tổ tiên hơn. Khi mà 70.000 năm trước người tiền sử đặt chân lên đất nước ta rồi từ đây, di cư làm nên dân cư và văn hóa của toàn bộ châu Á thì vì lẽ gì lịch sử tộc Việt không được tính từ 70.000 năm trước?

4. Ông viết: *"Đối với tôi, cái hãnh tiến lịch sử phải nhường bước trước sự thật lịch sử. Nếu tổ tiên đã có thời ăn lông ở lỗ – cởi truồng đóng khố đi nữa – thì cũng vẫn là tổ tiên. Mà nhiều phần chắc là như thế! Nhưng những kẻ theo chủ nghĩa dân tộc sô vanh, cực đoan thì lại cố tình khoác một hào quang lên quá khứ người Việt cổ. Đó là một quá khứ dưới mắt họ phải trọn gói – hoàn tất – đã có ngôn ngữ chính thức, có một nền văn minh, đã trải qua những cuộc tranh đấu kháng chiến, chống phong kiến dành độc lập, qua nhiều thử thách và trải dài trong suốt 4000 năm. Niềm tự hào không đúng chỗ, đối với tôi, trước sau cũng chỉ là sự lừa bịp. Hoặc một chính sách ngu dân không cần thiết!"*

Thưa ông Nguyễn Văn Lục,

Ông biết gì về quá khứ của người Việt? Muốn hiểu điều này, trước hết cần phải hiểu người Việt cổ là ai? Với tri thức ông bộc lộ trong bài viết, tôi đoan chắc, ông đang truyền bá một "chính sách ngu dân." Cái chính sách ngu dân này được hình thành vừa cố ý vừa vô tình từ thời mồ ma thực dân Pháp. Bắt đầu bằng chủ trương của học giả Viễn Đông Bác cổ cho rằng, người Melanesien xuất hiện đầu tiên trên đất Việt Nam. Sau đó, người Indonesien từ Ấn Độ tràn sang, tiêu diệt người bản địa. Cuối cùng, người Mongoloid từ Trung Quốc xuống, tiêu diệt người Indonesien, trở thành dân cư Việt Nam hiện nay! Do nguồn gốc như vậy nên người Việt Nam thoát thai từ người Tàu. Văn hóa Việt Nam là sự vay mượn của nước Tàu! Đó là những giáo trình mà ông, tôi cùng nhiều thế hệ thanh niên Việt đã học và tin như vậy.

Rất may mắn là những thành tựu mới của khoa học nhân loại từ đầu thế kỷ này đã khám những điều mà tôi đã trình bày trong sách cùng các bài viết của mình. Rất mừng là trong công việc này tôi không lẻ loi. Nhóm Tư Tưởng của người Việt ở Úc gồm Luật sư Cung đình Thanh, Giáo sư Nguyễn Văn Tuấn, Tiến sĩ Nguyễn Đức Hiệp là những người Việt Nam đầu tiên đi tìm nguồn gốc tộc Việt từ công trình di truyền học của J.Y. Chu, của Stephen Oppenheimer… Tôi ban đầu đã vui mừng theo bước các vị này. Ông Phạm Trần Anh ở Hoa Kỳ cũng có những thành tựu đáng khích lệ trong hướng nghiên cứu mới. Không chỉ vậy, rất nhiều người đọc đã tự mình tìm hiểu sách báo và nhận chân ra rằng: người tiền sử từ châu Phi di cư tới từ 70.000 năm trước đã làm nên dân cư Việt Nam…

Thưa ông Nguyễn Văn Lục, ông đã hiểu hoàn toàn sai những khám phá mới về cội nguồn cùng lịch sử văn hóa dân tộc. Chính những tư tưởng này, khi đi vào dân chúng sẽ trở thành sức mạnh vĩ đại giúp người Việt nhận chân về quá khứ vinh quang của dân tộc. NHÂN DÂN sẽ đứng lên vứt bỏ xiềng xích ngu dân hàng trăm năm đè nặng lên mình và sẽ ngửng đầu gánh vác sứ mệnh của tộc Việt trong kỷ nguyên mới. Chính vì vậy, việc cản trở tiến bộ trí tuệ, cố công trì níu những hiểu biết lạc hậu xưa cũ lại là việc làm ngu dân!

Thưa ông, từ khảo cứu của mình, tôi không chỉ đề xuất "không có cái gọi là từ Hán Việt" như ông nhắc tới mà còn công bố:

- Tiếng Việt, chủ thể tạo nên ngôn ngữ Trung Hoa

Và:

- Chữ Việt là chủ thể tạo nên chữ viết Trung Hoa.

Sau khi khám phá sự thật đó, tôi đã có thư tới vị Viện trưởng Viện Ngôn ngữ học Việt Nam và Viện trưởng Viện nghiên cứu Hán Nôm đề nghị họ xem xét. Nếu tôi sai thì công bố cho dân chúng biết để khỏi hoang mang còn nếu tôi đúng, phải tiến hành nghiên cứu, giảng dạy, thực hành tiếng Việt theo đúng với sự thật. Tuy nhiên tất cả rơi vào im lặng!

Thưa ông Nguyễn Văn Lục,

Theo cách sử gia William Duiker nói với ông L.C. Kelley (mà ông kèm trong bài của mình): "Hãy bỏ dân tộc chủ nghĩa sang một bên," tôi đề nghị ông, đừng vội lên án mà hãy bằng bài viết mang tính học thuật phản bác ba đề xuất ở trên của tôi. Nếu ông chứng minh được một cách tâm phục khẩu phục rằng những đề xuất đó là sai, tôi sẽ đi khất thực (theo nghĩa đen vì từ năm 1989, sau bài báo bị coi là "chống đảng", tôi phải đi trốn rồi bị đồng chí 3X lúc đó là chủ tịch tỉnh Kiên Giang đuổi việc, phải "ăn lương vợ" cho tới nay) tới trụ sở của Đàn Chim Việt, quỳ lạy, cúi đầu tạ tội với ông và xin lỗi đồng bào! Còn nếu không chứng minh được tôi sai, chỉ xin ông chân thành xin lỗi tôi trên trang Đàn Chim Việt. Những vị mũ cao áo dài đứng đầu các viện hàn lâm trong nước không thèm trả lời tôi bởi họ có cái nón "trách nhiệm tập thể". Còn ông, với tư cách cá nhân, có danh dự, có lương tâm và hiểu cái lý "một lời nói một đọi máu", chắc ông không ứng xử như họ!

Xin kính chúc ông sức khỏe

Hà Văn Thùy

Tài liệu tham khảo:

1. Nguyễn Văn Lục. *Chauvinisme trong ngành sử học* ttps://www.yellowproxy.net/browse.php/QDk2xDj1/gjvnBrk4/XcSPw7aO/0n3QNNV_/2BB2vA6p/lEnf6aBu/ft4eY_2B/Mn2PFYUF/i8VRxiYr/5FcyPjN3/w6hPo7Q2/O8V8S6Mp/7Dq2/b29/

2..http://www.amazon.com/Viet-Lai-Lich-Trung-Vietnamese/dp/1500462675/ref=sr_1_1?s=books&ie=UTF8&qid=1407022568&sr=1-1&keywords=ha+van+thuy)

3.http://www.amazon.com/Tien-Trinh-Lich-Viet-Vietnamese/dp/1502407043/ref=pd_&dpID=51oJ2QNus4L&dpSrc=sims&preST=_AC_UL160_SR107%2C160_&refRID=0S1AAF3VCHVFB1Y86Y5

TÌM NGUỒN GỐC CỦA QUAN NIỆM ĐỒNG BÀO

Người bạn gửi cho tôi bài báo trên tờ Sài Gòn Giải Phóng nhan đề Đồng bào là gì* và yêu cầu cho nhận xét. Tác giả bài viết có biệt danh Nghê Dũ Lan tỏ ra là người hiểu biết, dẫn từ điển Thiều Chửu:

"Bào là: (cái) bọc, anh em cùng một cha mẹ gọi là đồng bào (anh em ruột). Nói rộng ra, anh bố gọi là bào bá (bác ruột), em bố gọi là bào thúc (chú ruột). Người trong một nước cũng gọi là đồng bào, nghĩa là cùng là con cháu một ông tổ sinh ra vậy." Rồi bình:

Cách giảng như Thiều Chửu (đồng bào: cùng là con cháu một ông tổ sinh ra) có lẽ dễ làm "vừa bụng" không ít người quen nghĩ rằng "đồng bào" là một từ do người Việt sáng tạo ra. Đơn cử là Bách khoa toàn thư mở Wikipedia (bản sửa đổi lần cuối lúc 08:43, ngày 25-1-2007) viết như sau (http://vi.wikipedia.org/...): "Đồng bào là một cách gọi giữa những người Việt Nam, có ý coi nhau như con cháu của cùng tổ tiên sinh ra. Từ đồng bào được sử dụng dựa trên truyền thuyết Trăm trứng nở trăm con. [sic] Truyền thuyết kể rằng Lạc Long Quân lấy Âu Cơ và sinh ra một bọc trứng và nở ra một trăm người con là dân tộc Việt Nam ngày nay."

Nếu hiểu lầm chỉ dân tộc nào vốn cùng từ một "bọc" của Âu Cơ đẻ ra mới được gọi "đồng bào" thì đương nhiên hai dân tộc Hoa và Khmer không thể gọi là "đồng bào". Quan niệm này vừa sai, vừa nguy hiểm vì nó dễ đưa tới tinh thần phân biệt, kỳ thị (discrimination) làm phân hóa sự đoàn kết các dân tộc trong cùng một lãnh thổ quốc gia!

"Sự thật, người Việt đã vay mượn hai chữ "đồng bào" từ Hán ngữ, cho nên "đồng bào" không phải là một sáng tạo của người Việt dựa theo huyền sử một bọc trăm trứng của mẹ Âu Cơ như Wikipedia đã "tưởng tượng"! Ta dễ dàng thấy mục từ "đồng bào" trong các từ điển chữ Hán không do người Việt soạn, chẳng hạn:

1.Mathews'Chinese-English Dictionary (Shanghai: China Inland Mission and Presbyterian Mission Press, 1931), mục từ 6615-118 giảng là "uterine brothers; compatriots" (đồng bào huynh đệ là anh em một mẹ; người cùng một nước).

2. Từ điển Hán-Việt do Hầu Hàn Giang và Mạch Vĩ Lương cùng chủ biên (Bắc Kinh: Thương Vụ ấn thư quán, 1994, tr. 663) giảng đồng bào là: "anh chị em ruột".

3.Chinese-English Dictionary Online (www.chinese-learner.com/dictionary) giảng là "fellow citizen or countryman", tức đồng bào là người dân cùng một nước.

Tóm lại, đồng bào đơn giản chỉ có nghĩa là người dân có cùng quốc tịch, là công dân của cùng một nước. Vậy thì nói đồng bào người Hoa, đồng bào người Khmer là hoàn toàn đúng, là xác định hai thành phần anh em trong đại gia đình Việt Nam gồm 54 thành phần mà ta thường gọi là 54 dân tộc."

Tuy nhiên sự thực như sau:

Từ hàng vạn năm trước, người Việt chủng Australoid đã sống khắp nơi trên lưu vực Hoàng Hà và Dương Tử. Khoảng 5000 năm TCN, tại cao nguyên Hoàng Thổ miền trung Hoàng Hà, do người Việt tiếp xúc với người Mongoloid phương Bắc (những người cũng từ Việt Nam lên 40.000 năm trước nhưng do di cư riêng rẽ, giữ được nguồn gen thuần chủng, sau này sống tập trung trên đất Mông Cổ) sinh ra chủng Mongoloid phương Nam. Người Mongoloid phương Nam tăng nhân số, trở thành chủ thể của văn hóa trồng kê Ngưỡng Thiều, sau đó làm nên văn hóa Long Sơn nổi tiếng ở lưu vực Hoàng Hà. Vào thời điểm 4000 năm TCN, những thủ lĩnh người Việt là Phục Hy, rồi Thần Nông xuất hiện. Khoảng năm 2879 TCN xảy ra việc Đế Minh chia đất, phong vương cho con là Đế Nghi và Kinh Dương Vương. Nước Xích Quỷ ra đời. Dân cư Xích Quỷ gồm ba thành phần: người da đen Indonesian, Melanesian và người Mongoloid phương Nam nước da sáng hơn, tất cả đều có gốc từ tổ Phục Hy, Thần Nông, là người Việt với tiếng nói cùng văn hóa Việt... Là những người đánh cá và đi biển thành thạo, dân cư Xích Quỷ đã giao thương bằng thuyền tới Đài Loan, Indonesia, Philippine, Việt Nam và hiểu các vùng đất này. Câu chuyện Lạc Long Quân-Âu Cơ sinh một bọc trăm trứng xuất hiện.

Trước đây ta chỉ biết nước Xích Quỷ huyền thoại. Năm 1936, các nhà khảo cổ Trung Quốc phát hiện văn hóa Lương Chử vùng Thái Hồ. Từ nguồn tư liệu khai quật phong phú, họ đưa ra kết luận: có nhà nước Lương Chử cổ đại, với kinh đô Lương Chử rộng 3.000.000 m2 còn ranh giới trùng khớp với địa bàn nước Xích Quỷ truyền thyết. Đó là nhà nước sớm nhất trong lịch sử phương Đông, trước nhà Hạ hàng nghìn năm mà chủ nhân là người Lạc Việt. Từ những vật bằng ngọc cho thấy người Lương Chử được gọi là Vũ nhân hay Vũ dân, liên hệ với vật tổ chim-Hồng Bàng. Từ những khám phá này, có thể tin, nhà nước Lương Chử chính là Xích Quỷ trong truyền thuyết

Khoảng năm 2698 TCN, xảy ra cuộc xâm lăng của người Mông Cổ phương Bắc vào Trác Lộc ở bờ nam Hoàng Hà. Do cuộc xâm lăng này, người Việt chủng Mongoloid phương Nam từ Núi Thái-Trong Nguồn di cư về phương nam.

Theo xác nhận của nhân chủng học, trước thời Phùng Nguyên, dân cư Việt Nam gồm hai chủng Indonesian và Melanesian, cùng thuộc loại hình Australoid, được gọi là người Việt cổ. Người Mongoloid từ Núi Thái-Trong Nguồn trở về lai giống với người Việt tại chỗ, sinh ra người Việt chủng Mongoloid phương Nam, được gọi là người Việt hiện đại. Cụ thể hơn, lai với người Indonesian, cho ra *người Mongoloid phương Nam điển hình* (người Mường, Mán, Dao, Nùng, Tày, Thái...) Lai với người Melanesian sinh ra nhóm *loại hình Indonesian hiện đại của chủng Mongoloid phương Nam* (người Chăm, Khmer, các sắc tộc Tây Nguyên...)

Do hình thành như vậy nên dân cư trên đất Việt Nam có chung tổ tiên là người di cư về cùng với Lạc Long Quân nên tất cả suy tôn Lạc Long Quân là tổ, còn các sắc tộc (ethnicity) đều là con trong dân tộc Việt.

Quân Mông Cổ chiếm Nam Hoàng Hà, lập nhà nước Hoàng Đế. Các vương triều Hoàng Đế lấn đất mở rộng lãnh thổ, dân Việt vùng lưu vực Hoàng Hà tiếp tục di cư về phía Nam. Khoảng 2.300 năm TCN, do nước biển dâng, kinh đô Lương Chử bị chìm, nhà nước Xích Quỷ tan rã. Người Việt từ nước Xích Quỷ di tản tới Ba Thục, Thái Lan, Miến Điện, Việt Nam, Đài Loan... Người di tản mang theo truyền thuyết một bọc trăm trứng tới nơi ở mới. Trên đất Ấn, truyền thuyết Một bọc trăm trứng của người Việt đi vào kinh Phật.

Truy nguyên nguồn gốc như vậy, ta thấy, truyền thuyết Một bọc trăm trứng xuất hiện thời Xích Quỷ. Khi Xích Quỷ tan rã, bộ phận người Việt sống trên đất Trung Hoa vẫn giữ truyền thuyết nguồn gốc của mình. Các nhà nước Trung Quốc về sau tiếp thu truyền thuyết này. Nhưng do không hiểu ý nghĩa sâu xa của nó nên đã giảng theo thực tế dân cư Trung Quốc, phục vụ ý đồ chính trị, dù Trung Quốc có tới 5 chủng tộc khác nhau là Hán, Hồi, Mông, Mãn, Tạng thì họ vẫn dùng từ "đồng bào".

Khái niệm "đồng bào" của người Việt vốn chỉ mối quan hệ nội bào, đồng tộc, cùng tổ tiên, dòng giống, trên đất Trung Hoa trở thành khái niệm quốc gia: mọi chủng người trong một quốc gia đều được gọi là đồng bào! Nghĩa mở rộng này được ghi vào từ điển.

Các nhà soạn từ điển phương Tây thế kỷ XIX, XX, là những học trò của văn hóa Hán, hoàn toàn tin rằng, chữ vuông do người Trung Quốc sáng tạo, ghi chép những sự kiện lịch sử văn hóa Trung Hoa nên đã căn cứ vào tự điển Trung Quốc để soạn thảo từ điển của mình, như tác giả bài viết đã dẫn.

Cho tới cuối thế kỷ XX chưa ai khám phá ra thực tế bi hài là, nhiều khái niệm hay tiếng của người Việt cổ để lại trên đất Trung Hoa sau này bị hiểu sai. Một chứng cứ tiêu biểu là câu *Lang bạt kỳ hồ, tái trí kỳ vĩ* trong kinh Thi. Hơn 800 năm nay, các đại nho Hoa-Việt học theo Chu Hy, cho chữ "hồ" là cái yếm ở cổ con sói nên giảng: *sói bước tới dẫm phải yếm, bước lui thì đạp phải đuôi.* Do vậy câu thơ mang nghĩa là tiến *thoái lưỡng nan*. Bạn đã bao giờ thấy con sói có yếm thòng xuống ở cổ chưa? Thực tế con sói không bao giờ có yếm ở cổ cả. Ngay cả bò là loài có yếm nhưng cũng chẳng bao giờ yếm chùng xuống khiến nó dẫm phải khi bước đi! Sự thực, "hồ" vốn là chữ"hố" của người Việt, còn bạt do chữ "tạt", "tụt" biến âm. Câu ca của người Việt vốn là: Sói tạt (tụt, ẩn nấp) vào hố, vẫn lòi cái đuôi. Nghĩa là dấu đầu hở đuôi! Mông Cổ là gì? Ít người biết rằng, từ xa xưa, người Việt ở Nam Hoàng Hà gọi vùng thảo nguyên phía bắc là *Đồng Cỏ* hay *Mông Cỏ* (đồng = mông: Đồng không mông quạnh). Khi tràn sang chiếm đất bờ Nam, người du mục không nói được âm "Đ"nên đọc trại thành Mông Cỏ. Tới thời Đường chuyển sang Đường âm thành từ vô nghĩa Mông Cổ! Trung Nguyên là gì? Vốn là tên người Việt gọi đồng bằng miền Trung của Hoàng Hà, thuộc châu thổ sông Nguồn của mình là *Trong Nguồn*. Sau nhiều biến đổi, tới thời Đường thì Trong -> Trung, Nguồn -> Nguyên. Mất đất và mất cả tên nên sau này con cháu Việt không hiểu câu *Nghĩa mẹ như nước Trong Nguồn chảy ra!*

Cũng như vậy, đồng bào vốn là tên gọi ban đầu của người Việt: cùng một bào thai hay cùng bọc. Tới thời Đường được chuyển thành Đường âm: cùng -> đồng; bọc -> bào. Sau nữa, qua thời Thanh, quan thoại Bắc Kinh nói *tủng pao*. Trong khi người Quảng Đông nói *tồng pào*! Riêng tại đất gốc Việt Nam, người Việt vừa dùng *đồng bào* nhưng cũng nói *một bọc*!

Điều bi hài cười ra nước mắt ở đây là: chữ hay khái niệm đúng của người Việt, bị người Trung Quốc hiểu sai rồi ghi thành kinh điển. Kinh điển Tàu được chuyển thành kinh sách Tây! Ông cha ta xưa học Hán tự nên hiểu sai, bái phục các thầy Tàu uyên thâm: chữ thánh hiền có bao giờ sai! Con cháu bây giờ thông thái hơn, đọc được cả chữ Tàu, cả chữ Tây nên càng tin sái cổ những cái… sai rồi vênh vang đem về dạy (dọa) đồng bào mình. Lý lẽ chắc nịch hàng tấn: sách Tàu nói, sách Tây nói?!

Chỉ có Cụ Lạc Long Quân, Cụ Hùng Vương từ trên cao xanh nghe mà cười ra nước mắt: do vô minh nên cháu con tôn lũ dốt làm thầy rồi cúc cung học cái ngu!

Người Việt coi người Hoa, Khmer, Chăm, E đê, Gia rai… là đồng bào theo quan niệm truyền thống. Đó là những sắc tộc (ethnicities) cùng một huyết thống, cùng một bọc trong chủng tộc Mongoloid phương Nam của dân tộc Việt Nam.

Tháng Năm 2016

*http://www.sggp.org.vn/saigonthubay/2007/4/94382/

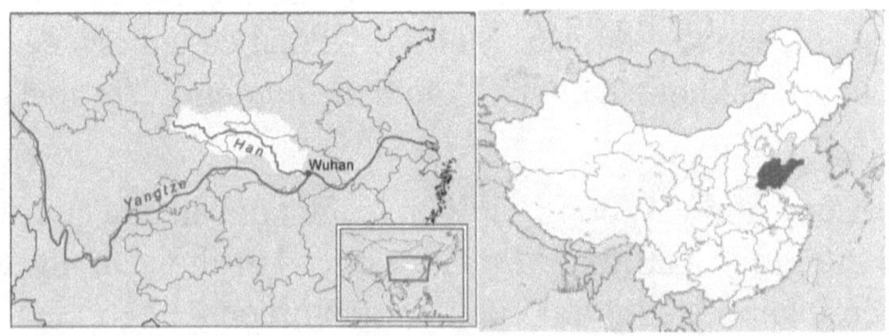

Đồng bằng Sông Nguồn   Tỉnh Sơn Đông trên bản đồ Trung Quốc

Cổng Bắc của Thái Sơn

Đại miếu tại Thái Sơn

Đỉnh Ngọc Hoàng Thái Sơn với độ cao 1.545m so với mặt nước biển. (Ảnh: TL)

VIỆT NAM CÓ BAO NHIÊU DÂN TỘC?

Đến nay, trong quan niệm truyền thống cũng như văn bản pháp lý nói rằng: *"Nước Việt Nam có 54 dân tộc anh em, Việt Nam là quốc gia đa dân tộc."* Niềm tin như vậy trở nên quen thuộc, thành lẽ đương nhiên. Đã tới lúc đặt lại câu hỏi: quan niệm như vậy có chính xác? Để trả lời câu hỏi này, trước hết cần làm rõ định nghĩa: dân tộc là gì?

Từ điển Nguyễn Quốc Hùng chép: Dân tộc là "*Giòng giống của người trong nước — Ngày nay có nghĩa là người trong nước.*" Từ điển Từ và ngữ Hán Việt của Nguyễn Lân ghi: "*Dân tộc là: cộng đồng người ổn định hình thành trong qúa trình lịch sử, cùng chung một tiếng nói, một lãnh thổ, cùng liên quan với nhau về sinh hoạt, về kinh tế và cùng có những điểm giống nhau về tâm lý.*" Từ điển tiếng Vệt: "*Gọi chung một cộng đồng người có chung một ngôn ngữ, lãnh thổ.*"

Định nghĩa như vậy mang tính xã hội học thông dụng mà chưa đủ sự chính xác khoa học. Khoa nhân học chia loài người thành ba cấp độ: loài (species), chủng tộc (race) và sắc tộc (ethnicity). Cho đến nay, toàn nhân loại thuộc duy nhất loài Người Khôn ngoan (Homo sapiens). Người Khôn ngoan theo đặc điểm di truyền được chia thành các chủng: châu Âu (Europian), Mông Cổ phương Bắc (North Mongoloid), Mông Cổ phương Nam (South Mongoloid), Úc (Austronesian)…

Khám phá của công nghệ di truyền thế kỷ XXI cho thấy, người Việt Nam có quá trình hình thành như sau: Khoảng 70.000 năm trước, hai đại chủng (big races) người Australoid và Mongoloid từ châu Phi di cư tới Việt Nam. Hai dòng người hòa huyết sinh ra bốn chủng (races) người cổ là Indonesian, Melanesian, Vedoid và Negritoid. Trong quá trình chung sống, hai chủng da đen Vedoid và Negritoid giảm số lượng và gần như biến mất khỏi lãnh thổ. 40.000 năm trước, hai dòng người Việt Indonesian và Melanesian đi lên khai phá Hoa lục. 7000 năm trước, người Lạc Việt tại đồng bằng miền Trung Hoàng Hà gặp gỡ, hòa huyết với chủng người Mongoloid phương Bắc (North Mongoloid) sống du mục ở bờ Bắc, sinh ra chủng người Mongoloid phương Nam, là chủng người Việt mới, làm nên dân cư văn hóa trồng kê Ngưỡng Thiều và đồng bằng Trong Nguồn (Trung Nguyên ngày nay). Sau cuộc xâm lăng của người du mục Mông Cổ do Hiên Viên dẫn đầu năm 2698 TCN chiếm một phần đồng bằng miền Trung Hoàng Hà, lập nhà nước Hoàng Đế, người Việt Ngưỡng Thiều di cư dần về Việt Nam và Đông Nam Á. Người di cư mang nguồn gen Mongoloid về chuyển hóa dân cư Việt Nam và Đông Nam Á từ loại hình Australoid sang chủng Mongoloid phương Nam. Khoa nhân học xác nhận, về mặt di truyền, từ 2.000 năm TCN, trên đất Việt Nam, những cộng đồng người Mường, Tày, Nùng, Dao, Mông… thuộc chủng tộc Indonesian chuyển hóa thành chủng Mongoloid phương Nam điển hình. Trong khi đó các cộng đồng Khmer, Chăm, Êđê, Bana, Giarai, Stiêng…thuộc chủng Melanesian thành loại hình Indonesian hiện đại của chủng Mongoloid phương Nam. [1] Như vậy, *từ sau 2000 năm TCN, toàn bộ người Việt Nam cùng một chủng tộc, mang mã di truyền Mông Cổ phương Nam (South Mongoloid).*

Trong tiếng Anh, nation có nghĩa là dân tộc, đồng thời cũng là quốc gia. Với ý nghĩa này thì Việt Nam là quốc gia với một chủng tộc duy nhất: *Việt Nam là nhà nước của dân tộc Việt.*

Dựa chủ yếu vào tập quán sinh hoạt và một phần vào ngôn

ngữ, nhân học cũng phân biệt *các sắc tộc* trong một chủng người. Ngôn ngữ gốc của mọi sắc dân sinh ra trên đất Việt là tiếng Việt cổ, trong đó tiếng Lạc Việt là chủ đạo. Sự khác biệt tiếng nói giữa các cộng đồng người Việt là do những biến đổi diễn ra sau này. Người Kinh, người Mường, người Tày, người Thái, người Chăm, Khmer, Eđê, Giarai… là những sắc tộc (ethnicities) trong cộng đồng dân tộc Việt. Ngay cả người Hoa cũng là một sắc tộc trong chủng tộc Việt, không chỉ về di truyền học mà phần lớn họ là người Quảng Đông, Quảng Tây, Vân Nam, Thượng Hải, Hải Nam… mà tổ tiên là người Lạc Việt.

Sở dĩ có quan niệm "54 dân tộc" là do ảnh hưởng của dân cư học Trung Quốc. Sau năm 1949, người Trung Quốc nói: "Trung Quốc có 56 dân tộc anh em." Do vậy, ta cũng học theo để ghi vào hiến pháp: "Việt Nam có 54 dân tộc anh em." Nhưng sau này, thấy sai, người Trung Quốc đã sửa: "Trung Quốc có năm dân tộc: Hán, Hồi, Mông, Mãn, Tạng"

Xác định thành phần dân cư là tiêu chí quan trọng hàng đầu để viết lịch sử quốc gia. Từ trước tới nay, do chưa có công nghệ phù hợp để xác định nguồn gốc các nhóm dân cư nên chúng ta lầm lẫn cho rằng, *mỗi nhóm dân cư trên đất nước ta là một dân tộc khác nhau*. Điều này đưa tới sai lầm nghiêm trọng là cho rằng, chỉ người Kinh mới là người Việt, còn các sắc dân khác là ngoại tộc. Thậm chí trước đây còn bị gọi là "man", "mọi." Từ khám phá của khoa học hiện đại đã tới lúc chúng ta sửa lại quan niệm sai lầm cũ để ghi nhận sự thực: Tất cả người dân bản địa trên đất nước ta đều là người Việt. Việt Nam là quốc gia của dân tộc Việt.

Lịch sử là hoạt động xã hội của một cộng đồng người trong quá khứ. Do vậy, muốn viết lịch sử một cộng đồng, điều tiên quyết phải xác định cộng đồng ấy là ai, từ đâu ra, trải qua quá trình hoạt động thế nào để có diện mạo như ngày hôm nay. Do vậy, Sử học phụ thuộc chặt chẽ vào kết quả của Nhân học. Cho tới cuối thế kỷ trước, nhân học người Việt Nam do các học giả Pháp xác định. Nhưng do hạn chế của tri thức thời đó (chưa có công nghệ gen để tìm ra nguồn gốc loài người cũng như các chủng tộc) nên họ xác định sai nguồn gốc cũng như phân loại người Việt. Điều này dẫn tới hệ quả là học giả Pháp của Viện Viễn Đông Bác cổ cũng như học giả Việt Nam thế kỷ trước quan niệm không đúng về nguồn gốc cũng như quá trình hình thành người Việt Nam. Do vậy đã viết hoàn toàn sai về lịch sử người Việt. Vào thập kỷ 1980, trong công trình Nhân chủng học Đông Nam Á, vượt qua học giả Pháp, Giáo sư Nguyễn Đình Khoa phân định chính xác dân cư Việt Nam: "*Trong thời đồ đá, trên đất Việt Nam có mặt hai đại chủng người Australoid và Mongoloid. Họ hòa huyết với nhau và con cháu họ hòa huyết tiếp, sinh ra bốn chủng người Việt cổ là Indonesian, Melanesian, Vedoid và Negriotid, cùng thuộc loại hình Australoid. Trong đó người Indonesian chiếm đa số, giữ vai trò lãnh đạo về xã hội và ngôn ngữ. Nhưng sang thời kim khí, người Mongoloid phương Nam xuất hiện, trở nên chủ thể dân cư. Người Austraoid biến mất dần trên đất nước này, không hiểu do di cư hay đồng hóa*" (Nguyễn Đình Khoa, 1983, Tr. 126). Bằng phương pháp khảo sát hình thái sọ người (đo sọ), đạt được kết quả như vậy phải nói là tuyệt vời. Tuy nhiên, do hạn chế của tri thức thời đó, khoa học chưa biết nguồn gốc loài người nên không thể giải thích được những sự kiện: hai đại chủng Australoid và Mongoloid từ đâu ra? Người Mongoloid phương Nam từ đầu tới? Họ thay thế người bản địa bằng phương cách thực dân diệt chủng hay chuyển hóa di truyền? Chính vì vậy, khám phá rất quan trọng của Giáo sư Nguyễn Đình Khoa cho tới cuối thế kỷ XX không thể vận dụng vào nghiên cứu lịch sử người Việt. Chỉ sang thế kỷ XXI, khi nhiều nghiên cứu di truyền học về con người Việt Nam và châu Á được công bố, mới có cơ sở giải thích được khám phá của Nguyễn Đình Khoa và vận dụng để nghiên cứu nguồn gốc người Việt.

Do hiểu không đúng về người Việt nên những cuốn sử Việt Nam được viết trong thế kỷ XX phản ánh hoàn toàn sai lịch sử của người Việt. Tiếc rằng, những tác giả của cuốn Lịch sử Việt Nam của Viện Sử học chủ yếu sử dụng tri thức nhân học của thế kỷ trước nên không thể viết chính xác lịch sử dân tộc Việt Nam. Không chỉ vậy, theo công bố mới nhất của Giáo sư Phan Huy Lê, người tổng chủ biên cuốn Quốc sử 30 tập của Hội Nghiên cứu lịch sử trong buổi họp báo ngày 22 tháng Hai năm 2017, thì tri thức của những học giả này cũng chỉ là những gì quá đát của thế kỷ trước, như chúng tôi đã trình bày trong hai bài Trao đổi với Giáo sư Phan Huy Lê về Sử Việt.(2)

Do nhận thức rất hạn chế thậm chí sai lầm nghiêm trọng về thời tiền sử nên cuốn sách 15 tập của Viện Sử học phản ánh rất sai lạc lịch sử dân tộc. Từ phát biểu của Giáo sư Phan Huy Lê, cho thấy, về cơ bản, kiến thức của những người làm cuốn Quốc sử 30 tập vẫn là những giáo điều của thế kỷ XX. Thất bại là điều chắc chắn.

Chúng tôi đề nghị: trước khi viết cuốn Quốc sử, giới Sử học hãy cùng các nhà nhân học cần làm rõ: người Việt Nam là ai và Việt Nam có đúng là quốc gia đa dân tộc? Chỉ khi xác định rõ điều này mới có thể viết chính xác lịch sử dân tộc.

Tài liệu tham khảo:

1. Nguyễn Đình Khoa. Nhân chủng học Đông Nam Á. DH&THCN, H. 1983

2. Trao đổi với Giáo sư Phan Huy Lê về Sử Việt. https://khoahocnet.com/.../ha-van-thuy-trao-doi-tiep-voi-g-s-phan-huy-le-ve-su-viet/

MỤC LỤC

Liên lạc Tác giả
Hà Văn Thùy
thuyhavan@gmail.com

Liên lạc Nhà xuất bản
Nhân Ảnh
han.le3359@gmail.com
(408) 722-5626

www.ingramcontent.com/pod-product-compliance
Lightning Source LLC
Chambersburg PA
CBHW030607170726
48283CB00002B/498

* 9 7 8 1 9 8 9 9 9 3 4 9 1 *